அது அந்தக் காலம்

AF764843

INSIGHT PUBLICA®

Nadakkavu, Kozhikode, Kerala, 673011
www.insightpublica.com
e-mail: insightpublica@gmail.com
Athu Antha Kaalam
(Tamil)
V.S. Anilkumar
Translated by **Dr. R. Prabha**
First Edition: March 2022
Copyright © Reserved
All rights reserved.
Printed and Published by
InsightinPublica Printers & Publishers Pvt. Ltd.
ISBN 978-93-5517-206-8
₹ 280

All rights reserved. No part of this publication may be reproduced, stored in a retrieval system, or transmitted, in any form, or by any means, electronic, mechanical, photocopying, recording or otherwise, without the prior permission of the publisher

அது அந்தக் காலம்

மலையாள மூலம்

வி.எஸ். அனில்குமார்

தமிழில்

முனைவர் இர. பிரபா

INSIGHT PUBLICA ®

1958 மே மாதம் 29 ஆம் நாள் பிறந்தார். தந்தையார் எம்.என். விஜயன். தாயார் கே. சாரதா. துணைவியார் இரத்தினம்மா(சாவித்திரி), கேரளா தளிப்பரம்பு சர் சையத கல்லூரியின் மலையாளத்துறைத் தலைவியாக இருந்து இவர் ஓய்வு பெற்றவர்.இவர்களுக்கு இரண்டு குழந்தைகள் பிரக்கிருதி& சுக்கிருதி

வி.எஸ்.அணில்குமார் கேரளாவில் தர்மடம் என்கிற கிராமத்தைச் சார்ந்தவர். தர்ம்மடம் பிரன்னான் கல்லூரியிலிருந்து 1978-இல் விலங்கியல் பட்டப்படிப்பை முடித்தார். 1980- இல் மலையாளத்தில் முதுகலைப் பட்டத்தையும், 1984-மெட்ராஸ் பல்கலைக்கழகத்திலிருந்து மலையாளத்தில் இளம் முனைவர் பட்டத்தையும் முடித்துவிட்டு, எட்டு வருட காலம் பல்வேறு தனியார் கல்லூரிகளில் பேராசிரியராகப் பணிபுரிந்துள்ளார். மேலும் 1988 முதல் 2000 வரை சென்னைக் கிறிஸ்தவக் கல்லூரியில் பேராசிரியராகப் பணியாற்றியுள்ளார். 2000 முதல் 2014 வரை கேரளா கண்ணூர் பல்கலைக்கழகத்தில் மாணவர் ஊழிய இயக்குனராகவும், தேசியப்பணிச் செயலாக்கத்திட்ட இணைப்புருபு ஒருங்கிணைப்பாளராகவும், மக்கள் தொடர்பதிகாரியாகவும், மக்கள் செய்தி அதிகாரியாகவும் உடற்கல்வி இயக்குனர் என பல்வேறு துறைகளில் சிறப்பானப் பொறுப்புகளை வகித்து பணியாற்றி 2014-இல் ஓய்வு பெற்றார்.

இவருடைய முதல் சிறுகதை 1972- ஆம் ஆண்டு வெளிவந்தது. இதனைத் தொடர்ந்து கிட்டத்தட்ட 250 சிறுகதைகள்', 6 குறுநாவல்கள், பயணக்கட்டுரைகள்,கவிதைகள்,கட்டுரைகள் என 20 புத்தகங்களுக்கு மேல் எழுதி வெளியிட்டுள்ளார்.

'லிபி' என்ற சிற்றிதழின் ஆசிரியராகவும், தலச்சேரி திருஷ்யாவின் திரைப்படக் கழகத்தின் செயலாளராகப் பணியாற்றி வந்தார். 'போவிக்காரனம்' , 'களி ஒருக்கம்', போன்ற படங்களுக்கு இணைத் திரைக்கதை ஆசிரியராகவும் . அந்தப் படங்களிலும் 'சாமீப்பணம்',' பி. கிருஷ்ணப்பிள்ளை',' ஒரு காந்தியின் கம்யூனிஸ்ட்', என சில படங்களில் நடித்தும் இருக்கிறார். 'களியொருக்கம்', என்ற படம் 2007-இல் மிகச் சிறந்த குழந்தைகளுக்கான திரைப்படமாகத் தேர்வு செய்யப்பட்டு, கேரள அரசின் மாநில விருதைப் பெற்றுள்ளது. குறிப்பாக 'சேரி நிலம்' என்ற நாடகத்திலும் நடித்திருக்கிறார்.

1999ஆம் ஆண்டு 'மண்ணு தின்றவன்' என்ற கதைத் தொகுப்பிற்காக அபுதாபி சக்தி விருதும், அதே ஆண்டில் மாநில திருவாங்கூர் வைப்பகத்தால் 'சிறுகதை விருதும்' பெற்றுள்ளது. இதனைத் தொடர்ந்து 2000-இல் 'தேசம் ஒரு நோட்டீஸ் வாசிக்கின்றது' என்ற கதைத் தொகுப்பிற்காக ஜாலகம் விருதும் கிடைக்கப்பெற்றது

mobile : 9447229134
e-mail : vsanilkumar58@gmail.com

வி.எஸ் அணில்குமார்

அணிந்துரை

பாரதிபுத்திரன்

'நட்பு ஆத்மார்த்தமானது' என்றால் ஏதாவது புரிகிறதா என்ன? அறியவியலாத ஆத்மாவை வைத்து எதனை அறிந்துகொள்வது?

உடல், உணர்வு, அறிவு எனும் மூன்றின் கலப்பே மனிதன். இம்மூன்றிற்கும் ஆயிரம் தேவைகள் இருக்கின்றன. அத்தேவைகளின் நிறைவேற்றமே வாழ்வின் நிறைவு, வெற்றி-மகிழ்ச்சி!

உறவு எவ்வாறு, எதனால், எப்படி நேர்கிறது எனத் தேடிக்கொண்டே சென்றால்... நிறைவு தரும் விடை ஏதும் கிடைப்பதில்லை. காதலர் இருவர் கூடியிருப்பதற்குப் 'பால்வரை தெய்வம் காரணம்' என்கிறார் தொல்காப்பியர். காதலென்பதும் நட்பு என்பதும் வேறு வேறானவையா என்ன?

ஒரே மாதிரியான ஆர்வங்கள் இருந்தன அனிலுக்கும் எனக்கும்! இலக்கியங்களில் இருந்த ஈடுபாடு இசையிலும், இசையிலிருந்த அளவு ஈடுபாடு திரைப்படத்திலும் இருந்தது. வி.ஸ்ரீ. இராமநாதனையும் பங்கஜ் உதாஸ்ஹாஸையும் ஒருசேர ரசிக்கும் ரசனை, பெர்க்மனையும் அகிரோ குரோச்சோவையும் ரசிக்கும் ரசனை இருவருக்கும் ஒன்றாக இருந்தது.

இளம்பருவத்திலிருந்து என்னுள் வளர்ந்திருந்த மலையாளக் கலை ஈடுபாட்டை அவர் பூர்த்தி செய்தார். அவற்றை விவரித்தார், நுட்பங்களை உணர்த்தினார், எம்.டி. வாசுதேவன் வரையிலான படைப்பாளிகளை எனக்கு வழங்கினார். வயலார் பாடல்கள் அனைத்தையும் பதிவுசெய்து வந்து கொடுத்து வேட்கை வளர்த்தார்.

ஒருமுறை தயா, நிர்மல் முதலிய பேராசிரிய நண்பர்கள் குடும்பமாகக் கேரளப்பயணம் மேற்கொண்டோம். 11 நாட்கள். ஒருநாள், போய்ச்சேர இரவாகி விட்டது, இருப்பினும் தகழியைப் பார்த்தே தீர்வது எனச் சென்றோம். நாற்காலியில் சாய்ந்தவண்ணம் ஆர்வமுடன் உரையாடினார் தகழி. நான், நா.காமராசனின் 'கறுத்தம்மா' கவிதையை முழுமையாகச் சொன்னேன். அனில் மொழிபெயர்த்தார். கைதட்டி ரசித்த தகழி, இன்னும் என் விழியோரம் துளியாய் நிற்கிறார்.

அனில் இடதுசாரி. ஆனால் வறட்டுக் கட்சிவாதி அல்லர். எதையும் விமர்சிப்பார். அதிலொரு நேர்மை இருக்கும். உலக அரசியலிலும் ஈடுபாடு கொண்டவர். அதனால் நாள்முழுதும் அரசியல் குறித்தும் சமூகம் குறித்தும் அவருடன் உரையாட முடிந்தது.

ஓயாத படைப்பாளியாக, தொடர்ந்து சிறுகதைகளையும் அவ்வப்போது கவிதைகளையும் எழுதி வந்தார்.

எனக்கும் மலையாள இலக்கியத்தின் மீதிருந்த ஆர்வத்தால், மலையாளக் கவிதைகளைத் தமிழில் மொழிபெயர்க்க முடிவுசெய்தோம். அப்போது மலையாளக் கவிதைகள் நூல் வடிவில் தமிழில் ஏதும் வந்திருக்கவில்லை.

15 கவிஞர்களின் 30 கவிதைகள், அதுவும் பாலேந்திரன் சுள்ளிக்காடு தொடங்கி, பின்வந்த, அண்மைக்காலப் படைப்பாளிகளின் படைப்புகள் என வகுத்துக்கொண்டு செயல்பட்டோம். அவை 'மிளகுக்கொடிகள்' என்ற பெயரில் மீரா அவர்களால் நூலாக்கம் பெற்றது.

அனில் சிறந்த கவிதை விமர்சகர். ஏறக்குறைய 13 ஆண்டுகள், சென்னைக் கிறித்தவக் கல்லூரியில் வாரந்தோறும் நடத்திய 'வனம்' கவியரங்கில் அவர் தவறாமல் கலந்துகொண்டார். கவிதைகளைக் கூர்மையாக விமர்சித்தார்.

அனில், சிறந்த பயணி; வரலாற்று ஆர்வலர். வரலாற்றுப் பெருமையும் பண்பாட்டுச் சிறப்புமிக்க ஏராளமான இடங்களுக்குத் தமிழகம் முழுவதும் பயணம் செய்தோம். குடியம், சென்னிம நாயக்கன்குளம் என ஒவ்வொன்றையும் மலையாளத்தில் கட்டுரையாக்கினார். கேரளத்திற்குத் தமிழகத்தின் வரலாற்று இடங்களை அறிமுகம் செய்தார்.

அதேபோல, கேரளாவிலும் பயணம் செய்தோம். பேக்கல், மட்டஞ்சேரி, தொடிக்களம் என எண்ணற்ற இடங்கள்; ஏராளமான காவுகள்; தெய்யங்கள்; காயல்கள்; தென்னைகள்; தோணிகள்; கள்; கல்லுமக்காய் எனத் தொடர்ந்த பயணங்கள் தந்த பண்பாட்டுப் புரிதல்கள் ஆழமானவை; நுட்பமானவை!

தனக்குத் தவறு என்று தோன்றுவதை எந்த இடத்திலும் தட்டிக்கேட்கத் தயங்காத போர்க்குணம் கொண்டவர் அனில்! ஆகவே எல்லா இடங்களிலும் அவருக்கு நண்பர்களும், நண்பர்களல்லாதவர்களும் நிறைந்திருந்தனர். அவருடைய துணிவுக்கு ஓர் அடிப்படைக் காரணம், எதையும் எதிர்பாராத அவரது குணம். பணமும் பதவியும் அவருக்கு வேண்டியிருக்கவில்லை. ஆகவே எப்போதும் தன் சுயத்தைத் தக்கவைத்துக் கொள்ளும் சுதந்திரம் கொண்டவராகவே இருந்தார். அதுதான் அவரைப் படைப்பாளியாகவும் இருத்தியது!

மொழி, இலக்கியம், கலைகள், சமூகம், அரசியல் குறித்த தெளிந்த அறிவும், கருத்துச் சொல்லும் சிந்தனையும், துணிவும் இருந்ததால்தான் தன் மாணவர்களுக்குச் சிறந்த ஆசிரியராக விளங்கினார். பார்வை வழங்கி, பாதைக் காட்டும் அவரை மாணவர்கள் கொண்டாடினர்.

உலகிலுள்ள மலையாளிகள் அனைவராலும் அறியப்பட்ட எம்.என்.விஜயன் எனும் தந்தை, சாரதா எனும் தாய், சாவித்திரி என்னும் வாழ்க்கைத்துணை, தற்போது பெண்ணொன்றும் ஆணொன்றுமாய் இரு மக்கட்செல்வங்கள் என இனிய குடும்பம் அனிலுடையது.

அவர் சென்னையில் வசித்த காலம் இளமையும் ஆர்வமும் பொங்கிய காலம். அப்போதைய நிகழ்வுகளை, அனுபவங்களை, இந்நூலில் சுவையாக விவரித்துள்ளார் அனில்! ஒரு மலையாள

இலக்கியவாதியின் தமிழக அனுபவப் பதிவுகளாகத் திகழும் இது அவரை மட்டுமல்ல; நம்மை நாம் பார்த்துக்கொள்ளவும் வாய்ப்பளிக்கிறது.

அன்றாடம் தொடரும் தன் ஆய்வுப்பணி மற்றும் ஆசிரியப் பணிக்கிடையே இதனை அழகுற மொழிபெயர்த்த முனைவர் இர. பிரபா அவர்களுக்கும், ஆற்றுப்படுத்திய முனைவர் பா.இரவிக்குமார் அவர்களுக்கும் நாம் என்றும் கடமைப்படுகின்றோம்.

முன்னுரை

படிக்கும் மாணவனாக ஒரு வருடமும், பாடம் கற்றுக் கொடுக்கும் ஆசிரியராக 12 வருடங்களும் இன்று சென்னை என்று பெயர் மாறியுள்ள மெட்ராஸில் வாழ்ந்தேன். மலையாளிக்கு மலையாள தேசம் என்றபோதும் எனக்கு மெட்ராஸ்தான். மெட்ராஸ் எனக்கு அறிவும் ஊதியமும் அளித்தது. மெட்ராஸ் என்ற பெயரை மாற்றித் தமிழில் சென்னை என்று மாற்றினார் திராவிட முன்னேற்றக் கழகத்தின் தலைவர் மு.கருணாநிதி. தமிழில் அப்படிப் பெயர் மாற்றம் செய்ததில் மலையாளி கவலைப்படுவதில் அர்த்தமில்லை. இருந்தாலும் அதில் ஒரு வருத்தம் இருந்தது. காரணம் விவரம் தெரிந்த நாள் முதல் கேட்கின்ற ஓர் ஊரின் பெயர். எனது தந்தை 8 வருடம் மெட்ராஸில் புதுக்கல்லூரியில் (New College) ஆசிரியராக இருந்தார். அந்த வாழ்க்கை நினைவுகள் குறித்து அப்பா அடிக்கடி எங்களுக்குச் சொல்லித் தருவார். மெட்ராஸ் குறித்து நான் ‘மெட்ராஸ் பித்தலாட்டம்’ என்ற ஒரு கதை எழுதியிருக்கிறேன். பிறகு என்.வி.திருஷன் வாரியரின் மெட்ராஸ் கவிதைகளும்.

கடல் கடந்து சென்று வேலை செய்து வாழ்பவர்களை மட்டுமே அயல் நாட்டு வேலைக்காரர்கள் என்பார்கள். பாஸ்போர்ட் மற்றும் விசா உள்ளவர்கள் மட்டுமே பிரவாசிகள். ஆனால் இந்தியாவின் வெவ்வேறு மாநிலங்களில் வாழ்கின்ற இலட்சக்கணக்கான மலையாளிகள் இந்த வட்டத்துக்குள் வரமாட்டார்களா?

அவர்கள் அனைவரும் ஓட்டுப் போடுவதற்கான உரிமையைத் தன் சொந்த நாட்டில் நிலைநாட்டுபவர்களே. அவர்களில் பலரும் மற்ற நாடுகளுக்குச் சென்று - மாநிலங்களில் சென்று வாழ்வதற்கும் பெரிய வித்தியாசங்கள் எதுவுமில்லை. பிரிவுதான் மெட்ராஸ் வாழ்க்கையை எனக்குக் கொடுத்தது. ஆனால் அவ்வளவு காலம் என் சொந்த ஊரில் வாழ முடியாமல்போனது பெரிய நஷ்டமே. ஒன்றை இழக்கும்போது அதற்கும் பதிலாக மற்றொன்றை வைத்துப் பார்க்க இயலாது

அதனால் சில ஏற்றத்தாழ்வுகளோடு எல்லா அயல்நாட்டுத் தொழிலாளர்களுடைய சுயசரிதையையும் வைலோ பிள்ளியின் 'அசாம் வேலைக்காரர்கள்' என்ற படைப்பாகப் பார்க்கிறேன்.

பி.பாஸ்கரனின் 'நகரம் நகரம் மாஹோகேரம்' என்று ஆரம்பிக்கின்ற ஒரு பாடல் அந்த விஷயத்துக்குப் பொருந்துகிற மிகச் சிறப்பான ஒரு கவிதையாகும். நகர வாழ்க்கையின் நன்மைகளும், தீமைகளும்தான் அதன் பல்லவி, சரணத்தில் அடங்கியிருந்தது. சின்னச் சின்னப்பட்டணங்கள் கொண்ட கேரளாவில் வாழ்ந்த ஒருத்தனுக்கு 'மாநகரம்' எப்படி இருக்கும் என்று கற்பனை செய்து பார்க்க முடியாது. ஊரில் 100 பேரைப் பார்த்தால் அதில் பத்துப்ளபேராவது தெரிந்தவர்களாக இருப்பார்கள். ஆனால் மாநகரத்தில் பத்தாயிரம் பேரைச் சந்தித்தாலும்கூட ஒருத்தர்கூடத் தெரிந்தவர்களாக இருக்கமாட்டார்கள்.

பறித்து நடப்பட்ட ஒரு புது செடியைப் போல ஆரம்பத்தில் எனக்கும் கொஞ்சம் சிரமமாக இருந்தது. போகப் போக மெட்ராஸ் வாழ்க்கை எனக்குப் பிடித்துப்போனது. மாநகரத்தில் எனக்குக் கிடைத்த அனுபவங்கள் என் வாழ்க்கையை விரிவடையச் செய்தன. நன்மையும், தீமையும் மனிதனைப் பொறுத்துத்தான். அவை நகரம், கிராமம் என்ற வேறுபாடுகள் கொண்டதல்ல. அப்படி இருந்தாலும் ஊருக்குத் திரும்பிப் போய்விட வேண்டுமென்ற எண்ணம் எனக்குள் இருந்துகொண்டே இருந்தது. அதனாலோ என்னவோ தெரிந்த தொழிலை உதறிவிட்டுத் தெரியாத தொழில் கிடைத்தபோது ஊருக்கு ஓட வேண்டியதாயிற்று. மெட்ராஸில் இருந்து திரும்பி வந்து இப்போது 16 வருடங்கள் ஆகிவிட்டது. ஆனால் இப்போது மனதில் மெட்ராஸ் அதேபோலத்தான் காட்சியளிக்கிறது. இப்போது சென்னைக்குப் போனாலும் பலவும் மாறிப்போனது

என்றாலும்கூட அந்த இடங்கள் எனக்கு அந்நியமாகத் தோன்றவில்லை. அந்த வாழ்க்கையை அடையாளப்படுத்த வேண்டுமென்ற எண்ணமெல்லாம் எனக்கிருந்ததில்லை. தகழி ஒருமுறை எழுதியதுபோல் என் வாழ்க்கை அந்த அளவுக்குப் பெரிய சம்பவங்கள் கொண்டதல்ல. அதை எழுதி வைத்து மற்றவர்களுக்கு ஏதாவது பயனடைய முடியும் என்று நான் கருதவில்லை. மலையாளத் திரைப்பட நடிகர் ஸ்ரீநிவாசன் ஒருமுறை இப்படி எல்லாம் ஆகுமென்று தெரிந்திருந்தால் அதைக் கொஞ்சம்கூட மிகைப்படுத்தியிருக்கலாம் என்று எழுதியது என் ஞாபகத்துக்குத் தெரிகிறது.

இந்தப் புத்தகத்தில் வரும் கட்டுரைகளுக்கு ஒரே ஒரு காரணம் “மாத்ருகான்னேஷி” என்ற ஒரு சிற்றிதழின் ஆசிரியரான டி.அனீஷ்தான். அந்தச் சிற்றிதழில்தான் இந்தக் கட்டுரைகள் வெளிவந்தன. ஒவ்வொரு மாதமும் இதழின் வேலை ஆரம்பித்ததும் அவரிடமிருந்து தொலைபேசி அழைப்பு வரும். ஒருமுறை அல்ல, பலமுறை. நான் ஒரு சோம்பேறி என்று முதல் கட்டுரையிலேயே அனீஷ்க்குப் புரிந்திருக்கக்கூடும். அப்படி வெளிவந்து கொண்டிருந்த ‘மாத்ருகான்னேஷி’ என்ற சிற்றிதழ் சீக்கிரமாகவே நின்றுபோனது.

சிற்றிதழ் வாசகர்களான சிலருடைய தூண்டுதல்களும், பாராட்டுக்களுமே இந்த நினைவுக்குறிப்புகள் புத்தக வடிவில் வெளிவரக் காரணம். இதற்கு உதவிய அனைவருக்கும் என் மனமார்ந்த நன்றியை மீண்டும் ஒருமுறை தெரிவித்துக் கொள்கிறேன்.

புதிதாய்ப் பிறக்கும் அனுபவம்

எப்பொழுதோ எங்கோ விட்டுச்சென்ற நினைவுகளினூடே பயணிக்கும் மனதின் ஆசைகள் ஓராயிரம் அதில் ஒன்றிரண்டு நம்மை அறியாமலேயே இரண்டறக்கலந்து வெளிப்படும்பொழுது நாம் வியந்து பார்ப்பது போன்ற உணர்வே என் மொழிபெயர்ப்பு அனுபவம். என் தாயார் இயல்பில் மலையாளி. ஆதலால் மலையாள மொழியை உணர்ந்துபேசும்பொழுதும், எழுதும்பொழுதும், படிக்கும்பொழுதும் என்னுள் ஒருவித இன்பம்.

அன்றொருநாள் எழுத்தாளர் பிரபஞ்சன் அவர்கள் என்னிடம் சுட்டிக் காண்பித்து நீ ஒரு மொழிபெயர்ப்பாளராக உருவாக வேண்டும் என்பது என் ஆசை என்றார். இன்று அதுவே தனியொரு அடையாளத்தை எனக்குத் தரும் என்று நான் நினைக்கவேயில்லை.

முனைவர்பட்ட ஆய்விற்காய், பஷீரைப் பற்றி நான் செய்திருந்த சில மொழிபெயர்ப்புகளைக் கண்ட பா. இரவிக்குமார், என்னைப் பற்றி பேராசிரியர். பாரதிபுத்திரனிடம் கூறினார். அதன்பிறகு, பாரதிபுத்திரன் என்னிடம் நம்பிக்கை வைத்து இந்நூலை மொழிபெயர்க்குமாறு கூறியதே இந்த நூலிற்கான முதல் விதை.

வி.எஸ். அனில்குமாரின் இந்த நூலை மொழிபெயர்த்ததை என் இலக்கிய வாழ்வில் பெறும்பேறாகக் கருதுகிறேன். எட்டு நூலை இதுவரை வெளியிட்டிருந்தாலும், இந்த மொழிபெயர்ப்பு அலாதியான அனுபவத்தை எனக்குத் தந்துள்ளது என்பது நிஜம்.

எப்பொழுதும் மொழிபெயர்ப்பில் சந்தேகங்களைக் கலைந்திடும் நண்பர் தினேஷ் அவர்களுக்கு நன்றியை மனதாரத் தெரிவித்துக் கொள்கிறேன்.

புதிதாய்ப் பிறக்கும் குழந்தையைப் போன்றது மொழிபெயர்ப்பைச் செய்யும் அனுபவம்.

வி.எஸ்.அனில்குமாரின் ஆழ்ந்த உள்ளத்தை அறிந்து, அவருடைய உணர்வுகளை தேவையான மொழியிலிருந்து தமிழுக்கு நேர்த்தியான முறையில் மொழிபெயர்த்துத் தந்துள்ளதாய்க் கருதுகிறேன்.

ஏதோ ஒரு வகையில் இந்த நூல் இரண்டு மொழிகளுக்கும் பாலம் அமைப்பதாய் இருக்கும் என்பது என் நம்பிக்கை.

என்னுடைய வளர்ச்சியில் எப்பொழுதும் பெரும்பங்கு வகித்திடும் அருமைக் கணவருக்கு என் அன்பு. என் முத்தான பிள்ளைகள் ஜெரிஷ், மேத்யூ இருவருக்கும் அன்பின் முத்தங்களை உரித்தாக்குகிறேன்.

புத்தகமளித்து மிகப் பொறுமையாகக் காத்துக்கொண்டிருந்த பேரா. வி.எஸ். அனில்குமாருக்கும், தொலைபேசியில் கனிவுடன் வார்த்தைகளைத் தந்து என்னை ஊக்கப்படுத்திய பேரா. பாரதிபுத்திரனுக்கும் நன்றியைத் தெரிவித்திட என்னிடம் வார்த்தைகள் இல்லை. நல்ல முறையில் புத்தகம் வெளிவர உதவிய அனைத்து நல்லுள்ளங்களுக்கும் என் மனமார்ந்த நன்றியையும், அன்பையும் உரித்தாக்குகிறேன். நன்றி!

இந்நூலுக்கு வாசகர்கள் பெரும் ஆதரவு நல்குவார்கள் என்கிற ஆவலுடனும், நம்பிக்கையுடனும் காத்திருக்கிறேன். நன்றி!

முனைவர் இர. பிரபா
புதுச்சேரி.
அலைபேசி : 9791815757
drrprbhajai@gmail.com

உள்ளடக்கம்

தொடக்கம்

நாம் மெட்ராஸ் என்று அழைத்திருந்த இப்போதைய சென்னையில் ஒருவேளை எனக்கு வாய்ப்புக் கிடைக்காமல் போயிருந்தால் என் வாழ்க்கை மிகவும் வெறுமையாகி இருக்கும். மனதையும், அறிவையும் விரிவடையச் செய்து எனக்குப் பல்வேறு அனுபவங்களைத் தந்தது இந்தச் சிங்காரச் சென்னையே. சாலையோரங்கள், கூட்ட நெரிசல்கள், கழிவுகள் நிறைந்த கூவம், பூ வியாபாரிகள், சபர்பன் இரயில்கள், ஆயிரக்கணக்கில் சைக்கிள் நிறுத்திவிட்டுப் போகும் சைக்கிள் ஸ்டேன்டுகள் இப்படியான மாறுபட்ட காட்சிகளும், அனுபவங்களுமே என்னைப் புதிதாகச் சிந்திக்கத் தூண்டின. தர்மடத்தின் கிராமத்து வழிகளில் நின்று கொண்டிருந்த நான் இப்போது அண்ணாசாலையாக மாறிப்போன மவுண்ட் ரோட்டில் வந்து நிற்கிறேன்.

மூன்றுமுறை மூன்று விதமான மனநிலைகளோடுதான் நான் சென்னை சென்ட்ரல் ஸ்டேஷனில் வந்து இரயில் இறங்கினேன்.

முதலில், ஒரு கிராமத்தில் வளர்ந்த சாதாரணமான விடலைப் பையன் அந்த மாநகரத்தில் ஒரு வேலைக்காக விண்ணப்பப் படிவம் நேரடியாகக் கொடுக்க வந்தான். அந்த வேலை எனக்குக் கிடைக்கவில்லை. விண்ணப்பத்தோடு கொடுத்த இருபது ரூபாய் கட்டணம் பத்து, இருபது வருடங்களுக்குப் பிறகு மணி ஆர்டர் வழி என் பெயரில் அனுப்பிவைத்தார்கள். அந்தப் பயணம் குறித்தான என் அங்கலாய்ப்புகள்தாம், 'நகராந்தரம்' என்ற

என்னுடைய கதைவாயிலாகத்தான் வாய்க்காலிலிருந்து வெளியே தூக்கி எறியப்பட்ட ஒரு நண்டின் நிலைமைதான் என்னுடைய நிலைமையாக இருந்தது.

இரண்டாவது சென்னைப் பயணம், சென்னைப் பல்கலைக்கழகத்தில் மேற்படிப்புக்காக நிகழ்ந்தது. இப்போதும் மெட்ராஸில் இருந்து திரும்பி வந்து விட்டோம் என்று என்னால் நம்ப முடியவில்லை. அங்கிருந்து யாராவது அழைத்தாலோ அல்லது நான் அவர்களை அழைத்தாலோ நான் இப்போதும் சென்னையில்தான் இருக்கிறேன் என்ற உணர்வு ஏற்படும்.

பிரபலமான மெரினா கடற்கரையைப் பார்த்துக் கொண்டிருக்கிற பல்கலைக் கழகமும், ஒரு வருட இளமுனைவர் படிப்பும், என் பாடப் புத்தகங்களைவிட அறிவைத் தந்தன. மெரினா கேம்ப்பஸ்க்கு முன்னால் சென்னையிலேயே ஓரளவுக்குச் சுத்தமான சாலையும், அதற்குப் பின்னால் திருவல்லிக்கேணி (ட்ரிப்பிளிக்கேன்) சேரியிலே கழிவுகள் நிறைந்த கூவம் நதிகளும் எனக்குள் வேறு விதமான அனுபவத்தையும் அறிவையும் ஏற்படுத்தின. அந்தச் சேரிக்கு நடுவில் உயர்ந்து நிற்கின்ற ஜெயா மான்ஸ்ஷனில்தான் நாங்கள் சில காலம் தங்கியிருந்தோம்.

இளமுனைவர் படிப்பு என்னைக் கொஞ்சம் விசாலப்படுத்தியது. அடையாறும், தி.நகரும், அண்ணாநகரும், தாம்பரமும், எழும்பூரும் பல பெயரிலுள்ள சாலைகளும் என் மனதின் வரைபடத்தில் அடையாளப்படுத்தப்பட்டன.

மனிதனுக்கு வாழ கொஞ்சம் இடம் போதும் என்ற பாடத்தைத்தான் நான் இங்கு வந்து முதலில் கற்றுக்கொண்டேன். மனிதன் இறந்துவிட்டால் அவனுக்கு வெறும் ஆறு அடி மண் மட்டுமே போதும் என்பதை டால்ஸ்டாய் தன்னுடைய பிரபலமான கதை மூலமாகச் சொல்லித்தந்தார். படிப்பை வெற்றிகரமாக முடித்துக் கொண்டு ஊருக்குத் திரும்பியபோது மெட்ராஸ் நட்பு வட்டங்களைப் பிரிய வேண்டி வந்தது என்னை மிகவும் வேதனைக்குள்ளாக்கியது.

மூன்றாவது முறை ஒரு சாதாரண வேலையாளாகச் சென்னைக்கு வந்தேன். அதன் பிறகு கிட்டதட்ட 12 வருடங்கள் சென்னை வாழ்க்கைதான். திரும்ப ஊருக்குப் போவதற்கான முயற்சிகள் எல்லாமே தோல்வியில் முடிந்தன. அது எனக்குப் பெரிய ஏக்கத்தை ஏற்படுத்தியது. எனக்கு வேண்டியதெல்லாம் கேரளாவில்தாம் உள்ளன. ஆனால் மெட்ராஸ் என்ற நகரத்தில் வாழ்வதற்கு ஒரு காரணம் சென்னைக் கிறிஸ்தவக் கல்லூரி மலையாள ஆசிரியர் என்பது மட்டுமே. அங்கிருந்து திரும்பி வரப் பல காரணங்கள் இருந்தன. இருந்தபோதிலும் 12 ஆண்டுகள் எனக்குத் தொடர்ந்து மெட்ராஸில் வாழும் நிலையே இருந்தது.

அதை இப்போது நினைக்கையில் எனக்குக் கொஞ்சமும் வருத்தமில்லை. சந்தோஷம் மட்டுமே. அந்த வாழ்க்கை தான் எனக்குள் பெரிய மாற்றத்தை ஏற்படுத்தித் தந்தது. அதைவிட என் கதைத் தளத்திற்கு மெட்ராஸ் வாழ்க்கை அனுபவங்களே மிகவும் உறுதுணையாக இருந்தன.

இலக்கியக் கூட்ட அனுபவம்

மெட்ராஸில் வாழ்ந்த வாழ்க்கை முழுவதுமே நிராசை நிறைந்ததாக இருந்தது. அதற்கு இரண்டு காரணங்கள் இருந்தன. முதலாவது அவ்விடத்திலுள்ள வெயில், இரண்டாவது பூந்தமல்லி நெடுஞ்சாலையிலுள்ள கேரள சமாஜம்

என்னுடைய இளமைக்காலங்களில் தர்மடத்திலேயும், தலச்சேரியிலும் கடுமையான வெயில் இருந்தது. கிரிக்கெட் விளையாடிய சமயங்களில் கூட சென்னையில் கடுமையான வெப்பம் என்னை மிகவும் தாக்கியது. நவீனமயமான கட்டடங்களின் மாற்றங்களால் ஒவ்வொரு வருடமும் அதிகப்படியான வெப்பம் நாளுக்குநாள் அதிகரித்து வந்ததாகவே எனக்குத் தோன்றியது. என்னுடைய படுக்கை அறையிலும் பஞ்சு மெத்தையிலும் தண்ணீரை ஊற்றி அதன்மீது படுத்துத் தூங்கினேன். ஜன்னல்களைத் திறந்துவிடுகின்ற பழக்கம். ஒருமுறை உடல் முழுவதுமாகக் கரி தேய்த்துக்கொண்டு கால் சராய் மட்டும் அணிந்த ஒரு திருடன் ஜன்னலின் வழியாகக் கையினை உள்ளே விட்டான். அக்கணத்தில் திடுக்கிட்டு எழுந்துகொண்டேன். அன்று முதல் ஜன்னல் கனவுகளைத் திறந்துவிடும் பழக்கத்தைத் தவிர்த்துவிட்டேன். கோடைக்காலத்தில் திட்டும்பொழுது மதராஸில் இருந்து திரும்பி வந்தவன் என்று இங்கு மலையாளிகள் சொல்வது எனக்கு நகைச்சுவையாகவே தோன்றியது.

கேரளாவிற்கு வெளியே உள்ள மலையாளக் கூட்டங்களைக் குறித்தான அதிகாரப்பூர்வ தகவல்கள் ஏதும் எனக்குத் தெரியாது. பம்பாயில் இருந்து நீண்டகாலமாகத் தொடர்ந்து வெளிவந்து கொண்டிருந்த 'விலாச கேரளம்' என்ற மாத இதழ்தான் இதற்கான ஒரே ஒரு முன் அனுபவம். மதராஸ் கேரள சமாஜமும் அதன்கீழ் கேரள வித்யாலயம் என்றொரு பள்ளிக்கூடமும் செயல்பட்டு வந்தன. ஆனால் மதராஸிலே டீக்கடைகளிலும், துணிக்கடைகளிலும், வீதிகளில் வியாபாரம் செய்யக்கூடியவர்களும், தொழிற்சாலைகளில் பணிபுரியும் சாதாரண மனிதர்களை அந்தக் கேரள சமாஜக் கூட்டத்தில் நான் பார்த்ததே இல்லை. ஒரு வேலை நான் பார்த்திராமல் இருந்திருக்கலாம். கம்யூனிஸ்டு கட்சிகளின் தலைமையின் கீழ்தான் இந்த அமைப்புச் செயல்படுகின்றது என்ற தகவல் எனக்குக் கிடைத்தது.

கேரள சமாஜத்தின் பெயரில் நடக்கக்கூடிய இலக்கியக் கூட்டம்தான் எனக்கு வியப்பாக இருந்தது. அந்தக் கூட்டங்களில் கலந்துகொள்ள நான் எப்போதும் ஆர்வமுடன் இருந்தேன். தலச்சேரி இராகவன் என்பவரின் தலைமையில்தான் இக்கூட்டம் நடைபெற்றுக் கொண்டிருந்தது. மிகுந்த மென்மையான குணம் படைத்தவர். அனைவரிடமும் அன்புடன் பழகக் கூடியவர்.

இருப்பினும் கேரள சமாஜத்தின் அரங்குகளில் மலையாளத்தின் புதிய புதிய இலக்கியச் சூழலை வெளிப்படுத்திட இயலவில்லை. பிற்காலத்தில் இராகவ அண்ணன் மறதி நோய்க்கு ஆளாகித் தன்னைத் தானே அடையாளம் காணமுடியாத நிலையில் அவருடைய வாழ்க்கை முடிந்தது.

கேரள சமாஜத்தினுடைய வளர்ச்சியில் தலச்சேரி இராகவன் என்றொரு ஆளுமையின் பங்களிப்பு அளப்பரியதாக இருந்தது. என்றிருந்தாலும்கூட இராகவ அண்ணனின் காலத்திலும் அதன் பின்பும் பழமை கலந்த சூழலே இலக்கியக்கூட்டத்தில் நிலவி வந்தது.

சமாஜ ஒருங்கிணைப்பாளர்களுடைய கவிதைகளை வாசிப்பதும் அதைப் பற்றியான கலந்துரையாடல் செய்கின்ற ஒன்றாய் இருந்தது இலக்கிய சமாஜம். மலையாளத்தில் மற்ற இலக்கியச் செயல்பாடுகள் ஒதுக்கப்பட்டன. இரயில்வே உயர் அதிகாரியான ஒரு கவிஞருடைய இரண்டு மூன்று கவிதைத்தொகுப்புகள் வெளியிடப்பட்ட ஒரு விழாவைப் பற்றி ஞாபகம் வருகின்றது. அந்தக் கவிதையில் விஷேசமாக, எதுவும் குறிப்பிடும்படியாக இல்லை. அந்தக் கவிஞருடைய கவித்துவத்தைக் குறித்தப் பாராட்டுமழை எங்களுக்குச் சலிப்பு ஏற்படுத்தியது. அப்போது நாங்கள் உண்ணித்தான் மாஸ்டர் என்று அழைக்கக்கூடிய சி.பி.ஐ. அதிகாரி கடைசி பெஞ்ச் நண்பர்களாகிய எங்களை அழைத்தார். ‘டேய் அனி (நான்), டேய் இரத்தினாகாரா (மாங்காடு இரத்தினாகரன்) நான் ஜென்ரல் கம்பார்ட்மெண்டில் கழிவறையின் முன்பாகவே இருந்து ஊருக்கு வந்துவிடுகிறேன். நீங்கள் வந்துவிடுங்கள். இரயில்வே அதிகாரியான கவிஞர், கூட்ட நெரிசல் உள்ள விடுமுறைக் காலங்களில் இரயில் டிக்கட் வாங்க ஏற்பாடு செய்து கொடுப்பதனால்தான் அந்தப் பாராட்டுதல்’ என்று உண்ணித்தான் மாஸ்டர் கேலியாகக் கூறுவார்.

நாங்கள் கேரளாவில் இருந்து மெட்ராசுக்கு வண்டியேறிய பொழுது வாசித்திருந்த கவிதைக்குப் பிறகு மலையாளத்தில் வந்த கவிதைகளைக் கூர்ந்து வாசித்தவர்கள் அல்லர். இலக்கிய சமாஜ விழாக்களில் எங்களுடைய கவிதைகளை வாசிக்கலாம் என்று தோன்றியது. ஒரு முறை ஒரு கவிஞர் கிட்டத்தட்ட முக்கால் மணிநேரம் தன்னுடைய வாழ்க்கை வரலாறு கலந்த கவிதையை வாசித்தார். வாசித்து முடித்த பிறகு இதனுடைய இரண்டாவது

பாகம் விரைவில் உங்கள் முன்னால் வரவிருப்பதாகக் கூறினார்.

டெல்லியில் மலையாள இலக்கியக்கூட்டங்கள் நடத்துவதுண்டு. எழுத்தாளர்களான காக்கநாடன், ஓ.வி.விஜயன், எம்.முகுந்தன், நாராயண பில்லா, மாங்காடு இரத்தினாகரன், டி.பி.ராஜீவன், மும்பையில் இருந்து அஸ்டமூர்த்தி, மானஸி, பி.ஏ.திவாகரன், கருணாகரன், மெட்ராஸில் இருந்து இங்கு நானும் ஓய்வு பெற்றுவிட்டேன்.

சி.பி.எம்.இன் மாநிலப் பொதுக்கூட்டம் நடக்கின்ற மேடை எங்கு என்று அறியாமல் நான் நேராகக் கேரள சமாஜத்திற்குப் போய்விட்டேன். எனக்குப் பொதுக்கூட்டம் நடக்கின்ற ஒரு கல்யாண மண்டபத்திற்கு வழிகாட்டுவதற்காகச் சிவப்புச்சட்டையும் காக்கிப்பேண்ட்டும் அணிந்த ஒரு வாலண்டியரை என்னுடன் அனுப்பினார். நான் மிகவும் எதிர்பார்ப்போடு கேட்டேன், 'இ.எம்.எஸ். நம்பூதிரிப்பாடு வந்துவிட்டாரா?' அதற்கு அவர் 'இல்லை என்று தோன்றுகிறது' என்றார். மூன்று நிமிடத்திற்குள் பொதுக்கூட்ட அரங்கில் வந்து சேர்ந்தபொழுது இ.எம். எஸ்வினுடைய மேடைப்பேச்சு முன்னேறிக் கொண்டிருந்தது. "அமெரிக்காவிலும் கம்யூனிசஸம் வரும் (கைதட்டல்). ஆனால் அதைப் பார்க்க என்னைப் போன்றவர்கள் உயிரோடு இருப்பார்களா என்று தெரியாது." தமிழ் மொழிப்பெயர்ப்பாளர் சி.ஐ.டி.யு.வின் இன்றைய அகில இந்திய பிரஸிடன்ட் ஏ.கே.பி.

மலையாளத்தில் மிகச் சிறந்த நாடகங்களில் ஒன்றான 'கோலு' என்ற நாடகத்தைப் பார்த்தது அந்த சமாஜத்தினுடைய மேடையில்தான். அதை எழுதியவர் என்.சசிதரன், ஈ.பி. இராஜகோபாலன், இயக்கம் மஞ்சுனன். அதில் நடித்தவர்கள் பாபு, அன்னு, ரஜிதா மது, ஆனந்த லப்தி. எதிர்பாராதவிதமாக நடந்த ஒரு சம்பவத்தைக்கூட சொல்ல வேண்டியிருக்கிறது.

●

சிட்லபாக்கத்தின் நிழல்

மிகவும் பழமையான ஒரு சம்பவம். அதனால் சரியான ஞாபகம் இல்லாத நிலை. மாமாவினுடைய எர்ணாகுளத்திலுள்ள பூர்வீக வீட்டில் அப்பா, அம்மாவோடு சேர்ந்து இருந்த நாளில் பிரதம மந்திரி நேரு இறந்த செய்தி வந்தது. எனக்கு அப்பொழுது ஆறு வயது. அதுவரை ஒன்றாக இருந்த சந்தோஷங்கள் இல்லாமல் போனது. நகரம் முழுவதுமே வெறிச்சோடி இருந்தது.

அப்பாவினுடைய மிகவும் நெருங்கிய நண்பர்தான் புருஷன் மாமா. அப்பாவைப் பெயர் சொல்லி அழைக்கின்ற சில பேரில் ஒருவர். அவர் மகாராஜா கல்லூரியில் ஒன்றாகப் படித்தார். பிறகு தேசாபிமானி முட்டாளான ஒரு கூலி எழுத்தாளரைக் கண்டுபிடித்தது. அப்பா சினிமாவில் நடிக்க வண்டி ஏறினார். அதில் தோல்வி அடைந்த பொழுது சென்னைப் புதுக்கல்லூரியில் ஆசிரியரானார். அதே சமயம் புருஷுமாமா தாம்பரத்தில் கிறித்தவக் கல்லூரியில் ஆசிரியராக இருந்தார். எல்லா நாளும் புருஷுமாமா மாலை நேரங்களில் இராயப்பேட்டையில் நாங்கள் தங்கியிருக்கும் இடத்திற்கு வருவார். அப்போது எனக்கு ஒன்றோ இரண்டோ வயதிருக்கும். என்னை அவருடைய மடியில் அமர வைத்துப் பலமணிநேரம் என்னோடு பேசிக்கொண்டு இருப்பார். இதை நான் எப்போதும் குறிப்பிடுவதுண்டு.

புருஷுமாமா ஓய்வுபெற்ற பணியிடத்தில்தான் நான் 1988 ஜூன் மாதத்தில் சென்னைக் கிறித்தவக்கல்லூரியில் மலையாள ஆசிரியரானேன். முதல்நாள் கல்லூரிக்குச் சென்றபொழுது முதல்வர் டாக்டர் மித்ரா அகஸ்டின் சொன்னார், 'நாங்கள் எல்லாம் மிகவும் மதிக்கின்ற அன்பிற்குரிய ஈ.கே.பி. என்று அழைக்கின்ற ஆளுமையினுடைய சூவிற்குள் நீங்கள் நுழைந்திருக்கிறீர்கள்' என்றார். அதற்கு, 'என்னால் முடிந்தவரை முயற்சிக்கிறேன்' என்று பதில் சொன்னேன்.

ஆனால், அந்தக் காலணிகள் என் கால்களைவிடப் பெரிதாக இருந்தன. டாக்டர் மித்ராவினுடைய ஆசிர்வாதங்களை நடைமுறைப்படுத்த என்னால் முடியவில்லை.

சுதந்திரம் கிடைத்ததற்குப் பிறகும் பிரிட்டிஷ்காரர்களுடைய மேற்பார்வையில் தொடர்ந்து வந்த பெரிய கல்வி நிறுவனத்தைச் சிறப்பாக நடத்திச் செல்வதில் முக்கியமானவராக ஈ.கே.பி. என்று சுருக்கமாக அழைக்கின்ற டாக்டர் இ.கே.புருஷோத்தமன் இருந்தார். நானூறு ஏக்கர் பரப்பளவு கொண்ட அவ்விடத்தில் கட்டடங்களும் வழிபாதைகளைத் தவிர்த்து முழுவதும் வனமாகக் கிடைக்கின்ற அந்தக் கேம்பஸில் பல முக்கியப் பொறுப்புகளைப் பார்த்துக் கொள்ளும் பொறுப்பை நிறுவனம் அவரிடம் ஒப்படைத்திருந்தது.

அந்தப் பொறுப்பிற்குள் வரக்கூடிய மிக முக்கியமான தேர்வுக் கட்டுப்பாட்டாளர் பொறுப்பும் அவரிடமே ஒப்படைக்கப்பட்டது.

சுதந்திர இந்தியாவிற்கு முன்பு பிறந்து வளர்ந்தவருடைய வேஷம்தான் அவருடைய கதர் ஜிப்பாவும் வேட்டியும். அது இன்றைய காங்கிரஸ்காரர்களுடைய இஸ்திரி போடப்பட்ட கதர் அல்ல, காந்தியினுடைய கதர். கிட்டத்தட்ட நன்றாக நவீனமயமாக்கப்பட்ட அந்தக் கேம்பஸில் இந்தக் கதர் ஆடை தனித்துவமாகக் காணப்பட்டது.

ஆனால், நான் அங்கு வந்து சேர்வதற்குள் நிறைய விஷயங்கள் மாறிப்போயிருந்தன. கேரளாவில் இருந்தும், பிரண்ணன் கல்லூரியிலிருந்தும், அன்றைய மிகச்சிறந்த ஃபேர்லஸ் கல்லூரியிலிருந்தும்தான் நான் அங்குச் சென்றடைந்தேன். ஏற்றுக்கொள்ள முடியாத பல விஷயங்களும் அங்கிருந்தன. சிறிது காலத்திற்குள்ளாகவே கூச்சலும் கொண்டாட்டமும் கூடிய கல்லூரி விடுதி வாழ்க்கை எனக்கு மிகவும் சலிப்பை ஏற்படுத்தியது. ஒரு சம்பிரதாயம் என்ற பெயரில் கொஞ்சம் கடினமான பகடிவதை (ரேகிங்) அங்கு அனுமதிக்கப்பட்டிருந்தது. கல்லூரி நிர்வாகத்தின் பொறுப்புகளுக்காக ஆசிரியர்கள் போட்டி போட்டார்கள். டாபிள், ஜே.ஆர்.எப். தேர்வுக் கண்காணிப்பாளர் பொறுப்புகளுக்காக ஆசிரியர்கள் போட்டி போட்டுக் கொண்டார்கள். காரணம், அதற்கு நல்ல ஊதியம் கிடைக்கும் என்பதனால். அதை ஒழுங்குபடுத்தாத விதத்திலும் என்னுடைய சலிப்புகளும் சரியானது என்ற முறையில் எங்களுடைய ஆசிரியர் கூட்டமைப்பின் எதிர்ப்பு உருவானது. அது மாநில அளவிலான ஒரு போராட்டமாக அமைந்தது. அதன்பேரில் பல பேர் கைது செய்யப்பட்டார்கள். உண்ணாவிரதம் இருந்தார்கள். தர்ணாப் போராட்டங்களும் நடைபெற்றன. நான் அவை எல்லாவற்றிலும் பங்கெடுத்தேன்.

டாக்டர் மித்ரா சொன்னதுபோல், ‘அந்தக் காலணிகளில்’ கால் வைத்த ஒருவர் என்ற முறையில் ஈ.கே.பி. ஒருமுறைகூட என்னுடைய போராட்ட வாழ்க்கையில் தலையிடவே இல்லை. அவர் தான் ஏற்றிருந்த பொறுப்புகளைத் திரும்பக் கொடுத்துவிட்டு ஓய்வு பெற்றுவிட்டார். முன்பிருந்த கேம்பஸ் அல்ல இது என்ற ஒரு காந்திய சிந்தனை அவருக்கு இருந்திருக்கலாம். ஓய்வு பெற்ற பிறகும் ஒரு சாதாரண சைக்கிளில் பல வருடம் அவர் பயணித்தார்.

அப்போது மெட்ராஸில் இருந்த மலையாளிகளுடைய பல முக்கிய செயல்பாடுகளிலும் ஈ.கே.பி.யினுடைய பங்களிப்பு இருந்தது. அது கேரள சமாஜமானாலும், ஆசான்

மெமோரியலானாலும், சென்னைப் பல்கலைக்கழகத்தினுடைய மலையாளத் துறையானாலும் அவர் செய்யும் பணிகளைத் தொடர்ந்து செய்துகொண்டிருந்தார். ஒரு நல்ல புத்தகச் சேகரிப்பு அவரிடம் இருந்தது. தன் கவிதையை மட்டுமே வாசிப்பேன் என்ற பிடிவாதமும் அவரிடமில்லை. பாலச்சந்திரன், குரீப்புழா, விஜயலட்சுமி போன்றவர்களுடைய கவிதைகளையும் அவர் விரும்பினார். நான் கட்டாயப்படுத்தியதாலோ என்னவோ என்னுடைய எல்லாக் கவிதைகளையும் அவர் வாசித்திருந்தார்.

தாம்பரம் சானட்டோரியம் நிலையத்தில் இறங்கி, சிட்லப்பாக்க வரதராஜ தெருவிலுள்ள குமார் அவென்யு வீட்டில் புருஷ மாமா இருந்தார். சுயமாக உண்டாக்கிய முந்திரிப்பழச்சாறும், சுத்த சைவ உணவுமாக அத்தையுடன் வாழ்ந்து வந்தார். அவர்களோடு மகன் பப்பனும், மருமகள் கீதாவும், அவளுடைய குழந்தையும். இப்பொழுது ஊரிலிருந்து ஏதாவதொரு தேவைக்காகச் சென்னைக்கு வண்டி ஏறும்பொழுது அங்கு அவர்கள் இருக்கின்றார்கள் என்றொரு தைரியம் இருக்கிறது.

●

புரட்சி என்றால்

ஆதிநகர் மகாலட்சுமி தெருவில் பாலுவின் (பாரதிபுத்திரன் - கவிஞர், ஆராய்ச்சியாளர்) வீட்டிலிருந்து வேளச்சேரி நெடுஞ்சாலை வழியாக மகாலட்சுமி நகரிலுள்ள சிதம்பரனார் தெருவழியே வீட்டிற்கு நடந்துபோய்க் கொண்டிருந்தேன். சேலையூர் காவல் நிலையத்திற்கு முன்னால் வந்தபொழுது தொலைவிலுள்ள கேம்ப்ரோடு சந்திப்பில் ஒரு கலவரம். புழுதியைக் கிளப்பிக்கொண்டு வாகனக்கூட்டம் போய்க்கொண்டிருந்தது. சீறிப்பாய்ந்தது காவல் வண்டிகள். அதோடு ஆம்புலன்ஸ் மற்றும் சில கார்களும் இருந்தன. மின்னல் வேகத்திலான அவ்வாகனங்களுடைய நீண்டவரிசை கடந்துபோன பொழுது அருகிலிருந்த ஒரு போலீஸ்காரன் பெருமூச்சு விட்டார். "அப்பாடா தப்பிச்சோம்" பிறகு என்னைத் திரும்பிப் பார்த்த அவரொரு இரகசியம் சொன்னார் "முதல்வர் கிடையாது. அவருடைய தோழி."

அது ஜெயலலிதா அன்புத்தோழி சசிகலா நடராஜனுடைய காலம். அவர்களுடைய தோழி என்பதற்கு அப்பால் சட்டதிட்ட விஷயங்களில் ஒரு பொறுப்பும் சசிகலாவிற்கு இருக்கவில்லை. என்றாலும் அவர் அரசு வாகன மரியாதையுடன் பயணித்து வந்தார். அவர்களுக்கு அதற்கான அதிகாரமும் செல்வாக்கும் கொடுக்கப்பட்டிருந்தது.

புரட்சித்தலைவர் எம்.ஜி.ஆரின் இதயக்கனியான ஜெயலலிதா, பிறகு தமிழ் மக்களுடைய இதயக்கனியாக மாறினார். அவருக்குள்

இருந்த கோபமும் சவாலும் 1990களில் ஜெயலலிதாவைத் தமிழக முதல்வராக்கியது.

அவர் ஆட்சி செய்யத் துவங்கினார். அவர் கருணாநிதியோடும் அவரைக் குறைகூறி வந்த எம்.ஜி.ஆரின் உடன் இருந்தவரோடும் தன் பகையைத் தீர்த்துக்கொண்டார். முன் ஆட்சியில் இருந்த எல்லாவற்றையும் மாற்றியமைப்பதுதான் அவருடைய முதல் இலட்சியம். அதில் முதலாவதாகப் பல்லவன் பேருந்துகளின் எண்களைக்கூட மாற்றிவிட்டார். தமிழகத்தினுடைய ஒவ்வொரு இடங்களிலும் தன் பெயரை அடையாளப்படுத்துவதில் மும்முரமாக இருந்தார்.

விமர்சனங்களை அவர் நூற்றியோரு விழுக்காடு பொருட்படுத்தவில்லை. எதிர்த்தவர்களை ஒடுக்கவேண்டும் என்பதை அவரது கொள்கையாக்கினார். ஏதோ ஒரு வழக்கில் ஜெயலலிதாவிற்கு அசராமல் இருந்த சந்திரலேகா என்ற ஐ.பி.எஸ். அதிகாரியின் முகத்தில் ஆஸிட்டை ஊற்றி முகத்தைச் சிதைத்ததும், உச்சநீதிமன்ற வழக்குரைஞரான சண்முகசுந்தரத்தை அடித்துத் துன்புறுத்தியதன் பின்னால் ஜெயலலிதா தலையீடு இருக்கிறதென்ற குற்றச்சாட்டும் இருந்து வந்தது. பத்திரிக்கையாளர்களோடும் தொலைக்காட்சி நிருபர்களோடும் எப்பொழுதுமே ஒத்துப்போகவில்லை. தனக்கு எதிராகச் சொல்பவர்களின் பேரில் மானநஷ்ட வழக்குக் கொடுப்பது என்பதை வழக்கப்படுத்திக் கொண்டார் முதல்வர்.

பணம் சம்பாதிப்பது என்பது அவருடைய பேராசையாக இருந்தது. பல ஊழல் வழக்குகளில் ஜெயலலிதாவின் பெயரும் இருந்தது. டான்சி பூமி, ஸ்பிக் ஊழல் தொடங்கி ஜெயலலிதா அன்று கட்டிக்கொண்டிருந்த நாற்பத்தி ஐந்து அறைகள் கொண்ட பங்களா வரை அந்தக் கதைகள் நீளும். தோழி சசிகலாவின் மகனைத் தன் வளர்ப்பு மகனாக ஏற்றுக்கொண்டு ஒரு பிரம்மாண்ட திருமணத்தை நடத்தினார். அதுவரை தமிழ்நாடு பார்த்த மிகப்பெரிய ஆடம்பரத் திருமணம் அதுதான். அதன்பேரில் அவருக்குக் கிடைத்த பரிசுப்பொருட்களுடைய வருமானம் வியப்படையச் செய்தது.

எம்.ஜி.ஆரின் சடலத்தை ஊர்வலமாகக்கொண்டு சென்றபொழுது அந்த வண்டியிலிருந்து தன்னைக் கீழே தள்ளிவிட்டவர்களோடு உள்ள பகையை அவர் தமிழ் மக்களோடு கொட்டித் தீர்த்துக்கொண்டார். அம்மா என்றும் புரட்சித்தலைவி என்றும்

அவர் தமிழ் மக்களைக்கொண்டு அழைக்க வைத்தார். காவேரி பிரச்சனையில் அவர் எடுத்த முடிவு அவரைக் காவேரித்தாய் ஆக்கியது.

அவரோடு இருந்த மந்திரிகளில் நெடுஞ்செழியனைத் தவிர மற்ற அனைவரையும் வெளிப்படையாகத் தொடர்ந்து தன் கால்களில் விழுந்து வணங்க வைத்தார்.

ஒரு தாய்க்கு இருக்கக்கூடிய அன்பையும், கருணையையும் ஜெயலலிதா வெளிக்காட்டவில்லை. உலகில் இதுவரையில் ஒரு பெண் ஆட்சியாளர் பெண்ணாக ஆட்சி நடத்தியதில்லை. ஆண் அதிகார வர்க்கத்தின் தொடர்ச்சியாகவே இருந்தனர். இவை பெண்ணியவாதிகள் கவனிக்கவேண்டிய விஷயங்கள்.

ஜெயலலிதாவின் ஆட்சியின் மூலம் உயிர்ப் பிழைத்த ஒரு விசேஷத்தைச் சொல்ல விரும்புகிறேன். புருஷ மாமாவின் திருமணத்திற்குப் போய்க்கொண்டிருந்தோம். கிண்டிக்கு அருகில் கத்திப்பாரா சந்திப்புக்குச் சென்றடைவதற்குள் டாக்ஸி ஓட்டுநர் கட்டுப்பாட்டை இழந்துவிட்டார். பிரிப்பானில் மோதித் தலைகீழாக எதிர்திசையில் இருந்த சாலையில் அப்பாவும் அம்மாவும் தங்கை சுனிதாவின் மகள் அஸ்வதியும் நானும் கிடந்தோம். சாதாரணமாக நெரிசலான வாகனங்கள் அதிவேகமாகச் செல்லக்கூடிய சாலைவழி அது. தலைகீழாக விழுந்த கார் எதிர்த்திசையில் போயிருந்தால், அங்குப் போகின்ற ஏதாவதொரு வாகனத்தால் அடையாளம் தெரியாத அளவிற்குச் சிதைக்கப்பட்டிருப்போம்.

ஆனால் எதிர் திசையிலிருந்த பாதையில் சாதாரண நாட்களைப் போலல்லாது மிகவும் வெறிச்சோடிப்போய் இருந்தது. காரணம், ஜெயலலிதா அந்த வழியாகப் போக வேண்டியிருந்ததால் காவல் துறையினர் அந்த வழியே போகவேண்டிய வாகனங்களைத் தடை செய்திருந்தனர்.

உணர்வுப்பூர்வமாக எதார்த்தமான தமிழ் மக்களை, அவர்களுடைய தலைவர்கள் தொடர்ந்து ஏமாற்றியும் ஊழல் செய்தும் வந்தார்கள். மக்களுடைய ஒரே ஓர் ஆயுதம், தேர்தலில் ஓட்டு மட்டுமே. 1996இல் நடந்த தேர்தலில் புரட்சித்தலைவியைப் பெருந்தோல்விக்கு ஆளாக்கினர். அவருடைய அமைச்சரவையில் இருந்த அனைவரும் தோல்வியடைந்தனர். கருணாநிதி அதிகாரத்திற்கு வந்தார். ஆட்சி செய்கின்ற விதத்தில் இவருக்கும் வித்தியாசம் ஒன்றுமில்லை. 2001இல் ஜெயலலிதா மீண்டும்

ஆட்சிக்கு வந்தார். ஆனால் சொல்லிக்கொள்ளும் படியான எந்தவொரு நலனும் தமிழ் மக்களுக்குக் கிடைக்கவில்லை.

ஜெயலலிதா இப்போது எதிர் அணியில். செல்வி ஜெயலலிதாவின் தோளில் ஒரு கையும், கொஞ்சம் வைடூரியங்களுக்கு உரிமையாளரான மாயாவதி தோளின்மீது மற்றொரு கையும் போட்டுக்கொண்டு, நொண்டியும், மூச்சிரைத்தும் நடக்கிறார்கள் நமது முக்கிய இடதுசாரிகள். இந்தக் காட்சி ஒருபோதும் காந்தியையும் மனுவையும் ஆபயையும் நினைவு படுத்தவேண்டாம்.

காந்தியின் சில பைத்தியக்காரத்தனமான சோதனைகளின் இறைகள்தான் அந்தப் பெண்கள். எந்த அக்கினியில் சுத்தப்படுத்தினார்களோ, எந்தக் கங்கையில் பாவத்தைக் கழுவினார்களோ, அந்தப் பெண் முதல்வர்கள் களங்கப்பட்டுப்போன வாழ்க்கையை எப்படியோ தூய்மைப்படுத்திக்கொண்டார்கள்.

ஞாபகங்கள் வந்து போகின்றன. அழைப்பில்லாமலேயே இதை எல்லாம் பார்க்கும்பொழுது அந்தக் களம் நினைவில் வருகின்றது. எவ்வளவோ வேண்டாமென்று தவிர்த்தபோதும் அந்த நினைவலைகள் வந்து போகின்றன. நினைவுகள் என்பது கிரிமினல் குற்றமா சார்?

●

பாலன், நாயர் என்பவர்களுடைய உணவு விடுதி

முதுகலைத்தேர்வின் முடிவுகள் வருவதற்கு முன்பே தலச்சேரியில் பாட்டியம்ஸ் கல்லூரியில் ஆசிரியராகப் பணிபுரிந்து வந்தேன். மொழிபெயர்ப்பாளரும் எழுத்தாளருமான எம்.பி.குமாரன் மாஸ்டர்தான் அதற்கு முக்கிய காரணகர்த்தா. அந்த ஊரில் மிகவும் முக்கியமான கல்லூரியாக இருந்தது பாட்டியம்ஸ். அதன் முதல்வரான குமாரன் மாஸ்டர் அந்தக் கல்லூரியை ஆரம்பித்து வைத்தவரில் ஒருவராக இருந்தார்.

அருமையான காலங்களாயிருந்தது அது. மூன்று நான்கு மணிநேர வகுப்புகள்; சித்திரவாணி டாக்ஸியில் காலை காட்சியாக ஓடிக்கொண்டிருந்த சிறந்த ஹாலிவுட் படங்கள்; திரிஷ்ய பிலிம் சொஸைட்டியினுடைய செயலாளர்; தர்மடம் கிரிக்கெட் கிளப்பின் கேப்டன்; கதை, எழுத்து. தலச்சேரியில் மிகச்சிறந்த உணவு விடுதியினைத் தேர்வுசெய்வதற்காகத் தினமும் ஒவ்வொரு உணவு விடுதியாகத் தேடிச்சென்று உணவுண்ணுவார்கள். இப்போது பணியில் இருந்து ஓய்வுபெற்ற கே.பி.நரேந்திரன் மாஸ்ட்டரோடு சேர்ந்து பாரீஸ் ஹோட்டலில் சென்று ஒரு பிரியாணி, மூன்று பரோட்டா, ஆட்டுக்கறி போன்றவை சேர்த்துச் சாப்பிட்டால்தான் நண்பகல் உணவு நிறைவடையும். அன்று எனக்கு ஏற்றுக்கொள்ளக்கூடிய வயிறும் இருந்தது.

பாட்டியம் குமாரன் மாஸ்டர் இறந்ததற்குப் பிறகு கல்லூரி நிர்வாகிகளின் செயல்பாடுகள் என்னை நிராசைக்குள்ளாக்கின. அப்போது சென்னைப் பல்கலைக்கழகத்திலிருந்து எம்.ஃபில்

நாயர் மெஸ்

படிப்பதற்கான விண்ணப்பம் வந்தது. அன்று என்னோடு இருந்த பி.பே.சுசீந்திரன் என்ற சசி (இன்று எஸ்.எம் கல்லூரி ஆசிரியர்) என்பவரையும் அழைத்துக்கொண்டு சென்னைக்குப் புறப்பட்டேன். மிகவும் அழகான மெரினா கடற்கரையைப் பார்த்து நிற்கின்ற சென்னைப் பல்கலைக்கழகத்தில் மெரினா மாணவர்களானோம். மிகச் சிக்கனமான செலவில் எம்.ஃபில் படிப்பை முடித்துவிடவேண்டும் என்ற எண்ணம்தான் எங்கள் இருவருடைய தீர்மானம். நான்கு வருடம் பாட்டியம்ஸ் கல்லூரியில் பணிபுரிந்தபொழுதும் சொல்லிக் கொள்ளும்படியான வருமானம் இருக்கவில்லை. மாதந்தோறும் முந்நூறு ரூபாய் கிடைக்கின்ற ஓர் உதவித்தொகையை எனக்கும், அதேமாதிரியான ஒரு ஆசிரியப்பணியைச் சசிக்கும் துறைத்தலைவர் பிரபாகர வாரியர் சார் ஏற்பாடு செய்து தந்தார்.

சிக்கனமான செலவு என்பதுதான் எங்கள் இலட்சியம். ஆரம்பத்தில் வாரியர் சார் ஏற்பாடு செய்திருந்த தங்கும் விடுதி, வாடகை அதிகம் என்பதினால் ஓரிரு மாதத்திற்குள்ளாகவே அதைக் காலி செய்துவிட்டோம். உணவிற்கும் தங்கும் விடுதிக்கும் சேர்த்து ஐநூற்றியம்பது ரூபாய்க்குள்ளாகவே இருந்தது. மேசை, நாற்காலிகள் இருக்கவில்லை. அடையாரிலிருந்து மெரினா வளாகத்திற்குப் பேருந்தில் சென்று வரவேண்டும்.

செலவு காரணமாக நாங்கள் இரண்டு பேரும் சேர்ந்து கண்டுபிடித்த இடம்தான் பாலு மெஸ். திருவல்லிக்கேணி நெடுஞ் சாலையில் கடைவீதிகளுக்கருகில் கொஞ்சம் உள்ளேதான் இருந்தது பாலு மெஸ். ஒரே அறையில் இரண்டு இரும்புக்கட்டில்கள். வாடகை ஒருத்தருக்கு நூற்றி இருபத்தைந்து ரூபாய். ஒரு நாள் விட்டு ஒரு நாள்தான் குழாயில் தண்ணீர் வரும். நாளைக் குறிப்பதற்கும் மற்ற பயன்பாட்டிற்கும் இன்றே தண்ணீரைச் சேகரித்து வைத்துக்கொள்ளவேண்டும். இருண்ட அறைக்குள் கழிவறையும் குளியலறையும் மிக இருண்டதாகவே இருந்தது. பகல் நேரங்களில் சமையலறையில் இருந்து வருகின்ற புகை எப்பொழுதும் மேலே இருக்கும். எங்கள் அறை ஜன்னல் வழியாக வந்துகொண்டே இருக்கும். மெஸ்ஸில் மிகவும் சாதாரணமான உணவு வகைகள் கிடைத்தன. மலையாள சினிமாத்துறையைச் சார்ந்த சில சினிமா நடிகர்கள் தங்கி இருந்ததாகக் கேள்விப்பட்டோம்.

பாலன் மெஸ்ஸிலிருந்து நடந்துபோகும் தொலைவில்தான் மெரினா வளாகம். பசுக்களும் சைக்கிள் ரிக்ஷாக்களும், பூ, பழக்கடைக்காரர்களும், வியாபாரம் நடத்துகின்ற குறுகிய வழிப்பாதையிலும் நெடுஞ்சாலையிலும் தினசரி நடந்து செல்வோம். கடற்கரை வழிக்கு முன்பாகக் கூவத்திற்கு மேலே இருக்கின்ற சிறிய பாலத்தின் இரு நடைபாதைகளும் பக்கத்தில் வசிக்கின்ற குழந்தைகளின் கழிப்பறையாக இருந்தன. பாலன் மெஸ்ஸில் உணவைச் சாப்பிட்டும், சிறிய தேனீர் கடைகளிலிருந்து தேனீர்க் குடித்துக்கொண்டும், சுண்டல் சாப்பிட்டுக்கொண்டும் நாங்கள் எம்.ஃபில் படித்து வந்தோம். கொஞ்சம் பகட்டான உணவு வேண்டும் என்று தோன்றும்பொழுது திருவல்லிக்கேணில் உயர்தரமான சைவ உணவு விடுதியான ஆராதனாவிற்குச் சென்று பரோட்டாவையும் சென்னா பட்டரையும் சாப்பிடுவோம். அப்போதெல்லாம் பாட்டியம் நண்பர்களோடு பாரீஸ் ஹோட்டலில் சாப்பாடும் நினைவு வந்து போகும்.

பாலன் மெஸ்ஸில் இருந்து கொஞ்சத்தொலைவில், எல்டாம்ஸ் பாதை திரும்புகின்ற இடத்திலேயோ கொஞ்சம் உள்ளேயோ ஒரு நாயர் மெஸ் இருப்பதாக நண்பர்கள் சொல்லக் கேட்டோம். சிறந்த உணவென்றும் அதற்குத் தகுந்தாற்போல் விலையும் கூடுதல் என்றும் கேள்விப்பட்டோம். அக்காலத்தில் ஒரு முறைகூட அங்குச் செல்லவில்லை என்றாலும்கூட, நாயர் மெஸ்ஸிலே உள்ள உணவு ஒரு கனவாகவே மனதில் இருந்து வந்தது.

ஏப்ரலில் கோர்ஸ் முடித்துத் தேர்வு எழுதுவதற்கு எங்களுக்கு ஐந்து ஆறு மாதங்கள் விடுமுறை கிடைத்தது. அவ்வருடம் தேர்வு

மிகவும் காலதாமதமாகிப்போனது. அதனால் சசியும் நானும் தலச்சேரியிலே மகாத்மா கல்லூரியில் பணியாற்ற முடிவு செய்தோம். காலையில் நான் வடகரையில் இருக்கின்ற மணிஷா கல்லூரியில் வகுப்பெடுத்தேன். அந்தக் கல்லூரியினை ஆரம்பித்து வைத்தது எழுத்தாளரான எம்.பி.இராதாகிருஷ்ணன் என்பவர். அந்தக் கல்லூரியில் டி.பி.இராஜீவன் என்பவரும் இருந்தார். பக்கத்திலிருந்த மற்றொரு கல்லூரியில் வி.ஆர்.சுதீசும் வகுப்பெடுத்து வந்தார்.

செப்டம்பரில் ஒரு மாதப் படிப்பிற்கும் தேர்வுக்குமாக நாங்கள் சென்னைக்கு இரயில் ஏறும்பொழுது கிட்டத்தட்ட பணக்காரர்களாக இருந்தோம். பல விஷயங்களைத் தீர்மானித்துக்கொண்டுதான் நாங்கள் சென்னை சென்ட்ரல் இரயில்வே ஸ்டேஷனில் வந்து இறங்கினோம். நேராகத் திருவல்லிக்கேணி நெடுஞ்சாலையில் பழைய இடத்திற்குச் சென்று பாலன் மெஸ்ஸின் அருகிலுள்ள துவாரகா விடுதியில் ஓர் அறை எடுத்தோம். பாலன் மெஸ்ஸின் முன்பாக நடந்து சென்று இரண்டு கிலோ மீட்டர் தொலைவில் உள்ள நாயர் மெஸ்ஸில் உணவு சாப்பிட ஆரம்பித்தோம்.

கீழ்த்தட்டு நிலையிலிருந்து மேல்தட்டு நிலைக்குப் பதவி உயர்வு கிடைத்தது போல இருந்தது எங்களுக்கு. நாயர் மெஸ் என்பதும் நடுத்தர மக்களுக்கு மிகவும் பிடித்தமான இடம். வங்கி ஊழியர்களும், மெடிக்கல் ரெப்புகளும் அரசு ஊழியர்களும் அந்தச் சிறிய கடையில் சாப்பிட காத்திருந்தார்கள். சிறந்த உணவிற்குப் பணம் சற்றுக் கூடுதலாகத் தரும்படி இருக்கும். ஆனால் நாயர் மெஸ் உணவு என்றால் மவுசு அதிகம். அந்தக் கடையில் ஆட்டிறைச்சி வறுத்ததும், சிறு துண்டுகளாக்கப்பட்ட மீன் குழம்பும், மீன் வறுவலும் சாப்பிடுகின்ற வாடிக்கையாளரின் மனங்களைக் கொள்ளைக் கொண்டிருந்தன. “எங்க சாப்டீங்க?” என்ற கேள்விக்கு “நாயர் மெஸ்ஸிலிருந்து” என்ற பதில், கேட்போரைப் பொறாமை கொள்ளச்செய்யும். சொல்பவனுக்குள் பெருமை மேலிடும். சாப்பிட்டு வந்து பட்டினி கிடக்கின்ற நண்பர்களிடம் கையை முகர்ந்து பார்க்கின்ற ஒரு காட்சி, வயலோப்பில்லி எழுதிய ஒரு கவிதையில் இருக்கின்றது. நல்ல சிந்தனை, நல்ல செயல் இவையெல்லாம் இருந்தால்கூட எங்களைப் போன்ற நடுத்தர மக்களுக்கு இப்படியான சில அற்பத்தனம் கொஞ்சம் அதிகம்.

சொல்லி வரும்பொழுது தவறாகக்கூட தோன்றலாம். அது கூடாது. நாயர் மெஸ் என்பது ஒரு மிக மோசமான இடம் ஒன்று அல்ல. ஆனால் எங்களுடைய பெருமையை அதோடு

இணைத்துக்கொண்டு அதை மிகவும் சாதாரணமாகத்தான் பார்த்தோம்.

சிறிய விஷயங்களைக்கூட ஒரு பிரச்சனையாக எடுத்துக் கொள்கின்றவர்கள்தான் எங்கள் நடுத்தரவர்க்கத்தைச் சார்ந்தவர்கள்.

●

தோழர் ஜீவா அல்லது பலவகையான கீரைகள்

பலவகையான கீரைகள் வாங்க வேண்டுமென்றால் தாம்பரம் சந்தைக்கு வரவேண்டும். கீரை வகைகளில் அரைக்கீரை, முளைக்கீரை, அகத்திக்கீரை, சிறுகீரை, பொன்னாங்கண்ணிக் கீரை, புளிச்சக்கீரை, பசலைக்கீரை இப்படியான பச்சை இலைகளைக் கீரையாய் உபயோகிப்பார்கள். மலையாளிக்கு அந்தப் பழக்கம் கிடையாது. கீரைகளில் நிறைய ஊட்டச்சத்து அடங்கியுள்ளது. உடல் ஆரோக்கியத்திற்குக் கீரை வகைகள் மிகவும் சிறந்தது. ஆனால் தாம்பரம் சந்தையில் கீரை விற்கின்ற பெண்களில் ஆரோக்கியமுள்ள ஒருத்தரைக்கூட நான் பார்த்தது இல்லை. கீரையின் விலை மிகவும் குறைவு என்பதனால், அது விரைவாக வியாபாரமாகிவிடும். விலை குறைவான பொருட்கள் விற்பவர்களுக்குப் பெரிய வருமானம் இருக்காது. குப்பைகள் நிறைந்திருக்கக்கூடிய தரையில் அமர்ந்து, சம்மனம் இட்டுக்கொண்டு, அந்தப்பெண்கள் கீரை விற்கின்ற தாம்பரத்து மார்க்கெட்டின் நுழைவாயிலில்தான் அந்தச் சிலை இருந்தது. சட்டென்று யாருடைய கண்களிலும் படாது.

தமிழ்நாட்டின் அரைகுறை செல்வாக்குள்ள தலைவர்களுடைய பளபளப்பான சிலை போன்றதல்ல அது. தூசி படிந்து கிடக்கின்ற ஒரு சிலை. "இது யாருடைய சிலை?" என்று பாலு என்ற பாரதிபுத்திரனிடம் கேட்டபொழுது, பாலு சொன்னார், "இவர்தான் தோழர் ஜீவா என்ற ஜீவானந்தம்". தமிழ்நாட்டில் கம்யூனிஸ்ட் தலைவர்களான பி.இராமமூர்த்தி, சி.சிந்தன், உமாநாத், நல்லசிவம்,

நல்லக்கண்ணு என்ற பெயர்கள் வாசித்திருந்தும்கூட அவரைப்பற்றி அதிகமாக எதுவும் தெரியாது. ஒரு காலகட்டத்தில் இருபத்தேழு எம்.எல்.ஏ.க்கள் இருந்த கம்யூனிஸ்ட் கட்சி திராவிடக்கட்சியினாலும், பொழுதுபோக்கு நிரம்பிய சினிமாவினாலும் வங்காள விரிகுடாவில் எறியப்பட்ட பிறகும், ஒருவருடைய சிலையை இப்படிச் சுத்தப்படுத்தாமல் இருப்பதற்கான ஒரு தகுந்த காரணம் வேண்டும். தோழர் ஜீவானந்தத்தைப் பற்றி அதிகமாகத் தெரியும்பொழுது என்னுடைய நாட்டின் தலைவர்களான சகாவு கிருஷ்ணப்பிள்ளைக்குச் சமானமான ஒரு கம்யூனிஸ்ட் தலைவரின் வாழ்க்கை என்பதைத் தெரிந்துகொள்ளவேண்டும். "அவரைப்பற்றி ஒரு வார்த்தை கேட்டால் நீ என்ன செய்வாய்?" என்று பாலுவிடம் கேட்டேன். கொஞ்சம்கூட யோசிக்காமல் பாலுவும் அதற்குப் பதிலளித்தார். ஒரு குற்றமும் சுட்டிக்காட்ட முடியாத கம்யூனிஸ்ட் தோழர். அவரைப் பற்றிக் குறிப்பாக நாலு விஷயங்கள் முக்கியமாகச் சொல்லவேண்டும்.

1. அந்த வார்த்தைக்குப் பொருத்தமான அர்த்தங்களில் தலைமை தாங்கக்கூடிய குணமுடையவர். கிருஷ்ணப்பிள்ளை, ஏ.கே.ஜி., இ.எம்.எஸ்., சி.கண்ணன், வர்கீஸ், சி.எச். கணாரன், வி.எஸ்.அச்சுதானந்தன், அழிக்கோடன் போன்ற பெயர்கள் என் மனதில் வந்துபோனது.

2. வறுமையையும் எளிமையையும் சுயமாக ஏற்றுக்கொண்டவர். கரையத்தில் நாராயணன் என்பவரை ஞாபகம் வந்தது எனக்கு. எந்தவொரு பயமும் இன்றி நேர்மையாகச் சாதாரண மனிதரைப்போல வாழ தீர்மானித்த ஜீவாவின் கதைகள் நிறைய உள்ளன. அவரைப் போன்ற எளிமை வாழ்க்கை வாழ்ந்த காமராஜர் முதல்வராக இருந்தபொழுது, தாம்பரத்தில் ஒரு நிகழ்வில் கலந்துகொள்ள வந்தார். தோழர் ஜீவாவைப் பார்க்கவேண்டும் என்று தீர்மானித்தார். ஜீவா குடியிருக்கின்ற வீட்டிற்குச் சென்று நிகழ்விற்கு வரவேண்டும்

என்று அழைத்தபொழுது தோழர் சொன்னார், "இப்போது நீங்கள் கிளம்புங்கள். ஒரு மணி நேரத்திற்குப் பிறகு இயன்றால் வருகிறேன்." முதல்வர் காமராஜர் விசாரித்தபொழுது, ஜீவா அணிந்துகொள்ளக்கூடிய இரண்டாவது ஜோடி ஆடையை வெயிலில் காயவைத்திருப்பதாகவும், அது காய்வதற்கு ஒரு மணி நேரமாவது ஆகுமென்றும் தோழர் ஜீவா பதில் சொல்லியிருக்கிறார். ஒரு முறை தன் பரிவாரங்களோடு முதல்வர் கருணாநிதி காரில் பயணம் செய்துகொண்டிருந்தபோது, தோழர் ஜீவா நடந்து செல்வதைப் பார்த்து வண்டியை நிறுத்தி காரில் ஏறிக்கொள்ளும்படி அழைத்திருக்கிறார். அப்போது ஜீவா நடைபாதையைச் சுட்டிக்காட்டி "உங்களுக்கு உங்கள் வழி. எனக்கு என் வழி." என்று சொல்லிவிட்டு நடைபாதையில் பயணத்தைத் தொடர்ந்தார். அப்பொழுது தோழர் சி.கண்ணனின் வாழ்க்கையில் நிகழ்ந்த ஒரு காட்சி ஞாபகத்திற்கு வந்தது. ஆட்டோ தொழிலாளர்களின் தலைவரான சி.கண்ணன் நடந்துபோகிறபொழுது ஏதாவதொரு ஆட்டோ ஓட்டுநர் வண்டியை நிறுத்தி ஆட்டோவில் ஏறச்சொல்வார். அப்போது கண்ணன் சொல்வார், "இது உன் வாழ்க்கை. நான் ஏறினால் உனக்கு வாடகை கிடைக்காது. அதனால் நீ போ."

3. தொழிலாளர்களுக்காகப் போராடியவர். பிரபல கோயமுத்தூர் பஞ்சாலைத் தொழிலாளர்களின் போராட்டத்திற்குத் தலைமை ஏற்றவர் தோழர் ஜீவா. மிகச் சிறந்த பேச்சாளரும், மிகச் சிறந்த எழுத்தாளரும், பாடகராகவும் இருந்தவர் ஜீவானந்தம். கோவையில் நடந்த போராட்டத்திற்கு அவர் எழுதிய பாடல் இப்படி

ஆரம்பிக்கும்.

"பாலின்றிப் பிள்ளை அழும்
பட்டினியால் தாய் அழுவாள்
வேலையின்றி நாம் அழுவோம்
என் தோழனே
வீடு முச்சூடும் அழும்"

(இதை நான் எழுதும்பொழுது சி.ஐ.டி.யு. என்ற கம்யூனிஸ்ட் தொழிலாளர்களின் அமைப்புதான், கேரளாவின் வளர்ச்சிக்கு விரோதி என்று எழுதி அயல்நாட்டுப் பொதுக் கூட்டங்களில் கைத்தட்டல் வாங்கிய நமது கம்யூனிஸ்ட் சாம்பத்திக ஆய்வாளர்கள் நினைவிற்கு வருகிறார்கள்.)

4. தமிழ் இலக்கியம் முதல், இரஷ்ய இலக்கியத்திலும், முற்போக்கு எழுத்தாளர்களின் இலக்கியத்திலும் தோழர் ஜீவா தன்னை மிகவும் ஈடுபடுத்திக்கொண்டார். தமிழில் முதன்முதலாக வெளிவந்த இடதுசாரி இதழான 'தாமரை'யினுடைய முதல் பொறுப்பாசிரியராக இருந்தார். பிறகு 'ஜனசக்தி' என்ற இதழில் பணியாற்றிக் கொண்டிருக்கும்பொழுதுதான் ஜெயகாந்தன் என்ற ஆளுமைமிக்க எழுத்தாளரைக் கண்டெடுத்தார். ஜெயகாந்தன் ஜனசக்தியினுடைய அச்சுக்கோக்கும் வேலையைச் செய்துவந்தார். இதை எழுதும்பொழுது எனக்கு நினைவிற்கு வருவது இந்தக் காலத்தில் நமக்கும் இருக்கிறது ஒரு ஜனசக்தி.

நல்லவைக்கும் நேர்மைக்கும் வேண்டியது ஒரு கம்யூனிஸ்ட் இதழ். ஜீவாவின் வாழ்க்கையைப் போல, பணத்தைப் பொருட்படுத்தாது அதிலிருந்து மீண்டுவந்த ஒரு ஜனசக்தி.

ஒரு நாள் நல்ல வெயில். சென்னை சென்ட்ரல் நிலையம் வரை நடந்துகொண்டிருந்தார் தோழர் ஜீவா. கையிலிருந்த ஒரு பை நிறைய நாணயங்களுடன் வியர்த்து நடந்து வருபவரைப் பார்த்து ஒரு தொழிலாளி அவரிடம் கேட்டார், "தோழரே, ஒரு ரிக்சா பிடித்துப்போனால் விரைவில் போய்விடலாமே?" அதற்கு ஜீவா, "என் கையில் ஒன்றரை ரூபாய் இருக்கிறது. எனக்குப் பசிக்கிறது. சென்ட்ரல் இரயில்வே நிலையத்திற்குப் போய் எனக்கு இரண்டு இட்லியும் ஒரு டீயும் சாப்பிட வேண்டும்." "தோழரே உங்கள் பையில் நிறைய பணம் இருக்கிறதே, அதிலிருந்து எடுத்துக்கொள்ளலாமே" என்று அந்தத் தொழிலாளி கேட்டார். "இல்லை, இந்தப் பணம் கட்சிக்காக மக்களிடமிருந்து வசூலிக்கப்பட்டது. அது ஒரு கமிட்டியில் சேர்க்க வேண்டும்."

அப்படிச் சொல்லிவிட்டு அவர் நடைபயணத்தைத் தொடர்ந்தார்.

சென்னை வரலாற்றைப் பார்த்தோமானால் மிக சக்தி வாய்ந்த இடதுசாரியின் ஆதிக்கம் இல்லாத ஒரு குறை நமக்குத் தெரியும். தோழர் ஜீவாவிற்கு ஆரம்பக்காலத்தில் அவரோடு இருந்த இருபத்தேழு எம்.எல்.ஏ.க்களுக்குப் பிறகு அவர்களின் வாழையடி வாழையாகத் தோழர்கள் இல்லாமல் போனது தமிழ்நாட்டில் பரிதாபகரமானது.

அண்ணாதுரை வரை மிக நேர்மையான அரசியல்முறை தமிழகத்தில் இருந்தது. அவரைத் தொடர்ந்து வந்த தலைவர்கள் அதைக் கெடுத்துக் குட்டிச்சுவர் ஆக்கினார்கள். தமிழ்நாட்டின் மிகப்பெரிய தலைவர்கள் வெறும் சிலையாகவும் கல்லறையாகவும் மாறிவிட்டனர். ஆளுக்கொரு தொலைக்காட்சியைக் கையில் வைத்துக்கொண்டு சேனல் மூலமாகத் தமிழ் மக்களைத் தூங்க வைத்துக்கொண்டிருக்கிறார்கள். தாம்பரத்துத் தோழர் ஜீவானந்தத்தின் சிலைக்குக் கீழ் இன்னும் கீரை விற்கின்ற பெண்கள் இருக்கலாம். இல்லாவிட்டால் வளர்ச்சியின் பெயரில் அவர்களெல்லாம் அங்கிருந்து வெளியேற்றப்பட்டிருப்பார்கள். தோழர் ஜீவாவின் சிலை மட்டும் அங்கு நிலைநாட்டப்பட்டிருக்கும்.

●

போக்குவரவுகள்

சென்னை என்னுடைய பிறப்பு முதல் இந்த வயது வரை, பல காலத்தில் பலவிதத்தில் என் வாழ்வில் வந்திருக்கிறது. பிறந்து **32** நாட்களுக்குள்ளாகவே நான் சென்னைக்கு இரயிலில் வந்திருக்கிறேன். அன்றைய பயணத்தை நினைத்துப் பார்க்கிறேன். பலகையால் செய்த இருக்கை. கரி மூலம் இயக்கப்படும் இரயில். வேகம் குறைவு என்றால்கூட எந்தவொரு பிரச்சனையுமின்றி அந்தப் பயணத்தை அந்தக் குழந்தை ஏற்றுக்கொண்டது என்று என் அம்மா சொல்லிக் கேட்டிருக்கிறேன். துணியால் தொட்டில் கட்டி அதில் உறங்க வைத்துத்தான் என்னைக் கொண்டுபோனார்கள்.

1951இல் தொடங்கி புதுக் கல்லூரியில் அதற்கு அடுத்த வருடமே அப்பா மலையாள ஆசிரியராகப் பணியில் சேர்ந்தார். சினிமா ஆசை தோல்வி அடைந்ததால் பேராசிரியர் ஆனார் என்பதை முன்னமே குறிப்பிட்டிருக்கிறேன். **1952** முதல் **60** வரை எட்டு வருடம் அப்பா இராயப்பேட்டை புதுக்கல்லூரியில் பணியாற்றி வந்தார்.

சென்னை வாழ்க்கையை அப்பா அடிக்கடி நினைவு கூர்வார். அமீர் அலி என்ற ஆசிரியரைக் குறித்தும் பாலசுப்பிரமணியன் என்ற நூலகரைப் பற்றியும் பலமுறை சொல்லியிருக்கிறார். கார் ஷெட்டுக்கு அருகில் ஒரு சிறிய வீட்டில் குடியிருந்தோம். தகரக் கதவில் கார் வந்து மோதும்போது தூக்கம் கலைந்து போகும்.

அன்றைய சின்னச்சின்ன சம்பவங்களைப் பற்றி அப்பா சொல்வார். தமிழ்நாட்டில் கல்லூரிப் பேராசிரியர்களுக்கு அரசிடமிருந்து சம்பளம் கிடைக்க ஆரம்பித்தது. 1977-க்கு பிறகு கண்ணூர் பல்கலைக்கழகத்தினுடைய துணைவேந்தரும், அதை ஆரம்பித்து வைத்தவருமான டாக்டர் பி.கே.இராஜனின் தலைமையில் நடந்த பெரிய போராட்டங்கள்தான் தமிழ்நாட்டுப்பேராசிரியர்களுக்கு இந்தப் பெருமையைத் தேடித்தந்தது. மாநில அளவிலான அந்தப்போராட்டத்தில் நானும் பங்கெடுத்திருக்கிறேன். நான் தமிழ்நாட்டிலிருந்து கண்ணூருக்கு வந்தேன். இரண்டு மாதத்திற்குள் கேரளப்பல்கலைக்கழகத்தினுடைய பேராசிரியரான இராஜன் சாரும் கண்ணூருக்கு வந்தார்.

இராயப்பேட்டை வீட்டிற்கு முன்பாகக் குடியிருந்த டாக்டர் திருவேங்கடத்தைக் குறித்தும் அப்பா கூறுவதுண்டு. மூச்சுத்திணறல் பிரச்சனை, காசநோய் வந்து கஷ்டப்பட்ட அப்பாவைக் குணமடையச் செய்தது டாக்டர் திருவேங்கடம் அவர்கள்தான். அப்பா அவரை எப்போதும் மரியாதையுடன் நினைவு கூர்வார்.

சென்னை எழும்பூரில் குடித்த ஒரு முந்திரி பழச்சாறுதான் அம்மாவின் வாழ்க்கையில் பெரிய ஒரு அதிர்ச்சியை ஏற்படுத்தியதென்று சொல்லி கேட்டிருக்கிறேன். குளிர்ந்தவை

எதையும் சாப்பிடக்கூடாதென்று அன்றைய அரசு கட்டளைப் பிறப்பித்தது. அப்பாவிற்குத் திருவனந்தபுரத்தில் வேலை கிடைத்தபோது அம்மாவையும் என்னையும் அழைத்து வந்த மாமா வாங்கிக் கொடுத்த பழச்சாறு அது. ஊருக்குப் போனவுடனே அம்மாவிற்கு டைப்பாய்டு காய்ச்சல் தாக்கியது. நோய் குணமடைந்த பின்பு அம்மாவினுடைய கேள்வித் திறனை மிகவும் பாதித்தது.

பத்தாம் வகுப்புத் தேர்வெழுதி முடிவினை எதிர்நோக்கிக் காத்திருக்கும்போதுதான் அப்பா எங்களைச் சென்னைக்கு அழைத்துச் சென்றார். அங்கிருந்து வந்து பதின்மூன்று வருடத்திற்குப் பிறகு எம்.எஸ்.மேனன் மாஸ்டரும் கூடவே இருந்தார். இராயப்பேட்டையிலே லெக்சர் என்ற ஹோட்டலில்தான் நாங்கள் தங்கி இருந்தோம். மாமல்லபுரத்தில் அமைந்திருந்த சிற்பங்களை முதன்முதலாகப் பார்த்தேன். கூடவே ஒரு சினிமாவின் படப்பிடிப்பையும் முதன்முறையாகப் பார்த்தேன். ஜெ.டி.தோட்டான் இயக்கிய படம் அது. அடூர்பாஸியும் ஷீலாவும் சேர்ந்து நடித்ததைப் படமாக்கிக் கொண்டிருந்தார்கள். படப்பிடிப்பு இடைவேளைகளில் அடூர்பாஸியும் குலுங்கிக் குலுங்கிச் சிரித்தது நினைவிற்கு வருகிறது. எல்.ஐ.சி. கட்டடத்தையும், அண்ணாசாலையையும், மெரினா கடற்கரையையும் முதல்முறையாகத் தரிசித்தேன். அது முடித்துத் திரும்பி வீட்டிற்கு வந்தபோதுதான் பத்தாம் வகுப்பின் தேர்வு முடிவு வந்திருந்தது. 129 குழந்தைகள் தேர்வு எழுதியதில் ஒன்பது பேர்மட்டும் வெற்றியடைந்தார்கள். அதில் முதலாவது மாணவன் நான். மாணிக்கக்கல்லு என்ற படத்தில் எனது பள்ளிக்கூடத்தின் கதையும் சேர்ந்திருக்கிறதென்று இயக்குநர் மோகன் சமீபத்தில் கூறினார்.

கிறித்தவக் கல்லூரியின் வாழ்நாட்களில், நான்கு முறை அப்பாவும் அம்மாவும் மகாலஷ்மி நகர் - சிதம்பரனார் தெருவில் இருக்கும் எங்களது வீட்டிற்கு வந்தார்கள். குறிப்பிடத்தக்க விஷேசங்கள் எதுவுமின்றி முதல் முறை பத்துநாள் அவர்கள் தங்கிவிட்டுப் போனார்கள். புருஷுமாமா என்று அழைக்கக்கூடிய டாக்டர் ஈ.கே.புருஷோத்தமனின் மகனான பப்பனின் திருமணத்திற்கு அப்பாவும் அம்மாவும் இரண்டாவது முறை வந்தார்கள். பப்பனின் திருமணத்திற்குப் போகும்போதுதான் கிண்டிக்கு அருகில் கத்திப்பாரா சந்திப்பில் விபத்து ஏற்பட்டது.

அம்மாவும் அப்பாவும் நானும் தவிர தங்கை சுனிதாவின் மகள் அஸ்வதியும் அதில் இருந்தாள். அப்பொழுது அவள்

கைக்குழந்தையாக இருந்தாள். தவறி சீட்டிற்கு அடியில் விழுந்து கிடந்தது எங்கள் பார்வைக்குப் படாமல் போனது. இன்றும் நடுக்கத்தை ஏற்படுத்தும் நினைவுகள். எங்களுக்குப் பெரிய சேதங்கள் ஏதுமின்றி அந்த விபத்திலிருந்து ஒரு வழியாக நாங்கள் தப்பித்தோம்.

புதுக்கல்லூரிக்கு மீண்டும் ஒருமுறை சென்று பார்க்கவேண்டும் என்பது அப்பாவின் நீண்டநாள் ஆசையாக இருந்தது. கல்லூரி ஞாபகத்திலிருந்த வராண்டா வழியாக மிகவும் சந்தோசத்துடன் அப்பா நடந்து சென்றார். நூலகத்திற்குப் போய் அமீர் அரியையும் பாலசுப்பிரமணியத்தையும் விசாரித்தார். அமீர் அரி மாஸ்டர் மதுரையில் ஒரு கல்லூரி முதல்வராகப் போய்விட்டார். பாலசுப்பிரமணியம் ஓய்வு பெற்றிருந்தார். அப்பா பழைய நினைவுகளை அசை போட்டபடி மெதுவாகப் புதுக்கல்லூரியின் படிக்கட்டுகளில் இறங்கி வந்தார்.

இராயப்பேட்டைக்குச் சென்று திருவேங்கடம் டாக்டர் இருக்கிறாரா என்று விசாரித்துவிட்டு வரலாம் என்று முடிவு செய்தோம். அதே தெருவில் அதே வீட்டில் அவர் இருந்தார். தொண்ணூறு வயதைத் தாண்டியிருந்தார். கண் பார்வையை இழந்திருந்தார். இருந்தாலும்கூட டாக்டர் அப்பாவை ஞாபகம் வைத்திருந்தார். அம்மாவையும் விசாரித்தார். என்னையும் சாவித்திரியையும் டாக்டருக்கு அறிமுகப்படுத்தி வைத்தார் அப்பா. தொடர்ந்து அப்பாவிற்குப் பல நோய்கள் வந்துகொண்டே இருந்தன. இறுதியில் கேன்சர் சிகிச்சைக்காக அப்பா சென்னைக்கு வந்தார். டாக்டர் பி.வி.கங்காதரன் சொல்லித்தான் அப்போலோ மருத்துவமனைக்கு வந்தார். 1998 அக்டோபரில் சிகிச்சையை ஆரம்பித்தார். வாரத்தில் ஐந்து என்ற கணக்கில் நாற்பத்தி ஐந்து முறை ரேடியேஷன் செய்யவேண்டி இருந்தது. வாழ்நாள் முழுவதும் அந்த வலியைத் தடுக்க உதவியாக இருந்த அம்மா அச்சத்தோடே இருந்தார். மூன்றரை மாதக் காலம் சிதம்பரனார் தெருவில் இருக்கும் வீட்டில் தங்கி இருந்துதான் சிகிச்சை நடந்து வந்தது. அப்பாவிற்கு இருந்த புலமை போலவே தன்னம்பிக்கையும். அவருக்குக் கிடைத்த சிகிச்சை காரணமாக அப்பா நோயிலிருந்து மீண்டு வந்தார்.

1999 பிப்ரவரியில் அப்பாவும் அம்மாவும் தர்மடத்திற்குத் திரும்பினார்கள். அப்பா இனி அதிக நாள் உயிரோடு இருக்கமாட்டார் என்றும், வாடகை வீட்டைத் திரும்ப கொடுக்கவேண்டுமென்றும்

பக்கத்து வீட்டு நண்பர் ஒருவர் வீட்டின் உரிமையாளரான கருணன் என்பவரை அழைத்துக் கூறினார். மகளுக்குத் தங்குவதற்கு வீடு வேண்டுமென்றும், மார்ச்சில் காலி செய்ய வேண்டுமென்றும், கர்னேட்டனும் மனைவியும் கூறினார்கள். ஜூலையில் காலி செய்து கொடுத்தோம். எல்லாமே மிக விரைவாக முடிந்தது. அடுத்து என்ன செய்ய வேண்டுமென்று சிந்திக்கக்கூட நேரம் கிடைக்கவில்லை. அது மட்டுமல்ல, பக்கத்து வீட்டுக்காரர்களுடைய இந்த எதிர்பாராத மோசமான செயல் அம்மாவை மிகவும் வேதனைக்குள்ளாக்கியது. ஊருக்குப் போகவேண்டுமென்ற முடிவில் அம்மா இருந்தார். அப்படிப் பதினைந்து வருடத்திற்குப் பிறகு சொந்த ஊருக்கு அப்பாவும் அம்மாவும் திரும்பிப் போனார்கள்.

கண்ணூர் பல்கலைக்கழகத்தில் இப்படியான ஒரு பணி கிடைக்குமென்று அன்று கனவிலும் நினைக்கவில்லை. காரணம் அப்படியொரு வேலை அன்று பல்கலைக்கழகத்தில் இருக்கவில்லை. அதனால் தர்மடத்தை விட்டுப் போவதாகத் தீர்மானித்தேன். என்னால் முடியாமல் போனது. கோடை விடுமுறைக்கு வந்தபொழுது புத்தகங்களை எல்லாம் எடுத்து அடுக்கி பார்சல் செய்து வைத்தேன். ஜூனில் நான் சென்னைக்கு வண்டி ஏறினேன். தர்மடத்திலிருந்து பிரிந்து வருவதைப் பார்க்க எனக்குச் சக்தியில்லை.

பரிசோதனைக்காக மறுபடியும் அப்பாவும் அம்மாவும் சென்னைக்கு வந்தார்கள். அக்டோபரில் தொண்டையில் புற்றுநோய் முழுவதுமாகக் குணமாகியிருந்தது. நான் ஜனவரி முப்பத்தொன்றில் புதிய பணியில் சேர்ந்தேன். அதற்குள் தர்மடத்தில் எனக்கு வீடு இல்லாமல் போனது. அந்த வருகை ஆறு மாதத்திற்கு முன்பாக இருந்திருந்தால் இப்பொழுதும் தர்மடத்தில் வாழ்ந்திருக்கலாம்.

●

மெரினா

மெரினா கடற்கரையின் காற்றும் அதன் காட்சிகளும் பார்த்து இரசித்துக்கொண்டே படித்த காலம் அது. வங்காள விரிகுடாவைக் கிழக்கிலும் காமராஜர் சாலையை மேற்கிலும் எல்லையாகக் கொண்டு மெரினாவிற்கு எதிரே உள்ளதுதான் சென்னைப் பல்கலைக்கழகம். மொழித்துறைகள் அமைந்த வளாகம் மெரினா வளாகம்.

மாலைநேரங்களில் மெரினா வளாகக் கட்டடங்களின் திண்ணைகளிலும் பெரிய தூண்களுக்குக் கீழேயும் அமர்ந்து கடல் காற்றைச் சுவாசித்துக்கொண்டு அரட்டைக் கச்சேரி நடக்கும். சசியும், முரளியும், மஞ்சுவும், பார்வதியும், பாலுவும், (தாம்பரம் பாலு அல்ல) இவர்கள் எல்லாம் இருப்பார்கள். அதில் கடைசி மூன்று பேர் தமிழ் மாணவர்கள்.

புனித ஜார்ஜ் கோட்டை முதல் பெசண்ட் நகர் வரை பதினாறு கிலோ மீட்டர் வரும் மெரினா கடற்கரையின் நீளம். அகலம் கிட்டதட்ட அரை கிலோமீட்டர் வரும். 1881இல் மெட்ராஸ் துறைமுகம் ஆரம்பித்த பிறகுதான் மெரினாக் கடற்கரை உருவானது. அன்றைய ஆளுநர் இந்தக் கடற்கரைக்கு மெரினா என்று பெயர் சூட்டினார். அந்தப் பெயர் தமிழ்ப் பெயர் அல்ல என்றபோதும்கூட மனதில் ஆழமாகப் பதிந்துபோகக்கூடிய அழகான பெயர்.

மஞ்சுவின் குழந்தைத்தனமான பேச்சுகளுக்கு இடையில் அவளுக்குப் பிடித்ததும் பிடிக்காததுமான விஷயங்கள்

நிறைந்திருக்கும். கேட்பெரியூடே (Cadbury), எக்லைர்ஸ் (Eclairs) சாக்லெட் மிகவும் பிடிக்கும். பாரி (Parry) சாக்லெட் பிடிக்காது. பிடிக்காத விஷயங்களைப் பற்றிச் சொல்லும்போது அவள் உதடுகளைச் சுழிப்பாள். 'முத்தழகியின் டாவுகள்' என்ற உலகத்தரமான கதையொன்று இருக்கிறதென்று எழுதியவரே கூறுவார் அதை நம்பவேண்டியதில்லை என்று! காரணம் அந்த முத்தழகி என்பவள் மஞ்சுதான்.

மெட்ராசுக்கு வருபவர்கள் மெரினா கடற்கரையைப் பார்க்காமல் போகமாட்டார்கள். கேரளத்தில் இருப்பதுபோலப் பாறைகள் நிறைந்த துறைமுகமல்ல மெரினா. முழுவதுமே மணலால் நிறைந்திருக்கும். அதைத் தாண்டி கடற்கரைக்குச் சேர்வதற்குள் மூச்சிரைக்கும். அங்குக் கடலில் குளித்திட அனுமதி இல்லை. பல இடங்களில் சுழிகள் இருக்கின்றன. அனுமதி இல்லை என்றதனாலேயே நூற்றுக்கணக்கான மக்கள் குளித்துக் கொண்டிருப்பதைப் பார்க்கலாம். எப்போதோ சிதறிப்போன ஒரு கப்பலின் உபரிப்பாகங்கள் கடற்கரையின் ஓரத்தில் காணப்பட்டன.

இது ஒரு பெரிய உலகம். நாம் இந்தப் பூமியில் வாழ்கிறோம் என்று வலோப்பில்லி கன்னிக்கொய்த்து (அறுவடை) என்ற கவிதையில் வயல்வெளிகளைப் பற்றிக் குறிப்பிட்டிருக்கிறார். அதேபோல் வாழ்க்கை தினமும் பரபரப்பாக ஓடிக் கொண்டிருக்கின்ற ஒரு இடம்தான் மெரினா. எந்தமாதிரியான வாழ்க்கை அடையாளத்தையும் அங்கிருந்து நம்மால் கண்டெடுக்க முடியும். வைக்கம் முகம்மது பஷீரின் 'சப்தங்கள்' என்ற நூலில் வரும் உலகத்தை இந்த மெரினாவில் பார்க்கலாம்.

மிகப்பிரபலமானதும், மிக ஆழமானதும், மெரினாவை அசுத்தப்படுத்தவும், வலைகளையும் படகுகளையும் ஓரமாகக் கட்டி வைப்பதும், மீன்களை, கருவாடுகளைக் காய வைப்பதுமான இடங்கள் இங்கிருக்கின்றன. மீன் நாற்றத்தை முகம் சுழித்துக்கொண்டும், வறுத்த மீனை ருசித்துச் சாப்பிட்டுக் கொண்டும், எதிர்க்கவும் செய்கின்ற கூவத்து மக்களுடைய பாஷைதான் இது. அல்லாமல் என்னுடையது அல்ல. கடும் வெயிலில் பள்ளிக்கூடத்திற்குப் போகாத கூவத்துப் பகுதிகளிலிருக்கின்ற குழந்தைகள் பந்து விளையாடுவதும், மாலை நேரங்களில் பணக்கார வீட்டுப் பிள்ளைகள் கிரிக்கெட் விளையாடுவதும், காலைவேளையில் கார்களிலும் இரு சக்கர வாகனங்களிலும் வந்திறங்கி உணவுக்

கட்டுப்பாடில்லாமல் உடல் பருமனைக் குறைத்துக்கொள்ள நடப்பதும், உடற்பயிற்சிகள் செய்வதும் மெரினாவில் வழக்கமான காட்சிகளாகும்.

காந்தி, கண்ணகி, திருவள்ளுவர் சிலைகளுக்குரிய கடற்கரைக்கும், காமராஜர் சாலைக்கும் இடையில் இருக்கின்ற நெடுநீளமான இடத்தில் சிலைகள் உள்ளன. பெயர் பெற்றதும் பார்த்ததுமே நமக்குள் மின்சாரம் பாய்வது மாதிரியான உழைப்பாளர் சிலையை இராய் சௌத்ரி வடிவமைத்தார். கற்புக்கு அரசி என்ற சிலையும் இங்குத்தான் உள்ளது. கண்ணகியினுடைய சிலை தன் அரசியல் வளர்ச்சிக்குத் தடை என்று சோதிடத்தில் நம்பிய ஜெயலலிதா அந்தச் சிலையை அவ்விடத்தில் இருந்து அகற்றினார். பிறகு கருணாநிதி ஆட்சிக்கு வந்தபொழுது மீண்டும் சிலையை அங்கேயே நிலைநாட்டினார். தமிழ்நாட்டின் அரசியல் என்பதே இப்படித்தான். கம்ப்யூட்டர் மொழியில் சொல்லவேண்டுமென்றால் கிளிக் (Click) மற்றும் அண்டு (Undo).

சென்னை நகரத்தில் பொதுவாகப் பார்க்க முடியாத சுத்தம் காமராஜர் சாலையில் இருபுறமும் பார்த்திட முடியும். சுற்றுலா இடம் என்பதினால் தூய்மைக்கு அதிக முக்கியத்துவம் இருக்கலாம். அதற்குக் காரணம் சென்னைப் பல்கலைக்கழகம், மாநிலக் கல்லூரி மற்றும் பல அரசாங்க அலுவலகங்கள் போன்றவையெல்லாம் கரையில் நின்றுகொண்டு மெரினாவின் காட்சிகளைப் பார்த்தவண்ணம் நிற்பதே. ஐஸ் ஹவுஸ் என்றும், விவேகானந்தர் இல்லம் என்ற பெயர் கொண்ட கட்டடமும் அக்குட்டத்தில் இருந்தது. யதார்த்த சந்நியாசியான விவேகானந்தர் இங்கு ஒன்பது நாள் தங்கியிருந்தாராம்.

கொஞ்சம் இருள் சூழ்ந்துவிட்டால் காந்தி சாலையின் அருகாமையில் விபச்சாரிகளின் நடமாட்டம் ஆரம்பித்துவிடும். அதில் ஆண், பெண் இருபாலரும் உண்டு. வருமானம் குறைந்தவர்களின் உல்லாச ஏரியா. மெரினாவின் மணல் பரப்புகளில் ஆண், பெண் ஜோடிகள் கட்டிப்பிடித்தும், மடியில் தலைவைத்துக் கொண்டும் காதலில் மயங்கிக் கிடப்பவர்களைப் பார்க்கலாம். ஆனால் அவர்களில் எல்லோரும் காதல் மழையில் நனைந்து கிடப்பவர்களல்லர்.

சென்னைப் பல்கலைக்கழகத்தின் எதிரிலிருந்து கடற்கரை வரைக்கும் மாலைநேரங்களில் வருபவர்களுக்காகவே போடப்பட்ட

கடைகள்தாம் அதிகம். மாலையில் அதொரு ஓப்பன் எயர் ஷாப்பிங் மாலாக மாறிவிடும். சிவப்புநிறம் அதிகமுள்ள மிளகாய்ப்பொடி தேய்த்த அயிரை மீன் முதல் சங்கு மாலைகள் வரை அனைத்தும் அங்கு விற்கப்படும். குழந்தைகள் விளையாடுவதற்காக இராட்டினச்சுத்துகள் போன்றவையும் அங்கு இருக்கும். அதேபோல் கையில் ஒரு குச்சியுடன் கைரேகை பார்த்து எதிர்காலத்தைக் கணித்துச் சொல்லுகின்ற பல பெண்களையும் மெரினாவில் ஆங்காங்கே காணலாம். இவர்கள் வேடர் சமுதாயத்தைச் சேர்ந்தவர்கள் என்பது குறிப்பிடத்தக்கது. அங்கு முக்கியமான மற்றொரு வியாபாரம் என்பது கடற்கரையில் குழி தோண்டி எடுக்கின்ற சுத்தமான குடி தண்ணீர். அது ஒரு டம்ளருக்கு 10 பைசா. இன்று தோண்டியதை அன்றே மூடிவிடுவார்கள். மறுநாள் மற்றொரு இடத்தில் தோண்டுவார்கள்.

மெரினா வளாகத்திற்கு நடுவில் இருந்த ஜெயா மேன்சனில் வசித்துக் கொண்டிருந்தபோது, ஒரு மாலைநேரத்தில் எங்களில் சில பேர் கொஞ்சம் மது அருந்திவிட்டுப் போதை ஏறியதும் மெரினாவில் காற்று வாங்கப் போகவேண்டும் என்று சொன்னார்கள். திறந்தவெளிக்கடைகளின் வழியாக நடந்தோம். இருள் சூழ்வதற்கு முன்பாகப் போடப்பட்ட விளக்கு வெளிச்சத்தின் அழகை இரசித்துக்கொண்டு நடக்கவே எங்களில் ஒருவன் எங்களை முந்திக்கொண்டு கடற்கரையைத் தொட்டுவிட்டுத் திரும்பி வந்து கொண்டிருந்தான். அப்போது நாங்கள் பாதிதூரம்தான்

நடந்து போயிருப்போம். திடீரென்று அவனைக் காணவில்லை. கொஞ்சநேரத்திற்குள் அவனைப் போலீஸ்காரர் சட்டையின் காலரைப் பிடித்து இழுத்துக்கொண்டு போவதைப் பார்த்தோம். அவர்களுக்குப் பின்னால் ஒரு பெண் "இவன்தான் சார், அந்தப் பொறுக்கி, இவன்தான் சார்" என்று அலறிக் கொண்டிருந்தாள். 'ஏன்டா பெண்களைப் பார்த்தால் உனக்கு எல்லாம் அவ்வளவு ஏத்தமா' என்று போலீஸ்காரர் கர்ஜித்தார். கடைசியில் நாங்கள் அனைவரும் போலீஸ் ஸ்டேஷனில் அதிக நேரம் நிற்கவேண்டியதாகப் போயிற்று. காவல் நிலையத்தில் முகவரி கேட்டபொழுதும் பொய் சொல்லாமல் உண்மையான முகவரியைக் கூறியபொழுதும் ஆய்வாளருக்குத் நிறைவளித்திருக்க வேண்டும். அதனாலோ என்னவோ எங்களை மன்னித்து அனுப்பினார். அப்படி அவன் மூலம் நாங்களும் அவமானப்படுத்தப்பட்டோம்.

கேரளாவின் ஓணம் பண்டிகை மாதிரி தமிழ்நாட்டில் தைப்பொங்கல் மிகவும் புகழ்பெற்றது. அன்று மெரினா கடற்கரையில் சரியாக நடக்கக்கூட இடம் கிடைக்காது. அவ்வளவு கூட்டமாக இருக்கும். இவர்கள் இங்கு எதைப் பார்க்க வந்திருக்கிறார்கள் என்று நமக்கு ஆச்சரியம் தோன்றும். வருடத்தில் அந்த நான்கு நாள் மிகப் பெரிய பண்டிகை கொண்டாட்டமாக இருக்கும்.

அரசியல் தலைவர்களுடைய கல்லறைகள் மெரினாவைக் கொஞ்சம் கொஞ்சமாக விழுங்கத் தொடங்கி, பல வருடங்கள் ஆகிவிட்டன. தமிழக அரசியலில் ஊழல் செய்யாத கடைசி முதலமைச்சர் திரு. அண்ணாதுரை அவர்களுக்குத்தான் மெரினாவில் முதன்முதலில் கல்லறை எழுப்பினார்கள். அதன்பிறகு புரட்சித்தலைவர் எம்.ஜி.ஆருக்கும் கல்லறை எழுப்பினார்கள். இவை எல்லாம் ஏக்கர் கணக்கில் மெரினாவை விழுங்கிவிட்டன. பச்சைத்தமிழர்கள் இந்தக் கல்லறைக்கு வந்து காணிக்கையும் செலுத்திவிட்டுப் போகிறார்கள்.

இனி, கண்டிப்பாகக் கருணாநிதிக்கும், ஜெயலலிதாவிற்கும் அதேபோல் பல ஏக்கர்களில் அங்குக் கல்லறை எழுப்புவார்கள். பலதரப்பட்ட மக்களுக்குச் சந்தோஷத்தை ஏற்படுவதும் மெரினா கடற்கரை, ஊழல் அரசியல் செய்த இராஜா, இராணி போன்றவர்களுடைய இடமாகக் கையகப்படுத்தப்படும். அந்த மெரினா கடற்கரையில் கடலையும் மலினப்படுத்துவார்கள்.

●

வானவர்கள் குளிக்கின்ற சிற்றருவி

பாதைவழியாக அதிகநேரம் ஓடிக்கொண்டிருந்த வாகனம் மெதுவாக மலைப்பிரதேசத்திற்குள் நுழைந்தது. சில இடங்களில் கடினமான மேடு, சில இடங்களில் பள்ளம் என்ற ஏற்ற இறக்கங்களுடன் வண்டி போய்க்கொண்டிருந்தது. தமிழ்நாட்டில் அப்படியான பகுதியைப் பார்க்கவேண்டுமானால் நம்முடைய மேற்குத் தொடர்ச்சி மலைக்கு வரவேண்டும்.

'கணியன்' என்றொரு அமைப்பு மூலம் சென்னையிலிருந்து தெற்கு மாவட்டங்களிலுள்ள புண்ணியத்தலங்களான இராமநாதபுரம், இராமேஸ்வரம், பாம்பன் பாலம், குற்றாலம் போன்ற இடங்களுக்குப் பயணித்தோம். அதற்காகக் கொஞ் சநாட்கள் விடுப்பு எடுத்துக்கொண்டு கிளம்பினேன்.

இம்முறை டாக்டர் தயானந்தன், நிர்மல் செல்வமணி குடும்பத்தார்கள் எங்களுடன் வரமுடியாமல்போனது. நரசிம்மன், நிரஞ்சனி, பாலு, செல்வம், ஞானபாரதி, சாவித்திரி இவர்களோடு நான் மட்டுமே போயிருந்தேன்.

சமதளமான நிலங்களை விட்டு மலைப்பகுதிகளுக்குச் சென்றபொழுது பனி மூட்டத்துடனான இயற்கை அழகுகளும் பசுமைகளும் நம்மை வசீகரிக்கவும் ஆச்சரியப்படுத்தவும் செய்யும். சென்னையிலுள்ள தார் சாலைகளையும், கட்டடங்களையும்

கொண்ட காட்சிகளிலிருந்து மிகவும் மாறுபட்ட இயற்கைக் காட்சிகள்.

மலையாளப் பாடலாசிரியரான வயலாரின் ஒரு திரைப்படப்பாடல் கேட்டதிலிருந்து குற்றாலம் என்ற இடம் மிகவும் பழக்கப்பட்ட இடமாகவே தோன்றியது. குற்றாலத்தைச் சென்றடைந்தபோது கொஞ்சம் இருட்டியிருந்தது. உடனே போய் தங்குவதற்கான ஒரு விடுதியை எடுத்துக்கொண்டோம். பின் குளிப்பதற்கான பொருட்களை எடுத்துக்கொண்டு வெளியே கிளம்பினோம்.

குற்றாலத்திலுள்ள ஒன்பது அருவிகளில் மிகப்பெரிய அருவிக்குச் சென்றோம். வெள்ளியை உருக்கி ஊற்றியதுபோல் அந்த அருவி காட்சியளித்தது. அதன் சாரல் பனிமழை போலச் சிதறியது. அந்த அருவியின் சத்தம் அதிரம்பள்ளியின் நீர்வீழ்ச்சியை நினைவூட்டியது.

குற்றால அருவியின் குளியல் மிகச் சுவாரசியமானது. அந்த அனுபவத்தை வார்த்தையால் எழுதுவது மிகக் கடினம். அதிக அருவிகள் கொண்ட இடம் குற்றாலம். கிட்டதட்ட ஒன்பது அருவிகள் இருக்கின்றன.

சென்னையிலிருந்து 640 கிலோ மீட்டர் தூரமுள்ளது. ஆனால் திருவனந்தபுரத்திலிருந்து 120 கிலோ மீட்டர்தான். செங்கோட்டை, தென்காசி, புளியங்குடி, இராஜபாளையம் போன்ற இடங்கள் கொண்டது திருநெல்வேலி மாவட்டம். திருநெல்வேலி அல்வா தமிழ்நாட்டின் பிரபலமான ஒன்று.

ஒன்பது அருவிகளின் பெயர்கள் மிகவும் அழகானவை. பேரருவி, சித்திரா அருவி, செண்பகருவி, தேனருவி, ஐந்தருவி, புலியருவி, பழையருவி, புதியருவி, பழத்தோட்டருவி என்பவைகளாகும்.

பல செடிகொடிகளின் வழியாகவும், மரம், மலை இவற்றில் முட்டி மோதி வருவதானாலும், அருவி நீரிற்கு மூலிகை கலந்த நீர் என்றொரு நம்பிக்கையும் உள்ளது. குற்றாலம் என்ற வார்த்தைக்குச் சிறிய ஆலமரம் என்று பொருள்.

'ஏழாங் கடலின் அக்கரை' என்ற மலையாள சினிமாவில் பார்த்த நயாகரா அருவி அளவிற்கு இல்லை, நாங்கள் பார்த்த குற்றாலம். இருந்தாலும் அந்த இளங்காற்றும் குளிரும் எங்கள் மனதை வருடியது. அந்தச் சுகத்தில் நீராடிக் கொண்டிருந்தோம்.

'திருகுற்றாலக்குறவஞ்சி' என்றொரு இலக்கியநூல் உள்ளது. திரிகூடராசப்பக் கவிராயர் எழுதியது. ஐந்து நூற்றாண்டுகளுக்கு முன்பு குறவஞ்சி என்பது தமிழில் ஒரு நாட்டுப்புற நாடகமாக இருந்துள்ளது.

காதல் மயக்கம் தலைக்கேறிய தலைவியிடம் ஒரு குறத்திப்பெண் வந்து உனக்கு நல்லது நடக்கும் என்று வாக்குச்சொல்லி பாடுவதுதான் நாடகத்தின் முக்கிய சாராம்சம். பத்தினிப்பெண்ணான அவளைச் சந்தேகத்தோடு பார்க்கின்ற காதலனைத் தன் வார்த்தையால் குறத்தி அடக்கிவிடுவாள். அதில் இரட்டை அர்த்தமுடைய பாடல்களும் இருக்கும். குறவஞ்சியில் வரும் பல விஷயங்கள் பிற்காலத்தில் பரதநாட்டியக் கலையில் கலந்துவிட்டது. இந்து, இஸ்லாம், கிறித்துவப் போதனைகளில்கூடக் குறவஞ்சி வடிவத்தைப் பயன்படுத்தினார்கள். நாயக்கர் அரசர்களுடைய காலத்தில் குறவஞ்சிக் கதையில் வரும் நிகழ்ச்சிகளைச் சிறிதும் பெரிதுமான சிலைகளாகத் தமிழ்நாடெங்கும் வடிவமைத்தனர். குறவஞ்சிப் பாடல்கள் மிகவும் புகழ்பெற்றவை. திருக்குற்றாலக் குறவஞ்சியில் குற்றாலத்தை வாழ்த்துகின்ற ஒரு இடம் வரும்.

> **"வானரங்கள் கனி கொடுத்து மந்தியோடு கொஞ்சும்**
> **மந்தி சிந்து கனிகளுக்கு வான்கவிகள் கெஞ்சும்**
> **கானவர்கள் விழியெறிந்து வானவரை அழைப்பார்**
> **கமன சித்தர் வந்து வந்து காய சித்தி விளைப்பார்**
> **தேனருவித் திரையெழும்பி வானில் வழி ஒழுகும்**
> **செங்கதிரோன் பரிக்காலும் தேர்க்காலும் வழுகும்**
> **கூனல் இளம்பிறை முடித்த வேணி அலங்காரர்**
> **குற்றாலத் திரிகூட மலையெங்கள் மலையே"**

குற்றால மலையும் அருவியும் எங்களுக்குச் சொந்தம் என்று சொல்லிக்கொண்டே குளித்தோம். எங்களுடைய குளியலுக்குப் போதை ஏறியது. காரணம் மனைவிமார்களுக்குத் தெரியாமல் நாங்கள் ஆரஞ்சு மிரண்டா பாட்டிலில் பாதி மது நிறைத்து வைத்திருந்தோம். குளியலுக்கு நடுவே அதைப் பருகிக்கொண்டோம். கண்கள் மூடி நாங்கள் நீர்வீழ்ச்சியோடு பேசிக்கொண்டிருந்தோம். உடலும் மனதும் சுகமாக நனைத்தபிறகு நாங்கள் எங்களது அறைக்கு வந்தபொழுது நடுராத்திரியாக ஆகியிருந்தது.

அடுத்த நாள் காலையில் எழுந்து ஐந்தருவிக்குச் சென்றோம். அருவிக்குச் செல்லும் பாதையில் துர்நாற்றம் வீசியது. காரணம் வழியருகில் அருவியில் குளிக்கவரும் நபர்கள் மலங்கழித்திருந்தனர். அது எங்களை முகம் சுழிக்க வைத்தது. அருவியில் குளித்துக் கொண்டிருந்தபொழுது கை வழுக்கியது. என் விரலில் உடைந்துபோன பாட்டிலின் கூர்மை ஏறி, இரத்தம் சிந்தியது. குடிகாரர்கள் குடித்துவிட்டுத் தூக்கிப்போட்ட பாட்டில்தான் என் கையைப் பதம் பார்த்தது. நேற்று மிராண்டா பாட்டிலை அங்கே எங்கேயும் போடக்கூடாதென்று எங்கள் அறைக்கே கொண்டு வந்தோம். சிலர் போதை ஏறும்போது அதை உடைத்தெறிந்து அதிலொரு சந்தோஷத்தைக் காண்கிறார்கள். அது மற்றவருடைய பொழுதுபோக்கில் துன்பமாக மாறிவிடுகிறது.

அங்கிருந்து திரும்பும்பொழுது கண்ணிற்கெட்டாத தூரத்தில் வயல் வெளிகளும் பல விதமான விவசாய பூமிகளையும் பார்த்தோம். கேரளாவில் இப்படியான விவசாய பூமியின் அழகைக் காண இயலாது.

●

அங்காடித்தெரு

மெரினா வளாகத்தில் படிக்கின்ற காலங்களில் தி.நகரில் குடும்பத்தோடு குடியிருந்த நண்பர்களின் வீட்டில் எப்பவோ ஒருமுறை தங்கியதன் ஞாபகம் இப்போது நினைத்தாலும் நடுங்குகிறது. ஒரு விருந்துக்காகப் போயிருந்தோம். அப்பவே கொசுக்களின் விருந்து முடிந்து, விளக்குகளை அணைத்தபோதுதான் கொசுக்களின் உண்மையான தாக்குதல் ஆரம்பித்தது. விளக்குகள் அணைத்துவிட்டால் கும்பலாக வந்துவிடும். அந்தக் கொசுக்களின் தாக்குதலை அப்போதுதான் நேரடியாகப் பார்த்தேன். மறக்கமுடியாத இரவு.

காலையில் தூக்கக் களைப்போடு எழுந்து பால்கனியில் வந்து நின்று கொண்டு பல் துலக்கிக் கொண்டிருந்தேன். அப்போதுதான் கொசு உருவாகும் பேக்டரியைக் கண்டுபிடித்தேன். கீழே ஒரு மாட்டுத்தொழுவம். அதில் நான்கு ஐந்து பசுக்களும் அதன் கன்றுக் குட்டிகளும் இருந்தன. ஆங்காங்கு சாணி மயம். ஒரு முதியவர் தொழுவத்திலிருந்த ஒரு பசுவை அடிக்கின்ற காட்சியைத் தான் முதலில் பார்த்தேன். அங்கிருந்து பின்னால் வந்த ஓர் இளம்பெண் அவரைத் திட்டினாள். அதை எல்லாம் கேட்டுக்கொண்டே பல் துலக்கியபடியே நின்று கொண்டிருந்தான் அவளுடைய கணவன்.

அந்த இரவில் கிடைத்த கொடிய அனுபவமும், அடுத்த நாள் காலையில் கண்ட காட்சியும் பின்னாளில் எனக்கு இரண்டு கதைக்குக் கருவாயின. 'தி.நகரின் கொசுக்கள்' 'காவல் திருடன்'

என்ற இவைதாம் அந்தக் கதைகள். இப்படி எதிர்பாராமல் கிடைக்கின்ற அனுபவங்களே பிறகு கதையாக மாறக்கூடும்.

ஒரு காலத்தில் சென்னையில் யானைக்கால் நோயானது மிகவும் பரவலாக இருந்தது. நகர வளர்ச்சியின் காரணமாக அது கொஞ்சம் கொஞ்சமாக மாறியது. இன்றும் மேம்பாலம் என்றும் தி.நகர் என்றும் அழைக்கக்கூடிய இந்த இடம் ஆரம்பக்காலங்களில் மறைமலையடிகள் பாலம் என்று அழைக்கப்பட்டது. 1726ஆம் ஆண்டு அந்தப் பாலம் கட்டப்பட்டபோது கல்லில் அந்தப் பெயர் பொறிக்கப்பட்டுள்ளது. மாம்பலத்தில் மின்சார இரயிலில் இறங்கி வெளியே வந்தால் தி.நகருக்கு வந்துவிடலாம்.

பழைய மாம்பலம் என்று கிராமத்துக்கு மாற்றம் வரக் காரணம் அந்த இரயில் நிலைய வருகைதான். 1911இல் அங்கிருந்த பெரிய ஒரு ஏரியை இல்லாமல் ஆக்கினார்கள் அன்றைய ஜமீன்தார் குடும்பத்தினர்.

1923இல் தெற்கு மாம்பலத்தில் ஒரு டவுன்ஷாப் ஆரம்பிக்கப்பட்டது. ஜஸ்டீஸ் கட்சியின் தலைவரான சர். பி.தியாகராயருடைய பெயர்தான் அந்த டவுன்ஷிப்புக்கு வைக்கப்பட்டது.

சாதியில் செட்டியார் என்பதினால் பிராமணர்கள் அந்தப் பெயர் மாற்றத்தை இன்னமும் ஏற்றுக்கொள்ளவில்லையாம். அந்த சாதியைச் சேர்ந்தவர்கள் இன்றும் மாம்பலம் என்றே

அழைக்கிறார்கள். ஆனால் அங்குள்ள தெருக்களிலும் சாலைகளிலும் எந்தப் பொருள் வேண்டுமானாலும் கிடைக்கக்கூடியதால் தி.நகர் என்ற பெயர் மாம்பலத்தைவிட கொஞ்சம் மேலோங்கி நிற்கிறது.

மாம்பலத்தில் பஸ் இறங்கி ரங்கநாதன் தெருவுக்குள் நுழைந்தால் கூட்டம் நிறைந்து வழிகின்ற துணிக்கடைகளும், பாத்திரக்கடைகளும் அதிக அளவில் இருக்கும். அங்குக் காது குடையும் பட்ஸ் முதல் இரப்பர் பந்துகள், ஹாங்கர்கள், சீப்புகள், பின்கள், பை, பாத்திரம் தேய்க்கும் பஞ்சு, விளையாட்டுப் பொருட்கள், ரெடிமேட் ஆடைகள் வரை கிடைக்கும். அச்சந்தையினைத் தெருவோரத் தொழிலாளர்களுடையதும் ஏழைகளுடையதுமான அங்காடித் தெருவென்றும் சொல்லலாம்.

தாகம் எடுக்கும்போது இந்தப்பக்கம் குடிக்க கரும்புச்சாறு, பழச்சாறுகள், விலை குறைந்த ஐஸ்கிரீம்கள் போன்றவை என்றும், அதன் எதிர்திசையில் சப்போட்டா, ஆப்பிள், வாழைப்பழங்கள் என்று அணிவகுக்கப்பட்டிருந்தன. அந்த வரிசையில் வண்டிகளில் பலாப்பழம் நான்கு சுளை 10 ரூபாய் என்றும், 20 ரூபாய்க்கு ஒரு சுளை என்றும் விற்கப்படுவதுமுண்டு. கேரளாவில் வேண்டாம் என்று தூக்கிப்போடும் பலாப்பழத்திற்கு இங்கு நல்ல வருமானம் உண்டு.

பல வகையான கீரைகளும், காய்கறிகளும், பூசை பொருட்கள் மட்டுமல்லாமல் சிற்றிதழ்கள், பத்திரிகைகள் என்று எல்லாம் இங்குக் கிடைக்கும். இந்தப் பொருட்களை வாங்குவதற்காகப் பாண்டிபஜார், ரங்கநாதன் தெரு, உஸ்மான் ரோடு, ஜி.என். ஷெட்டி ரோடு போன்ற இடங்களில் மக்கள் கும்பலாகக் கூடியிருப்பார்கள். சில பண்டிகை நாட்கள் ஐந்து லட்சம் மக்கள் வரை வந்து செல்வார்கள். தங்க நகை ஏதாவது வசீகரமான ஆஃபர் அறிவித்துவிட்டால் நண்பகல் உணவைப் பார்சலாக எடுத்து வந்து காலையிலேயே வரிசையில் நிற்க ஆரம்பித்துவிடுவார்கள். அலை அடித்துப்போகின்ற மாதிரிதான் இங்குள்ள வாழ்க்கை.

தி.நகர் தெருவின் இந்தக் கூட்டம் ஒருபோதும் சலிப்பை ஏற்படுத்தியதில்லை. தினமும் காண்பதற்கும், கேட்பதற்குமான ஏதாவது ஒரு விஷயம் இருந்துகொண்டே இருக்கும். நீங்கள் ஏதேட்சையாகத் திரும்பும்பொழுது உங்களைவிடப் பெரிய உருவத்தோடு நிற்கின்ற பசு, தள்ளுவண்டியில் இருந்த வாழைப்பழத்தை உரிமையாளருக்குத் தெரியாமல் எடுத்துச் சாப்பிடும்.

கேம்ப்ரோட்டிலிருந்து 5 ஏ பேருந்து ஏறினால் தி.நகர் என்ற மாம்பலத்துக்கு வந்து இறங்கிக்கொள்ளலாம். வேண்டியதை எல்லாம் வாங்கிய பிறகு பக்கத்திலுள்ள சரவணா உணவகத்திற்குப்போய் நெய்தோசை, மசாலா தோசை, ஆப்பம், வடை என்று வேண்டியதை வாங்கிச் சுவையாகச் சாப்பிட்டுக் கொள்ளலாம். விலை கொஞ்சம் கூடுதலாக இருந்தாலும் வாடிக்கையாளர்களுக்குத் தரமான உணவைக் கொடுக்கவேண்டும் என்பதில் ஹோட்டல் உரிமையாளருக்கு அக்கறை இருக்கிறது. அவற்றோடு அந்த ஹோட்டலுக்குப் பல இடங்களில் கிளைகளும் உள்ளன. ஒருமுறை தன் ஹோட்டலில் பணிபுரிந்து வந்த பணிப்பெண்ணின் கணவரைக் கொன்றுவிட்டு சிறைக்குப் போக வேண்டியிருந்தது. அது ஹோட்டல் உரிமையாளருக்கு ஏற்பட்ட விதி.

தி.நகரிலிருந்து நான் அடிக்கடிப் போவது பாண்டி பசாருக்குத்தான். காரணம் அங்கே பிளாட்பாரங்களில் குறைந்த விலையில் பிராண்டட் சட்டைகள் விற்கப்படும். அதில் சின்னச் சின்னக் கிழிசல்கள் இருக்கும். அதைக் கண்டுபிடிக்கவே முடியாது. அம்மாதிரியான இரண்டாம்தர சட்டைகளை விற்பவர்களிடம் பேரம் பேசி வாங்க எனக்கு நன்றாகத் தெரியும். அப்படிப் பிடித்த சட்டை ஒன்றை முதலில் 40 ரூபாய்க்கு வாங்கினேன். அதன் பிறகு அன்பழகன் என்ற பெயருடைய சட்டைக்காரன் என்னை அடையாளம் கண்டு கொண்டான். "என்ன விலை?" என்று நான் கேட்டால் "என்ன சார் உங்களுக்குத் தெரியாததா" என்று பதில்

வரும். அப்போது மற்ற வாடிக்கையாளர்கள் யாராவது இருந்தால் என்னிடம் கண் ஜாடைக் காட்டுவார். எனக்கு நாற்பது ரூபாய்க்குத் தரக்கூடிய சட்டையை அவர்களிடம் நூற்றி இருபது ரூபாய்க்கு விற்பார். நான் மௌனமாகப் பார்த்துக் கொண்டிருப்பேன். அந்த வாடிக்கையாளர் சென்றதுமே நாற்பது ரூபாய்க்கும் அறுபது ரூபாய்க்கும் கிடைக்கக்கூடிய உருப்படிகள் பத்துப் பதினைந்து சட்டைகள் எடுத்துக்கொள்வேன். எனது ஊரான தர்மடத்திற்குப் போனால் எனது நண்பர்கள் வந்து இந்தச் சட்டைகளை எல்லாம் எடுத்துக்கொண்டு போவார்கள். ஒருமுறை நான் சென்னையிலிருந்து போட்டு வந்த சட்டையைத் துவைத்துக் காயப்போட்டிருந்தேன். அதை யாரோ ஒருவர் எடுத்துக்கொண்டு போய்விட்டார். தாம்பரத்திலும், மகாலட்சுமிநகரிலும், சென்னையிலும் வாழ்ந்த பன்னிரெண்டு ஆண்டுகளும் இந்த மாதிரியான சட்டைகளையே உபயோகித்து வந்தேன். நான் சென்னையை விட்டு வரும்பொழுது அந்தச் சட்டையின் விலை எண்பது ரூபாயாக உயர்ந்திருந்தது.

நான் ஊருக்கு வந்து பத்து வருடத்திற்குப் பிறகு அங்காடித் தெரு என்றொரு படத்தின் வாயிலாக ரங்கநாதன் தெருவின் வாழ்க்கைமுறையை நான் மீண்டும் பார்த்தேன். மிகச் சிறந்த படம். வறுமை, ஏழ்மை, இயலாமை இவை நிறைந்த வாழ்க்கையை அந்தப் படத்தில் எதார்த்தமாகக் காண்பித்திருப்பார்கள். மலிவான விலை என்ற பெயரில் மக்கள் கூட்டம் கூட்டமாக வந்து போகின்ற ஏழு மாடி கொண்ட ஜவுளிக்கடையில் வேலை பார்க்கின்ற ஒரு ஆணுக்கும் பெண்ணிற்கும் இடையில் நடக்கின்ற வலி நிறைந்த அனுபவங்களே படத்தின் மையக்கருவாக இருந்தது.

அனைத்து மக்களாலும் பாராட்டப் பெறும்வகையில் ஒரு சிறந்த படமாக வசந்தபாலனின் அந்தப் படம் அமைந்தது. நான் மறந்து போன பல விஷயங்களையும் அந்தப் படம் நினைவுப்படுத்தியது. பன்னிரெண்டு வருடம் நான் பார்த்த தி.நகரையும் மாம்பலத்தையும் விட அந்தப்படம் பெரிய அளவில் காட்டப்பட்டது. ஆனால் அங்குள்ள தெருக்களிலும், சாலைகளிலும் எந்தப் பொருள் வேண்டுமானாலும் அங்குக் கிடைக்கக்கூடிய ஒரு தெருவானதால் தி.நகர் என்ற பெயர் மாம்பலத்தைவிட கொஞ்சம் மேலோங்கி நிற்கிறது.

●

மிளகுக் கொடிகள்

புகழ்பெற்ற கவிஞரும், நோபல் பரிசுக்குச் சிபாரிசு செய்யப்பட்டவருமான சச்சிதானந்தன் என்பவர் ஓணம் சிறப்பு மலரில் அயல்நாடுகளில் வாழ்ந்து வரும் மலையாள எழுத்தாளர்களைப் பற்றி எழுதியிருந்த கட்டுரையில் என் பெயர் இடம்பெறாமல் போனது எனக்குள் பெரிய மன வருத்தத்தையும், கோபத்தையும் ஏற்படுத்தியது. காரணம் வெளிநாட்டிற்குச் சுற்றுலாப் போனவர்களை எல்லாம்கூட அதில் பதிவு செய்திருக்கின்றார். அதனைக் கண்டு நான் மனமுடைந்து கண்கலங்கிப் போனேன்.

அந்தப் பட்டியலில் அவருக்கு அடுத்தபடியாக எழுத்தாளர்களான வி.கே.என்.காக்கநாடன், ஓ.கே.விஜயன், எம்.முகுந்தன் போன்றவர்களும் அடுத்தபடியாக டோனா மயூரா, தேவசேனா, நசீர் என்று அந்தப் பட்டியல் நீளும். அந்தப் பிரபலமான கவிஞர்களுடைய பட்டியலில்தான் என் பெயர் இடம்பெறாமல் போனது. கலங்கியக் கண்களுடன் மீண்டும் அந்தப் பட்டியலைப் பார்வையிட்டேன். அதில் டி.பி.இராஜீவன், மாங்காடு இரத்னாகரன் போன்றவர்களின் பெயரும் இடம்பெறவில்லை. அவர்கள் சச்சி, சச்சி என்று அழைத்துக்கொண்டு டெல்லியில் ஒன்றாக இருந்தவர்கள் என்பது குறிப்பிடத்தக்கது.

சச்சிதானந்தனுக்கு என்னைத் தெரிய வாய்ப்பில்லாமல் போக வழியில்லை. இந்தக் கட்டுரை எழுதுவதற்கு ஒரு மாதம் முன்பு கண்ணூர் பல்கலைக் கழகத்தில் நடந்த விழாவிற்காக நீலேஸ்வரம் கேம்பிற்கு அவர் வந்தபொழுதுதான் அந்தக் கவிஞரை முதன்முதலில்

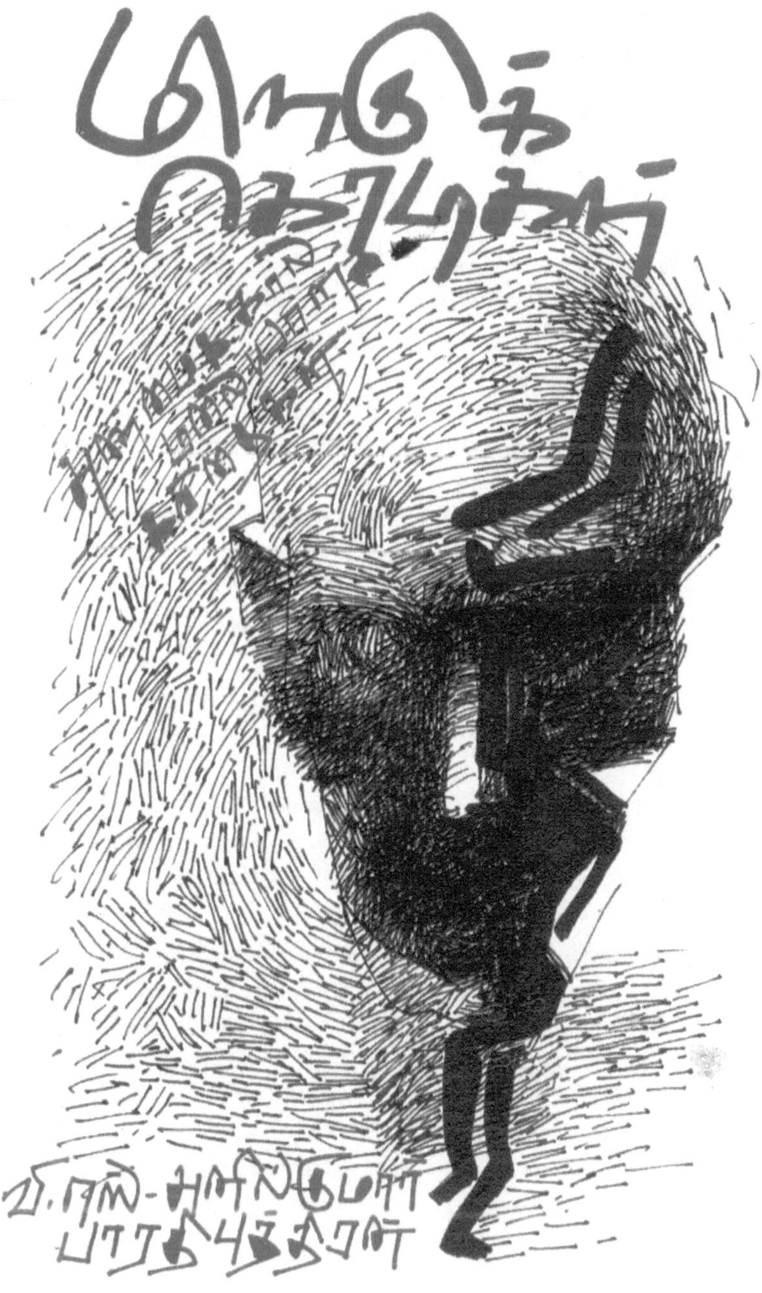
வி.எஸ்-அனில்குமார்
பாரதிபுத்திரன்

சந்தித்தேன். அறிமுகமானபோது என் அப்பாவைப் பற்றி அவர் விசாரித்தார். அம்மா கொடுங்கலூரிலா தங்கியிருந்தாங்க என்றும் விசாரித்தார்.

முப்பது வருடத்திற்கு முன்பு குமார் அழிக்கோடும் இப்படித்தான் விசாரித்தார். விஜயனுக்குச் சௌக்கியம்தானே? நான் ரொம்ப விசாரித்ததாகச் சொல்லவேண்டும் என்று சொல்லி ஒருவிதப் புன்னகையோடு சென்றார். அப்போது கோழிக்கோடு பல்கலைக்கழகத்தில் அதுவரையிலும் எனக்குத் தெரியவராத ஒரு காரணத்தையும் கூறினார். அப்போது எனக்கு முனைவர் பட்டப் படிப்பதற்கு அனுமதி மறுக்கப்பட்டது. முனைவர் பட்டம் படித்திட அவரும் முதுகலைப் படித்து வெளிவந்த மாணவர்களுக்கும் அனுமதி மறுக்கப்பட்டது. இப்படியான சாக்குப்போக்குக் காரணம் சொல்லி முதுகலை இரஹ்மானையும் அந்த இலக்கிய நாயகன் வெளியேற்றினார். இரஹ்மானின் முதல் படம் இலண்டன் திரைப்பட விழாவில் திரையிடப்பட்டது. நான் ஆய்வியல் நிறைஞர் பட்டம் மேற்கொள்ள மெட்ராஸிற்கு வண்டி ஏறினேன். கோழிக்கோடு பல்கலைக்கழக மலையாளத்துறையின் துறைத்தலைவர் நிராகரித்ததால்தான் சென்னைப் பல்கலைக்கழகத்தில் சேர்ந்து படிக்கவேண்டுமென்று நான் முடிவுசெய்தேன்.

அப்படித்தான் நான் சென்னைக்கு வந்தேன். அந்த நகர அனுபவம், ‘நகரத்திற்கு அப்பால்’ (நகராந்தரம்) என்ற பெயரில் கதையானது. ஒரு வருடப் படிப்பும், ஆசிரியராகப் பன்னிரெண்டு வருடமும் சேர்த்துப் பதின்மூன்று வருடம் நான் சென்னையில் வாழ்ந்தேன். அப்பொழுதுதான் மெட்ராசுக்குச் சென்னை என்ற புதிய பெயர் மாற்றப்பட்டது.

கருணாநிதியும் ஜெயலலிதாவும் மாறி மாறி ஆட்சி செய்து கொண்டிருந்த தமிழ்நாட்டில் குறிப்பாகச் சென்னையின் பல இடங்களில் நான் வசித்துவந்தேன். அந்த வாழ்க்கையை நான் மிகவும் உணர்வுப்பூர்வமாக இரசித்து வாழ்ந்தேன் என்றுதான் சொல்லவேண்டும். காரணம் என் வாழ்க்கைக்கும், இலக்கியத்திற்கும் அந்தச் சென்னை வாழ்க்கை மிகவும் தூண்டுதலாக இருந்தது. அதுமட்டுமல்ல அந்த வாழ்க்கைதான் எனக்குப் புதியதொரு பாதையை ஏற்படுத்தியது.

தர்மடம் என்ற கிராமமும் சென்னை நகரமும் அடிப்படையில் பொதுவான அனுபவங்களைத் தந்தது என்றாலும்கூட அங்குப்

பார்த்த காட்சிகளும் ஓசைகளும் மணங்களும் மிகவும் வித்தியாசமாகவே இருந்தன.

முத்தழகியின் தி.நகர் கொசுக்கள், காவல் திருடன், எண்ணியெண்ணி குறையுன்னது, வியாங்கிய மில்ல காரியங்கள், பூந்தானம், பிரயாசங்கு, எந்தின்டேயோ, 500 வருடங்கள் மறுபடி கருணாமயனே, சச்சிதானந்தா போன்ற பல கதைகளை எழுதினேன். அதற்குப் பிறகு கவிதையில் ஒரு ஈடுபாடு ஏற்பட்டது. நகரத்தின் துயரம், நகரத்தின் மழை என்ற கவிதைகளை எல்லாம் எழுதியதும் சென்னையில் வாழ்ந்தபோதுதான். அதற்குப் பிறகு நாவல்கள், பயணக்கட்டுரைகள், கட்டுரைகள், அனுபவக் குறிப்புகள் என்று என் இலக்கிய வாழ்க்கை மிகச் சுவாரசியமாகப் போய்க்கொண்டிருந்தது.

ஒரு முறை இன்றைய (CITU) அகில இந்திய பிரஸிடண்ட், ஏ.கே.பத்மநாபன் என்று அழைக்கப்படுகிற ஏ.கே.பி. என்னை முதன் முதலாகச் சந்தித்தபோது சென்னையின் பல திக்கு மூலைகளைப் பற்றியெல்லாம் எழுதுகின்ற அந்த ஆளைப் பார்க்க வேண்டுமென்று இருந்தேன் என்று பாசமாகப் பாராட்டினார். அந்தப் பாராட்டு எனக்கு மிகவும் மகிழ்ச்சியைத் தந்தது. புத்தகங்களையும், வார இதழ்களையும் ஒன்றுவிடாமல் வாசிக்கக் கூடியவர். இப்படிப்பட்ட தனிச்சிறப்பு அவருக்குண்டு.

நானும் நண்பன் பாலு என்கிற பாரதிபுத்திரனும் சேர்ந்து கவிதை மொழிபெயர்ப்பில் ஈடுபட்டோம். இந்திரன், பழமலய், பாரதிபுத்திரன், மனுஷ்யபுத்திரன், கல்யாண்ஜி போன்றவர்களுடைய தமிழ்க் கவிதைகளை மலையாளத்தில் மொழிபெயர்த்தோம்.

அதேபோல மலையாளத்தில் 15 கவிஞர்களுடைய 30 கவிதைகளைத் தேர்ந்தெடுத்து 'மிளகுக் கொடிகள்' என்ற பெயரில் தொகுப்பாக 1991இல் வெளியிட்டோம். மலையாளக் கவிதை என்பதினால் இத்தலைப்பு மிகப் பொருத்தமானதாக இருக்குமென்று பாலு குறிப்பிட்டார். எனவே அத்தலைப்பையே தேர்வு செய்தோம்.

தமிழில் மிகச் சிறந்த கவிஞரான மீரா என்ற இராஜேந்திரனின் அன்னம் பதிப்பகம்தான் அந்தக் கவிதை நூலை வெளியிட்டது. இந்த வருடம் அதன் இரண்டாம் பதிப்பு வெளிவந்தது. அதற்கு அட்டைப்படம் வடிவமைத்துக் கொடுத்தவர் ஆதிமூலம் என்பவர்.

ஏ.ஐயப்பன், பாலச்சந்திரன் சுள்ளிக்காடு, ராவுண்ணி, உமேஷ்பாபு கே.சி., சாவித்திரி ராஜீவன், குறீப்புழ சுகுமாரன், டி.பி.ராஜீவன், விஜயலட்சுமி, ஜோஷி வெம்மேலி, அனிதா தம்பி, அன்வர் அலி, மனம்பூர் ராஜன் பாபு, மாங்காடு ரத்னாகரன், நாலாப்பாடம் பத்மநாபன், சனல்தாஸ், ஐ.சி., போன்றவர்களுடைய கவிதைகளில் இருந்து இரண்டு கவிதைகளைத் தேர்ந்தெடுத்து மொழிபெயர்க்க இரண்டு வருடம் தேவைப்பட்டது. இவ்வளவு காலம் நீண்டு போவதற்குப் பல காரணங்கள் உண்டு. இடையிடையில் வந்துபோன சிறிதும் பெரிதுமான விடுமுறை, மூன்று மாதம் தொடர்ந்த ஆசிரியர் போராட்டம், மொழிபெயர்ப்புகளுக்கிடையில் ஏற்பட்ட பல சிக்கல்கள் அப்படிப் பல விஷயங்கள். போதாதற்கு நான் போராட்டத்தை ஆதரிக்கும் கூட்டத்தில் இருந்தேன். பாலு அதை எதிர்க்கும் கூட்டத்தில் இருந்தார். ஆகையால் அந்தக் காலங்களில் நாங்கள் ஒன்றுசேர முடியாமல் போனது.

மொழிபெயர்ப்பில் இருக்கக்கூடிய ஏகப்பட்ட சிக்கல்களை நேரடியாகப் புரிந்துகொள்ள முடிந்த நாட்கள் அவை. ஒவ்வொரு வார்த்தைகளைச் சொல்லி அதை விளக்கி அதற்கேற்ற தமிழ் வார்த்தைகளைக் கண்டுபிடித்து முன்னேறி கொண்டிருந்தோம். சில நேரங்களில் சில வார்த்தைகளுக்காக நாங்கள் சண்டைபோட்டுக் கொள்வோம். சமரசத்திற்கு ரெண்டு பேருமே தயாராகமாட்டோம். இல்லையென்றால் அப்போதைய வேலை நின்றுவிடும். சில சமயம் மொழிபெயர்ப்பைப் பாதியில் நிறுத்திவிட்டு விவாதித்துக் கொண்டிருப்போம். வாழ்க்கையைக் குறித்தும் இலக்கியம் குறித்துமெல்லாம் கேரளாவையும் மலையாள மொழியையும் பாலு மிகவும் நேசித்துவந்தார்.

மொழிபெயர்ப்பில் ஒரே மாதிரியான வார்த்தைகளுக்கு வித்தியாசமான அர்த்தங்கள் உள்ளன. தமிழில் திரிசொல்,

இயற்சொல் என்று இரண்டு விதமான வார்த்தைகள் இருக்கின்றன. எல்லோருக்கும் புரிவது இயற்சொல். கவிதையிலும் இலக்கியத்திலும் மட்டுமே காணமுடிவது திரிசொல். அதேபோல் கடல் என்பது இயற்சொல். ஆழி என்பது திரிசொல். வேலி என்றால் சமுத்திரம் என்றும் அர்த்தம் உள்ளது. இது பல பேருக்குத் தெரியாது.

தமிழ் மொழியும் மலையாள மொழியும் மிக நெருக்கமான இடத்தில் இருந்தாலும்கூட மொழிபெயர்ப்புச் செய்யும்பொழுது பல சிக்கல்கள் ஏற்படுகின்றன. சில சமயங்களில் நாங்கள் இரண்டுபேரும் சண்டை போட்டுக்கொண்டு பிரிந்த நாட்களும் இருந்தன. ஆனால் பொழுது விடிந்ததும் நாங்கள் உயிர் நண்பர்களாகி விடுவோம். அப்படி உருவானதுதான் மிளகுக் கொடிகள் என்ற கவிதைத் தொகுப்பு. அந்த நாட்களை இப்போது நினைத்தாலும் மிகவும் சுவையாக இருக்கின்றது.

•

செஞ்சந்தன மரத்தடியில்

ஒரு செஞ்சந்தன மரத்தின் அடியில் நாங்கள் ஒன்றுகூடி பேச ஆரம்பித்தோம். கவிதை, கலை, இலக்கியம் குறித்தும், வாழ்க்கையைக் குறித்தும், அவற்றில் ஒருவருக்கொருவர் தெரிந்துகொள்ள வேண்டியதைக் குறித்தும், திருத்திக்கொள்ள வேண்டியது குறித்தும் பேசினோம். தலைவர்களும், தொண்டர்களும், எந்த பதவிப் பொறுப்பில்லாதவர்களுமான ஒன்றுபட்ட ஒரு கூட்டமாக இருக்கத் தீர்மானித்தோம். பாலு, நரசிம்மன் இவ்விருவருடைய எண்ணத்திலும் தோன்றிய ஆசைதான் இந்த கூட்டம் உருவாகக் காரணமாக அமைந்தது. தமிழ்த்துறைத் தலைவரும், நாங்களெல்லாம் 'அண்ணா' என்று அழைப்பவருமான செல்வராசு என்பவருடைய முழு ஒத்துழைப்பும் இந்தக் கூட்டத்திற்குக் கிடைத்தது.

இரத்தச் சந்தனம் என்பது தமிழில் செஞ்சந்தனம் என்பது பொருள். மரத்திண்டே தாழே என்பதற்கு மரத்தின் அடியில் என்று அர்த்தம். எங்களுடைய கூட்டத்திற்குச் 'செஞ்சந்தன மரத்தடியில்' என்னும் பெயர் சூட்டினோம் கலைமான்கள் நிறைந்து கிடக்கின்ற இந்த காட்டினுள் ஒவ்வொரு வெள்ளிக்கிழமையும் மாலை நான்கு மணிக்கு நாங்கள் அனைவரும் இங்கு ஒன்றுகூடுவோம். ஒருநாள் நானும் இந்த கூட்டத்தில் எதேச்சையாகத்தான் கலந்துகொண்டேன். நான்கு பேர்கள் மட்டுமே கூடியிருப்பர். ஒரு சில தினங்களில் நாற்பது பேர்களும் கூடியிருப்பர். யார் இருந்தாலும் இல்லாவிட்டாலும் இந்தக் கூட்டம் நடந்துக்

கொண்டேதான் இருக்கும். இக்கூட்டத்தில் பல்வேறு விதமான கருத்துக்களை முன்வைத்தாலும் அதில் கவிதைக்கே முக்கியத்துவம் அளிக்கப்பட்டது.

இந்தியாவில் கம்யூனிஸ்ட் கட்சியைச் சேர்ந்தவர்களால் எதையும் செய்ய இயலாது என்ற எண்ணமுடையவராக இருந்தார் தாவரவியல் பேராசிரியர் டாக்டர். தயானந்தன். இரண்டாயிரம் ஆண்டுகளுக்கு முன்பிருந்த பரிமாற்ற அமைப்பு முறையே சரியானது. அவ்வமைப்பிற்குத் திரும்பி செல்ல வேண்டுமென்ற எண்ணம் உடையவரான ஆங்கிலப் பேராசிரியர் டாக்டர். நிர்மல் செல்வமதி. பரிஸ்திதவாதியும், கவிஞருமான தாவரவியல் பேராசிரியர் டாக்டர் நரசிம்மன் நெக்சல்பாரியாக இருந்து ஆன்மீகத்திற்கு மாறிய பாலும், பௌதிகவாதியாகிய நானும் அவரவரது கருத்துக்களில் ஒன்றுபடாமலிருந்தோம். ஆயினும் இந்த வெள்ளிக்கிழமை கூட்டங்களில் பல்வேறு விதமான கருத்துகளைக் குறித்து விவாதிப்போம். இந்த வாதத்தில் உயிரோட்டமிருந்தது. இக்கூட்டத்தில் பள்ளி மாணவர்கள் ஆர்வத்தோடு கலந்துகொண்டனர். அதில் ஏராளமான கவிதைகள் வாதிக்கப்பட்டன. இதனைக் குறித்துப் பல்வேறுவிதமான விவாதங்கள் நடந்தன. முகமறியாத அக்கவிதைகளிலுள்ள தவறுகளைக் குறித்து கடினமாகவும் சுட்டிக் காண்பிக்கப்பட்டது. இதனால் சில மாணவர்களின் முகம் வாட்டமடைந்தன. ராமனும், ரகுவும், ரவியும், கல்பனாவும், விஜயகுமாரும், நந்திதாவும், மோகனும் கவிதையைக் குறித்து விவாதித்தனர்.

இவர்களுள் மோகனன் பிறவியிலேயே பார்வையற்றவனாக இருந்தான். ஒரு முறை கூட்டம் முடிய காலதாமதம் ஆகிவிட்டது. அவனுடைய வீடு ஆவடியில் இருந்தது. அவனிடம் நீ எப்படி இவ்விருட்டில் வீட்டிற்குச் சென்று சேருவாய் எனத் தெரியாமல் நான் கேட்டுவிட்டேன். அதற்கு அவன் சிரித்துக்கொண்டே பதில் கூறினான். எங்களுக்கு ஏது இரவு, பகல் எல்லாமே ஒன்றுதானே என்றான். தாம்பரத்தையும், சென்னையையும் விட்டுச்சென்று இரண்டு, மூன்று ஆண்டுகள் கழிந்தன. ஒருநாள் மோகன் என்னை அழைத்தான். அவனுக்குக் கல்லூரியில விரிவுரையாளர் (அ) புரபசர் பணி கிடைத்துள்ள செய்தியை என்னிடம் மகிழ்ச்சியுடன் தெரிவித்தான்.

விஜயகுமார் அவரது திருமணத்திற்கு வர அழைத்தார் ஆயினும். அந்நிகழ்வில் எனனால் செல்ல இயலவில்லை. அச்சமயத்தில் தான் என்னுடைய வீட்டின் கிரகபிரவேச நிகழ்வு நடந்தது. இந்நிகழ்விற்கு இரகுவும், இராமனும் ஐஸ்வரிய பொம்மைகளுடன் வந்து கலந்துகொண்டனர். பின்பு 0ராமன் அவரது குடும்பத்தினருடன் கண்ணபுரத்தில் உள்ள (மருத) வீட்டில் வந்து தங்கிச்சென்றான்.

எங்கள் கூட்டத்தில் கோபகரமான விவாதங்கள் நடைபெறும். சங்ககால வாழ்வியல் முறையும், பரிமாற்ற அமைப்பு முறையும் திரும்பி வரவேண்டுமென நிர்மல் செல்வமணி எப்பொழுதும் கூறிக்கொண்டே இருப்பார். தற்காலக் கல்வி முறையை வெறுத்துப் பேசினார் ஆங்கில பேராசிரியர். மேலும் குருகுலக் கல்விமுறைதான் வர வேண்டுமென்பது அவரின் ஆதங்கமாக இருந்தது. அம்முறை மிகவும் தவறானதென்று நானும் வாதித்தேன். அப்பொழுது மகானாக வாழக்கூடிய ஒருவருடைய பெயரைக் கூறும்படி நான் கேட்டேன். அதற்கு நிர்மல் சிறிதும் சிந்திக்காமல் 'துரோணர்' என்னும் பெயரைக் கூறினான். அதற்கு பதிலாக நானும், இவர்தான் எனக்கு வேண்டியவர் என்றேன். அன்றைய கல்வி முறையானது முறையற்றதும் பக்குவமற்றதுவும், ஆட்களுக்கு ஏற்றதுபடி அமைக்கப்பட்ட முறையாகவும் இருந்தது. இதற்கு துரோனர்தான் சிறந்த எடுத்துக்காட்டு, என்றேன். பிறகு செல்வமணியிடம் ஏகலைவனைப் பற்றி உங்களுக்குத் தெரியுமா என கேட்டேன். இவ்விடத்தில் பலருக்கும் சங்க வெளிப்பாட்டு முறையையும், சங்ககால வாழ்வியல் முறையையுமே விரும்பினார்கள். ஆயினும் அக்காலத்தில் வாழ்ந்திருத்த துரோனர் பற்றி விளக்கி கூறிட யாராலும் இயலவில்லை. இப்படியாக எங்களுடைய விவாதங்கள்

கவிதையைக் குறித்தும் மற்றெல்லாக் காரியங்களைக் குறித்தும் பேசி முடிப்பதற்குள் இரவு எட்டுமணி ஆகிவிடும். பிறகுதான் நாங்கள் காலேஜ் கேம்பஸை விட்டு வெளியேறுவோம். கேம்பஸ் என்றும் வார்த்தைக்கு வளாகம் என்றும் பொருண்டு. எனக்கு இந்த வார்த்தை மிகவும் பிடித்தமானது. காரணம் இது மலையாளத்தில் வளப்பு என்ற சொல்லுடன் சமமானது.

காலேஜ் எதிர்புறத்தில் முத்தப்பன் என்பவருடைய டீக்கடை அமைந்திருந்தது. இக்கடை ஒவ்வொரு வெள்ளிக்கிழமையின் கூட்டத்தின் விவாதங்கள் நிறைவடையும் இடமாக இருந்தது. இந்த டீ கடையானது மலையாளியாகிய கோவிந்தேட்டனுடையது.

எங்களுடைய இந்தக் கூடலைப் பற்றி ஊடகத்தில் கவனம்பெறத் துவங்கியது. தமிழில் மிகவும் பிரபல இதழ்களான ஆனந்தவிகடன், ஜூனியர் விகடன், நந்தன், கோமல் சுவாமிநாதனுடைய சுபமங்களா, கவிஞர் கண்ணதாசன் வெளியிட்ட இதழ் போன்ற இதழ்களிளெல்லாம் இந்த கூட்டத்தைக் குறித்த விமர்சனங்கள் வெளிவந்தன. இவை மட்டுமல்லாது பிற கல்லூரி பேராசிரியர்களும், பொது மக்களும் 'செஞ்சந்தன மரத்தடியில்' கூட்டத்திற்கு ஒவ்வொரு வெள்ளிக் கிழமைகளில் மாலை நான்கு மணிக்கு வந்து கலந்துகொண்டனர். தமிழில் பிரபலமான எழுத்தாளராகிய இந்திரன், பழமலய், மாலன், விட்டல் ராவ், சுப.வீரபாண்டியன், அறிவுமதி ஆகியோர் இந்த கூட்டத்தில் வந்து கலந்துகொண்டனர்.

மலையாள கவிஞர் சி.எச்.ராஜன் சிறிது காலம் சென்னையில் தங்கியிருந்தார். அப்போது அவரும் இக்கூட்டத்தில் ஒவ்வொரு வெள்ளிக்கிழமைகளில் தவறாமல் வந்து கலந்துகொண்டார். பச்சையப்பன் கல்லூரி, பிரசிடென்சி கல்லூரி, நியுகாலேஜிலிருந்தும் மாணவர்கள் கிறிஸ்டியன் கல்லூரியில் வந்தும் ஒன்றுகூடினர். அதுமட்டுமல்லாது இக்கூட்டம் பல கூட்டங்கள் உருவாக முன்மாதிரியாகவும் அமைந்திருந்தது. அதில் முக்கியமாக பிரெசிடென்சி கல்லூரியின் எழுத்தாளர் இன்குலாப் அவருடைய தலைமையில் 'தேன் முள்ளுகள்' என்னும் பெயரிலும் ஒரு கூட்டத்தை அமைத்தார். இவரைத் தொடர்ந்து கவிஞர் அக்னிபுத்திரன் கோயமுத்தூரில் அரசு கலைக்கல்லூரியில் ஒரு கூட்டத்தினை அமைத்தார்.

ஏராளமான கவிதைகள் வந்து குவிந்ததால் அதிலுள்ள தரமான கவிதைகளை எடுத்துத் தொகுக்கலாம் என்ற எண்ணம் தோன்றியது. அப்படித் தோன்றிய முதல் புத்தகம் தான் 'வனம்'. இந்த நூல் வெளிவந்த பிறகிலிருந்து 'செஞ்சந்தன மரத்தடியில்' என்னும் பெயர் மாற்றி 'வனம் கவியரங்கம்' என்று இத்தொகுப்பில் என்னுடைய 'நகர துயரம்' என்றொரு கவிதையும் உள்ளது. அதற்குப் பிறகு 'வானம் பிறந்தது' என்றொரு தொகுப்பையும் வெளியிட்டோம். இந்நூலுக்கு ஓவியர் துரைசீனிவாச சுவாதி ஓவியத்தாலான முகப்பு அட்டைப்படத்தை வடிவமைத்துக் கொடுத்தார். அந்த காலகட்டத்தில் கவிதை நூல்களை எல்லாம் வாங்கக்கூடாதென்ற தடையை அரசாங்கம் பிறப்பித்திருந்தது. இந்தச் சமயத்தில்தான் 'வனம்' என்ற கவிதைத்தொகுப்பும் வெளிவந்தது. இந்த நூல்தான் பின்நாட்களில் அரசாங்கத்தில் உள்ள பிடிவாதக்காரர்களுடைய மனதில் மாற்றத்தை ஏற்படுத்த ஒரு சக்தியை உண்டாக்கியது என்றே நினைக்கின்றேன்.

இன்றைய தமிழ் சினிமாவில் பிரபலமான பாடலாசிரியர்களுள் ஒருவரான திரு. நா. முத்துக்குமார் வனம் அமைப்பிலிருந்து உருவான சந்ததியாவார். 'கற்றது தமிழ்' என்னும் திரைப்படத்தின் இயக்குநர் ராம் என்பவர் செஞ்சந்தன மரத்தடியில் கூடியிருந்தபொழுது ராமசுப்பு என்ற பெயருடையவராக இருந்தார். ருத்திரன் என்ற படத்தின் கேமராமேன் சண்முகசுந்தரம் ஒவ்வொரு வெள்ளிக்கிழமைகளிலும் கிறிஸ்டியன் கல்லூரியில் நடக்கும் கூட்டத்தில் வந்து தவறாமல் கலந்துகொண்டார்கள். கல்பனாவும், நந்திதாவும், பாலுவிஜயன் என்ற பெயரில் விஜயகுமார் கவிதைத்தொகுப்புகள் வெளியிட்டுள்ளனர். மேலும்ளீ இருபதிற்ஷ்கும்ளீ மேற்பட்டோர்.

என்னுடைய சென்னை வாழ்க்கையில் மிகவும் முக்கியமான அனுபவங்களில் ஒன்றான வனம் என்ற அமைப்பு முன்பு எழுதியபோது அதில் இப்படியொரு சிந்தனை எனக்கு தோன்றியது. “கல்லூரி வளாகத்தில் மட்டுமே கவிதை உருவாகும் என்றொன்றுமில்லை. அப்படி உருவாகவும் கூடாது. இப்படியான ஒரு வன அமைப்பில் கவிதை மட்டுமே உருவாகும். என்பதுமில்லை. கதையும், கவிதையும், ஓவியமும், இவைகளை விவாதிக்கின்ற இடங்கள் எங்கேயும் உருவாகக்கூடியவை தாம்ளீ.”

முத்தப்பன் (தாத்தா) உணவகத்தில் தேனீர் அருந்திவிட்டு மற்றவர்கள் கலைந்து போனபிறகே நானும் பாலுவும் நடந்துசெல்வோம். பாலுவிற்கு ஒரு சைக்கிள் உள்ளது. அதனை உருட்டிக்கொண்டு மகாலட்சுமி நகரிலுள்ள எனது வாடகை வீடு வரை நடந்தேச் செல்லுவோம். கல்லூரியிலிருந்து வீட்டிற்கு இடைப்பட்ட மூன்று மயில் தொலைவு வரை, என்னுடன் நடந்து வந்து என்னை விட்டுவிட்டப் பிறகு அவரது வீட்டிற்கு மீண்டும் இரண்டு கிலோ மீட்டர் வரை பாலு சைக்கிள் மிதித்து திரும்பிச் செல்வார். வாகனங்கள் குறைவான இரவு நேரங்களிலும். நல்ல முழு நிலவுள்ள நாட்களிலும் நானும் பாலுவும் இனிமையாகப் பேசிக்கொண்டே நடந்து செல்வோம். இன்றும் அது தொலைபேசியின் வழியாக எங்களுடைய இரவுப் பயணங்கள் தொடர்கிறது.

•

அயனாவரத்து வழிகள்

அயனாவரத்திலுள்ள ஐ.சி.எஃப். அல்லது இன்டஸ்டிரியல் கோச்சு தொழிற்சாலைக் குடியிருப்பிற்கு முன் பஸ் இறங்கியதும் கேட்டுக்குப் பக்கத்திலேயே தள்ளுவண்டியில் ஒரு சுண்டல் கடை உள்ளது. வெள்ளைச் சுண்டலில் மசாலா சேர்த்து, மாலைநேரத்தில் கிடைக்கின்ற ஒரு சுவையான சிற்றுண்டி. அதில் இரண்டு பருப்பு வடைகளை உதிர்த்து அதனோடு சேர்த்துக்கொண்டால், இன்னும் கூடுதலான சுவையில். ஒரு தட்டிற்கு ஐம்பது பைசா. மாலைநேரங்களில் பசியைப் போக்க இரண்டு பிளேட் சுண்டல் சாப்பிட்டால் போதும்.

செலவுகளைத் தவிர்த்துச் சிக்கனமாக இருப்பதற்காக நானும் சசியும் மிகக் கவனமாக இருந்தோம். அதுதான், கோச்சு பாக்டரியின் விடுதியில் எங்களைத் தங்குவதற்கு அழைத்தபோது முன்பின் யோசிக்காமல் முரளியுடன் புறப்படக் காரணம். முரளியின் பயிற்சியாளர், தொழிற்சாலையில் ஒரு முக்கிய அதிகாரியாகப் பணிபுரிந்து வந்தார். அவர் கணவரைப் பிரிந்து வாழ்ந்து வந்தார். அவர்களுக்கு ஒரு பையன். அவன் அப்போதே போய்விட்டான். சின்னம்மாவைத் தனிமை மிகவும் வருத்தியது. ஆகையால் பல நேரங்களில் பாதிக்கப்பட்டு நீண்ட விடுமுறை எடுத்துக்கொண்டு சொந்த ஊருக்கே போய்விட்டார்கள். அவர்களுடன் முரளி தனியாகத் தங்கி வந்தான். தனிமை அவனையும் மனவேதனைக்குள்ளாக்கியது. அதுதான், அவன்

மனதிற்குப் பிடித்த எங்கள் இருவரையும் துணைக்கு அழைக்கக் காரணம். நாலாவதாக ஒருவரும் எங்களுடன் இருந்தார். எதுவும் பேசமாட்டார். அப்படி ஒரு பேர்வழி. அவரின் பெயர்கூட என் ஞாபகத்தில் இல்லை.

நாங்கள் மெரினா வளாகத்தில் இளமுனைவர் பட்டம் (எம். ஃபில்.) படித்துக்கொண்டிருந்தபோது முரளி இரண்டாம் ஆண்டு முதுகலை படித்துக் கொண்டிருந்தான். அவனுடைய வகுப்பில் இருந்த அனந்தகிருஷ்ணன், முரளி இவர்கள் இரண்டு பேரை மட்டுமே எங்களுக்குப் பழக்கம். நாங்கள் சீனியர் மாணவர்கள் என்றபோதும் மற்ற ஜுனியர் மாணவர்கள் அதற்கான மரியாதையை எங்களுக்குத் தரவில்லை என்ற எண்ணம் எங்களுக்குள் இருந்துவந்தது. ஆனால் முதலாம் ஆண்டு படித்துக் கொண்டிருந்த மாணவர்களோடு எங்களுக்கு நல்ல நட்பு இருந்தது.

குறிப்பாக இரஜிதா, இரஞ்சினி, செல்வன் போன்றவர்களோடு மிக நெருக்கம் ஏற்பட்டது. இரஜிதா, இரஞ்சினி இருவரும் சென்னையிலேயே வளர்ந்தவர்கள். அவர்களிடம் மலையாளத்தைவிடத் தமிழும், ஆங்கிலமும்தான் புழக்கத்தில் இருந்தது.

முரளி ஒரு காதல் பாடகனாக இருந்தான். அப்படியென்றால் யாரையாவது காதலிக்க முயற்சி செய்து கொண்டிருக்கக்கூடிய ஒரு கவிஞன். அவன் நிறையக் கவிதைகளை எழுதுவான். கட்டங்கள் எல்லாம் வரைந்து அதில் வார்த்தைகளை அச்சு கோப்பது மாதிரி கோத்துக் கவிதைக்கு ஒரு புதிய பாட்டே உருவாக்கியிருந்தான். அந்தக் கவிதைகளைத் துறைத்தலைவரான பிரபாகரவாரியர் அவர்களிடம்தான் முதலில் காண்பிப்பான். ஒரு முறை வாரியர் அவனிடம் சொன்ன விஷயத்தை முரளியே எங்களிடம் சொன்னான். உன் கவிதையை நான் வாசிக்கிறேன். ஆனால் அதை என்னால் ஆய்வு செய்ய முடியாது என்றார்.

முரளியின் சின்னம்மா வீட்டில் நாங்கள் குடி புகுந்தோம். ஓர் அறை, ஒரு கட்டில் என வசித்து வந்த எங்களுக்கு மூன்று படுக்கை அறை, தனியாகச் சமையலறை என்று எல்லா வசதியும் கொண்ட வீடு கிடைக்க, நாங்கள் பெரிதும் மகிழ்ச்சியடைந்தோம். சின்னம்மா வாங்கி வந்திருந்த மளிகைப் பொருட்களைத் தீரும் வரை சமைத்தோம். அதுவும் இரவில் மட்டும் சமைத்து வந்தோம். பிறகு அதுவும் எப்போதாவது என்ற நிலைக்கு மாறியது.

குடியிருப்பின் (Quarters) வழியாகப் பல பொருட்கள் விற்கப்படும். தள்ளுவண்டிகளில் செல்லும் சில்வர் பாத்திரம் முதல் பூ வரை. அதில் ஒரு சில்வர் பாத்திர வியாபாரியின் தள்ளு வண்டியிலிருந்த பொருட்கள் என்னை வியப்பூட்டியது. ஸ்டீல் பாத்திரத்திற்கு எவர் சில்வர் பாத்திரம் என்றுதான் அழைப்பார்கள். அந்தப் பாத்திரங்களைப் பார்த்தபோதுதான் இந்த முறை ஊருக்குப் போகும்பொழுது அம்மாவிற்கு என்ன வாங்கிட்டுப் போகலாம் என்ற யோசனையே வந்தது.

அவரிடம் ஒன்றரை தம்ளர் தண்ணீர் பிடிக்கக்கூடிய எவர்சில்வர் தம்ளரும் சில சின்னத் தட்டுகளும் வாங்கிக் கொண்டேன். இப்பொழுது இருபத்தி ஏழு வருடம் ஆகிவிட்டது. அன்று வாங்கிய பாத்திரங்கள் இன்றும் என்னிடம் இருக்கிறது. வீடு பாகம் பங்கிடும்போது இரண்டு சில்வர் தம்ளர்களையும் அம்மா எங்களுக்கே கொடுத்தாள்.

கோச்சு பாக்டரி விடுதியின் வாழ்க்கை ஒன்றரை மாதம் உருண்டோடிப் போனது. அங்குள்ள பிரச்சனை என்னவென்றால் ஒரு நாள் விட்டு ஒரு நாள் இரவில் மாடு மாதிரி கஷ்டப்படவேண்டியிருக்கும். அது தண்ணீருக்காக. இரண்டு நாட்களுக்கு ஒரு முறைதான் அந்தப் பைப்பில் தண்ணீர் வரும். அதுவும் விடியற்காலம் மூன்று மணிக்கு வரும். ஒரு மணி நேரம் மட்டும்தான் வரும். அங்கிருந்த சிறிய டாங்கு, வீட்டிலிருக்கக்கூடிய சிறிதும் பெரிதுமான எல்லாப் பாத்திரங்களிலும் தண்ணீர் நிரப்பி வைத்துக்கொள்வோம். சின்னம்மா தனியாக இருந்ததினால் அங்குப் பெரிய பாத்திரங்கள் எதுவும் இல்லை. நாங்கள் குடத்தில் தண்ணீர் பிடித்துவந்து எல்லா பாத்திரங்களிலும் நிரப்பிக்கொள்வோம்.

தர்மடத்தில் வசிக்கும்போது கால் கழுவியும், இஷ்டத்துக்குத் தண்ணீர் இறைத்துக் குளித்தது, பல் துலக்கும்போது தேவை இல்லாமல் குழாய்களில் தண்ணீர் திறந்துவிட்ட செயல்கள் எல்லாம் நினைவிற்கு வரும். அங்குத் தேவையில்லாமல் தண்ணீர் வீணாக்கியதை நினைத்தபோது குற்ற உணர்வு ஏற்படும்.

சில சமயங்களில் நாங்கள் அனைவரும் ஆழ்ந்து தூங்கிவிடுவோம். காரணம் 4 பெக் சரக்கு அடித்துவிட்டு, அந்தப் போதையில் தூங்கிவிடுவோம். வெளியே தண்ணீர்த் தொட்டியில் தண்ணீர் விழும் சத்தமும் கேட்காது. தண்ணீர்த் தொட்டி நிரம்பி வழிந்து ஒரு மணி நேரத்திற்கு மேலாக வீணாகிக்கொண்டிருக்கும்.

நிலா வெளிச்சத்தில் ஒருமுறை அப்படிக் குடித்துவிட்டுப் போதை ஏறிப்போன ஓர் இரவில் நானும் முரளியும் ஒரு நண்பனும் மெதுவாக வீட்டிற்கு வெளியே கிளம்பினோம். விருந்தினர்களாக வந்திருந்த மூன்று நான்கு பேர் எங்கள் விடுதியில் தங்கியிருந்தார்கள். வரிசையாக இருக்கின்ற விடுதியின் கதவின் வழியாக நாங்கள் வெளியேறினோம். அந்தப் பாதை வழியே கவிஞர் குமாரனாசனின் கவிதைகளை உச்சத்தில் பாடிக்கொண்டு நடக்க ஆரம்பித்தோம். முரளி ஆரம்பித்து வைத்தான். அதைக் கேட்டுப் பதிலுக்கு மீதி கவிதையை நானும் பாடினேன். அப்படிப் பாடியபடியே நடந்துபோகையில் எங்கள் பக்கத்தில் வந்து ஒரு காவல்துறை ஜீப் பிரேக் அடித்து நின்றது. ஏறுங்கடா வண்டியிலே என்று திட்டிக்கொண்டே எங்களை வண்டியில் ஏற்றி ஸ்டேஷனுக்கு அழைத்துச் சென்றார்கள். எழுதியவர்கள், கார்ட்டூன் வரைந்தவர்களுக்கெல்லாம்கூட இந்த அரசு தண்டனை வழங்கியதைக் கேள்விப்பட்டிருக்கிறோம். ஆனால் குமாரனாசனின் கவிதையைப் பாடியதற்குக் கைது செய்யப்பட்டது உலகத்திலேயே நாங்களாகத்தான் இருப்போம்.

எங்களை ஸ்டேஷனுக்குக் கொண்டுபோய் சட்டையைக் கழட்டி உட்கார வைத்தார்கள். “உள்ளே ஏதுவும் போடவில்லை” என்று பொய் சொன்னதால் மானம் போகாமல் தப்பித்தோம். லாக்கப்பில் போட்டுக் கதவை மூடினார்கள். அந்தச் சுவர் அழிந்து சீழ் வடிவது மாதிரியாகத் தோன்றியது. மொத்தத்தில் அங்கு ஒரு துர்நாற்றம் வீசியது. சிறுநீர் கழிக்க ஏதாவது வழி இருக்கிறதா என்று தேடியபோது, ஆடு, கோழி திருடியவர்களைப் போல் அடையாளம் கொண்ட சில ஆசாமிகள் உட்கார்ந்திருந்தார்கள். வெளியே நிலா இறங்கிக் கொண்டிருப்பதுபோல் எங்களுக்குள் இருந்த போதையும் இறங்கிக் கொண்டிருந்தது. அப்போது அழுகிச் சீழ் வடிவது மாதிரி உணர்ந்த சுவரில் சாய்ந்து கொள்வதா, வேண்டாவா என்ற எண்ணத்தில் இருந்தேன். அதைக் குறுக்கிட்டு முரளி சொன்னான். “டேய் அனில், தாஸ்தயோவிஸ்கியே ஜெயிலில் இருந்திருக்கிறார்.” நம்ம எல்லாம் என்று ஆசுவாசப்படுத்தினான்.

அந்தச் சூழ்நிலையிலும் ஒரு நகைச்சுவை சம்பவம் நடந்தது. இரவு இரண்டு மணி இருக்கும். திடீரென்று ஜீப்பிலிருந்து வந்திறங்கிய ஒரு எஸ்.ஐ. கட கடவென்று உள்ளே வந்தார். எங்கள் லாக்கப்பில் இருந்த வாட்டஞ்சாட்டமான மனிதன் ஒருவனை வெளியே கொண்டுவந்து அவனைக் கை நீட்ட

சொன்னார். லத்தியால் கையில் மாங்கு மாங்கென்று அடித்தார். நாங்கள் நடுநடுங்கிப் போனோம். அடுத்தது நமக்குத்தான் என்ற பதட்டத்துடன் இருந்தோம். தாஸ்தயோ விஸ்கி ஜெயிலில் இருந்தார் என்ற பிம்பம் எல்லாம் மறைந்துபோனது. அடுத்தது நம்மதான் என்று ரகசியமாகச் சொன்னேன். ஆனால் விடியும் வரை எதுவும் நடக்கவில்லை.;

விடிந்ததும் எங்கள் அனைவரையும் வெளியே வரச் சொல்லி காலைக் கடன்களை எல்லாம் முடித்துவிட்டு வரும்படி கூறினார்கள். அங்கிருந்த அசௌகரியத்தைக் கண்டு மிரண்டு போய் அதைத் தவிர்த்தோம். அது முடிந்து பத்து இருபது நபர்களுக்குச் சேர்த்து ஆறு டீ கொண்டு வந்தார்கள். அதைப் பங்கிட்டுக் கொண்டார்கள். நாங்கள் தவிர்த்தோம்.

குமாரனாசானின் கவிதை உரத்த குரலில் பாடிப் போனவர்கள் திரும்பி வராததைக் கண்டு மிகவும் நடுநடுங்கிப் போயிருந்தார்கள் நண்பர்கள். ஆனால் எதுவும் செய்வதற்கில்லை. தொலைபேசி வசதியோ, கைப்பேசி வசதியோ எதுவுமில்லை.

விடிந்தபொழுது அவர் பக்கத்திலுள்ள காவல் நிலையத்திற்கு வந்து விசாரித்திருக்கிறார்கள். மாணவர்களாக இருந்ததாலும், வருமானம் ஏதுமற்றவர்களாக இருந்ததாலும், ஒவ்வொருவரிடமும் பத்து ரூபாய் என்ற கணக்கில் முப்பது ரூபாய் மாமூலைக் கொடுத்து நண்பர்கள் எங்களை விடுதலை செய்தனர்.

எங்களைக் காணாமல் போன சோகத்தில் அன்று இரவு முழுவதும் யாருமே தூங்கவில்லை. மூன்று மணிக்கு வருகின்ற தண்ணீரைப் பிடித்து வைக்க யாருமே நினைக்கவில்லை. இவ்வளவு பேர் தூங்காமல் இருந்தும்கூட அடுத்த இரண்டு நாட்களுக்கு அந்தச் சிறிய டேங்கில் விழுந்த தண்ணீரை மட்டுமே சேகரித்து வைக்க முடிந்தது.

●

தலைவர்கள் பெயரில் உள்ள தெருக்கள்

மகாலட்சுமி நகரில் இருந்த எங்கள் தெருவிற்கு வ.உ.சி.தெரு என்றும், ஆங்கிலத்தில் வி.ஓ.சிதம்பரனார் தெரு என்றும் பெயர். அந்த நகரத்திலுள்ள சின்னஞ்சிறிய தெருக்களுக்கெல்லாம் பெரிய பெரிய தலைவர்களின் பெயர்களை வைத்திருந்தார்கள். அந்தப் பக்கம் காமராசர் தெரு, இந்தப் பக்கம் அண்ணாதுரை தெரு என்று.

வ.உ.சி. என்று மிக மரியாதையுடன் அழைக்கக்கூடிய சிதம்பரனார், தெற்கு இந்தியாவின் சுதேசி இயக்கத்திற்குத் தலைமை ஏற்று, ஏழை மக்களுக்காக வழக்காடினார். இந்தியத் தொழிலாளர்களோடு ஆங்கிலேயக் கப்பல் கம்பெனி மிக மோசமாக நடந்துகொண்டதின்பேரில் மனம் வருத்தமடைந்து, 'சுதேசி ஸ்டீம் நேவிகேஷன்' என்றொரு கம்பெனியை ஆரம்பித்தார். அப்படித்தான் தமிழக வரலாற்றில் அவரைக் கப்பலோட்டிய தமிழன் என்று அழைக்கத் தொடங்கினார்கள். பிறகு நடிகர் சிவாஜி கணேசன் கப்பலோட்டிய தமிழன் என்றொரு படத்தில் வ.உ.சி.யாகச் சிறப்புற நடித்திருந்தார். வாழும்போதே தெருக்களுக்கு நம் பெயர் வைக்க வேண்டுமென்று போட்டி போடுகின்ற இக்கால அரசியல்வாதிகளுக்கு மத்தியில் சிதம்பரனாரைப் பற்றி நினைப்பதற்கே பெருமையாக உள்ளது.

ஒரு ஐம்பது மீட்டர் கொண்ட தெருவின் இரு புறமாகப் பதின்மூன்று வீடுகளும், இருபத்தைந்து குடும்பங்களுமாக வாழ்ந்து வந்தனர். அத்தெருவில் இரண்டாவது வீடுதான் எங்களுடையது. அங்கு ஒரு முறை ஐந்து குடும்பங்கள் தங்கியிருந்தனர். பிறகு அவை நான்காகச் சுருங்கின. ஐம்பது குடும்பம் என்று சொன்னால் அடுக்குமாடி குடியிருப்பு என்ற அர்த்தமல்ல. ஒரு வீட்டிலுள்ள ஐந்து பாகங்கள் (போர்ஷன்). கூட்டுக் குடும்பத்தில் தனித் தனியாகச் சமைத்துச் சாப்பிட்டுக் கொண்டு சண்டைச் சச்சரவுகள் இல்லாமல் இன்பத் துன்பங்களைப் பகிர்ந்துகொண்டு ஒரு முற்றம், ஒரு கிணறு, மோட்டார், மொட்டை மாடி, துணி துவைக்கும் இடம், தினம் தினம் பார்த்துப் பழகிய பக்கத்து வீட்டார்கள் என்று சந்தோஷமாக வாழ்ந்து வந்தோம்.

கிறித்தவக் கல்லூரியில் சேர்ந்த முதல் இரண்டு மாதம் ஈபர் இல்லத்திலும் (ஹாஸ்டல்), பிறகு சில நாட்கள் மகாலட்சுமி நகரிலுள்ள சிறிய வீட்டின் ஒரு பகுதியிலும் தங்கியதைத் தவிர கிட்டத்தட்ட நகர வாழ்க்கை முழுவதும் இந்த இரண்டாம் நம்பர் வீட்டில்தான் வாழ்ந்து வந்தேன். எதிர் வீட்டில் சாவித்திரியின் மூத்த அண்ணனின் குடும்பத்தினரும் தங்கிருந்தார்கள்.

நாங்கள் அங்குக் குடிபோனபோது சைதாப்பேட்டை தாத்தாவும், பாட்டியும் தங்கியிருந்தார்கள். அந்தத் தாத்தா இறந்த பிறகு வீட்டைக் காலி செய்துவிட்டுப் போய்விட்டார்கள். மழையானாலும்சரி, வெயிலானாலும்சரி தினமும் அதிகாலையில் நடைபயிற்சி செய்தார் தாத்தா. அவரிடம் இருந்த ஒரே ஒரு கெட்ட பழக்கம் புகைப்பிடிப்பதுதான். கடைசியில் புற்றுநோயால் பாதிக்கப்பட்டு இறந்துவிட்டார். அவர்களுக்குப் பிறகு வந்த ஒரு குடும்பம் வெளியில் சொல்லமுடியாத சில காரணங்களால் வீட்டைக் காலி செய்தனர்.

எங்கள் வீட்டுக்குப் பின்னால் இருந்த வீட்டில் பாண்டியனும், செல்வி டீச்சரும் தங்கியிருந்தார்கள்.

அந்த வீட்டின் மொட்டை மாடியில் கழிப்பறையோடு சேர்ந்த சிறிய அறை இருந்தது. நம்முடைய ஓட்டலில் இருக்கும் தனி ரூமளவுக்கு வராது. வீட்டின் உரிமையாளர் வரும்போது தங்குவதற்கான இடம்தான் அது. பிறகு அதுவும் வாடகைக்குக் கொடுக்கப்பட்டது. அப்படித்தான் கேரளா, பத்தனம் திட்டயிலிருந்து வந்த வர்க்கீஸ், ரினி மகன் ஜெரி போன்றவர்கள் எங்கள் கூட்டுக் குடும்பத்திற்குள் வந்து சேர்ந்தார்கள். கீழ்வீட்டில் அறை காலியாகும் வரை அந்த மொட்டைமாடியில்தான் தங்கி

இருந்தார்கள். அவர்கள் கீழே வந்ததும் கவிஞர் சி.ஏச்.ராஜன் அந்த மொட்டை மாடி அறையில் கொஞ்சநாள் தங்கியிருந்தார்.

சிதம்பரனார் தெருவிலிருந்த பல குடும்பங்கள் வீட்டைக் காலி செய்துவிட்டுப் போவதும் புதிய ஆட்கள் வருவதும் வழக்கமாக நடந்துகொண்டு இருந்தது. அப்படி சென்னை என்ற மாநகரத்தில் நூற்றுக்கணக்கான தெருக்களிலிருந்து எத்தனையோ குடும்பங்கள் வெளியேறுவதும், பதிலுக்குப் புதிய புதிய குடும்பங்கள் வந்து சேருவதும் தொடர்ந்து கொண்டேயிருந்தன.

வர்க்கீஸினுடைய குடும்பம் கீழே இருந்த விரிவான ஓர் அறைக்கு வந்தபோது, அவனுடைய நண்பனும் பத்தனம் தட்டை என்ற ஊரைச் சேர்ந்தவருமான இராஜன் என்பவர் அந்த மொட்டைமாடி அறைக்குக் குடி வந்திருந்தார். அவருக்கு இருபத்தெட்டு வயதிருக்கும். மிகவும் அடக்கமானவர்.

அதிகம் பேசமாட்டார். ஒரு நிழல் போல எங்கள் ஜன்னல் வழியே பார்த்தபடியே அவர் போவதும் வருவதுமாக இருந்தார். ஐம்பது கிலோ மீட்டருக்குத் தொலைவிலுள்ள அம்பத்தூரில்தான் இராஜன் வேலை பார்த்து வந்தார். இங்கே வந்து தங்குவதற்கு முக்கிய காரணம் அவருடைய தங்கையின் குடும்பம் பக்கத்தில் தங்கி இருந்ததினால். சில சமயம் அவர் கொஞ்சம் மது அருந்திவிட்டுத் தள்ளாடிப்போவதைப் பார்க்கலாம்.

அவருடைய சொந்த ஊரில் ஒரு வீடு கட்டிக் கொண்டிருந்தார். ஒரு முறை ஊரிலிருக்கும்போது வீடு கட்ட இறக்கிய கருங்கல்லில் ஒரு குடத்தை எடுத்து அடித்த போது சிதறி வந்த ஒரு பிசிறு இராஜனின் கால் பாதத்தின் நரம்பைப் பதம் பார்த்தது. அதற்கு அறுவை சிகிச்சையும் தேவைப்பட்டது. ஆனால் அது குணமடையவே இல்லை என்று இராஜன் சொல்லியதைக் கேட்டிருக்கிறோம். அதற்குப் பிறகு அவருடைய ஒரு கை கொஞ்சம் ஊனமாகி இருந்தாலும்கூட ஊரிலுள்ள வீட்டை எப்படியாவது கட்டி முடித்துவிட வேண்டும் என்ற எண்ணத்தினால் தினமும் வேலை செய்து பணம் சம்பாதித்துக் கொண்டிருந்தார். அவரை நேருக்கு நேர் சந்திக்க நேரிடுகிறபொழுது அவர் முகத்தில் ஒரு கனவைச் சுமந்துகொண்டிருப்பதை உணர முடிந்தது. நண்பன் வர்க்கீஸோடு பேசும்பொழுதெல்லாம் அந்தக் கனவைப் பற்றித் தொடர்ந்து சொல்லிக்கொண்டேயிருந்தார். வீட்டு வேலையை முடித்த பிறகு திருமணம் செய்து கொள்ள வேண்டுமென்பதுதான் அவர் கனவு.

ஒரு நாள் இரவு இராஜன் மிகவும் தாமதமாக வருவதை நாங்கள் பார்த்தோம். நடக்கும்பொழுது கொஞ்சம் தள்ளாடுவது போன்று எங்களுக்குத் தோன்றியது. இன்றைக்குக் கொஞ்சம் அதிகமாகிவிட்டதா சார் என்று கேட்கலாமென்று தோன்றியது. நான் கேட்கவில்லை. எங்கள் வீட்டு ஜன்னல் வழியே அவர் உள்ளே பார்ப்பது வழக்கம். அன்று அவர் பார்க்காமலே மேலே ஏறிபோய்விட்டார். அடுத்தநாள் ஞாயிற்றுக் கிழமை என்றதால் காலையில் சோம்பலாகப் படுத்திருந்தோம். வெயில் உச்சிக்கு வந்த போதுதான் விழித்தோம்.

திடீரென்று மேலே இருந்து ஓர் அலறல் சத்தம் கேட்டது. அது இராஜன் சார் தான். சுந்தரியின் குரல் என்று புரிந்துகொண்டோம். உடனே நாங்கள் மேலே ஓடினோம். அவள் பயந்து நடுங்கிக் கீழே இறங்கி வந்து கொண்டிருந்தாள். அவள் எதுவும் பேசாமல் கையை மட்டும் மேலே காட்டினாள். எங்களுக்கு எதுவும் புரியவில்லை. ஓடிப்போய் பார்த்தால் அவள் மொட்டை மாடியில் முருங்கைக்காய் பறிக்க வந்திருக்கிறாள் என்றும், அவள் ஓடிய இடமெல்லாம் முருங்கைக்காய் சிதறிக் கிடந்ததையும் கண்டோம்.

அதற்குப் பக்கத்தில் பார்த்தபோதுதான் நாங்களும் நடுங்கிப் போனோம்.

விரிந்து கிடக்கின்ற மொட்டை மாடியின் இடது பக்க மூலையில் தன்னுடைய அறைக்கு முன்னால் வணங்குவது மாதிரி இராஜன் படுத்திருந்தார். அவரின் காலிலிருந்து வழிந்துபோன இரத்தம் தரையில் முழுவதும் உறைந்திருந்தது. இராஜன் என்ற அடக்கமான அந்த இருபத்தெட்டு வயதுக்காரன் தன் கனவுகளை நனவாக்க முடியாமல் இந்த உலகத்திலிருந்து விடைபெற்றார்.

சென்னையின் கடும் வெயிலில் இராஜனின் தோல் வெந்திருந்ததுபோல் எனக்குத் தோன்றியது.

இராஜனின் கையில் சாவி இருந்தது. பூட்டைத் திறப்பதற்குள் கீழே விழுந்திருக்கவேண்டும். கிட்டத்தட்ட பத்துப் பதினான்கு மணிநேரம் அப்படியே படுத்திருக்கக் கூடும். எங்கள் கூட்டுக் குடும்பத்தில் இப்படி ஒருவர் இறந்து கொண்டிருந்தபோது நாங்கள் கீழே தொலைக்காட்சி பார்த்துக் கொண்டிருந்திருக்க வேண்டும். மொட்டை மாடியில் நாங்கள் அனைவரும் சலனமற்றவர்களாக நின்று கொண்டிருந்தோம்.

கப்பலோட்டிய தமிழன் பெயர் கொண்ட தெருவானாலும் அந்தப் பக்கம் இந்தப் பக்கம் நடக்கும் சில விஷயங்கள்கூட யாருக்குமே தெரியாமல் போய்விடுகிறது.

●

சேரிகளின் சிறிய வாழ்க்கை

பல பேரை முட்டிமோதிக்கொண்டு கூட்ட நெரிசலில் முந்தியடிச்சு வெளியே வந்தபோது முதலில் திறந்தது என் மூக்குத்தான். கண்ணுக்கும், காதுக்கும், இதயத்துக்கும் அப்புறம்தான் உணரமுடிந்தது. மூச்சு முட்டுவது மாதிரியான ஒரு துர்நாற்றம் வீசியது. அது அந்த நகரத்தில் தொடர்ந்து வீசும் துர்நாற்றம் என்று பிறகுதான் தெரிந்துகொண்டேன்.

ஒரு மாநகரத்தை முதன் முதலாக அனுபவித்தபோது எனக்குப் பல தரப்பட்ட பிரமிப்புகள் ஏற்பட்டன. ஒரு வேலைக்காக விண்ணப்பம் போடுவதற்காக வந்த எனக்கு சென்னை பரிச்சயமற்றதாகக் காட்சியளித்தது.

பிறகு படிப்பதற்காக அங்குச் சென்று வாழ்ந்தபோது பரிச்சயமற்ற காட்சிகள்கூட மிகப் பரிச்சயமாகிப் போனது. காலப்போக்கில் அந்தக் காட்சிகள் அலுப்பை ஏற்படுத்தின.

மாநகரங்களின் பகட்டு வாழ்க்கைக்குப் பின்னால் சேரிகளின் பரிதாபக் காட்சிகள் நம்மை வேதனைக்குள்ளாக்கும். மிகவும் பின்தங்கிப் போனவர்களும் விளிம்புநிலையில் இருக்கக்கூடியவர்களும் வசிக்கும் இடம்தான் சேரி. அசுத்தமான சுகாதாரமில்லாத, மிகவும் நெருக்கடியான ஓரிடம். நிறைய குற்றவாளிகள் இருக்குமிடமும் அதுதான். நிறைய சிசு மரணம் ஏற்படுவதும் அங்குதான். சில சமயம் மழை, கடும் வெயில், காற்று

போன்றவற்றின் சீற்றங்களால் காணாமல் போய்விடும் அவர்களின் குடிசைகள். அதுதான் அவர்களின் வாழ்க்கை.

ஒரு கேமரா எடுத்துக்கொண்டு அந்தச் சேரிக்குள் நுழைகிறோம் என்றால், அவர்களின் பிரச்சனைகளுக்குத் தீர்வு காண்பதற்காகவோ, சம்பந்தப்பட்ட அதிகாரிகளின் கவனத்தில் கொண்டு வருவதற்காகவோ நம்மைத் தேடி வந்திருக்கிறார்கள் என்று நினைத்துக்கொள்வார்கள். எந்தப் பத்திரிக்கையில் இருந்து வந்தீர்கள் என்றுகூடச் சில சமயம் கேட்பார்கள். பிறகு அவர்களுடைய வறுமை குறித்துக் கடுமையான வார்த்தைகளில் அவர்கள் விளக்குவார்கள். தண்ணீர் பிரச்சனை, தெருவிளக்குப் பிரச்சனை, கழிவறைப் பிரச்சனை, வயது பெண்களுக்குப் பாதுகாப்பின்மை போன்ற பிரச்சனைகளை எல்லாம் கும்பலாகச் சேர்ந்து கூறுவார்கள். அரசாங்கத்தைப் பழித்துப் பேசுவார்கள்.

சேலையூர் வீட்டிற்குப் பக்கத்தில் ஆதிநகர் சேரிக்குப் போனபோது வீடுகளின் மண் சுவர்களைக் காட்டினார்கள். அந்தச் சுவரில் பாதிக்கு மேல் தண்ணீர் நின்ற அடையாளத்தைக் காணமுடிந்தது. சென்னையில் நல்ல மழைக்காலங்களில் வெள்ளம் பெருக்கெடுத்து ஓடும்போது கீழ்மட்ட பகுதிகளில் இருக்கும் வீடுகள் தண்ணீரில் மூழ்கிவிடும். அப்போது அவர்கள் கிராமத்திலிருக்கும் தன்னுடைய சொந்தக்காரர்களுடைய வீட்டில் அடைக்கலம் தேடிப்போய்விடுவார்கள். நகரத்தின் துர்நாற்றம் மூக்கை நுழைந்தபோது அவர்கள் வீட்டின் முன்னால் இருக்கும் சாக்கடையைச் சுட்டிக்காட்டி ஆதி நகரிலுள்ள பிரபலமான கிறித்துதாஸ் மருத்துவ மனையிலிருந்து வெளியேறும் கழிவுகள், அவர்கள் வீட்டில் முன்புறமாகவும், வீட்டிற்குள்ளாகவும் ஒழுகி வந்துவிடுகிறது. அவை மலஜலங்கள், அறுவைச் சிகிச்சை முடிந்த பிறகு வருகின்ற கழிவுகள் போன்றவைகளே. அந்த மருத்துவமனையின் பெயர் 'கிருஸ்து என்றல்ல கிறிஸ்துதாஸ்' என்றாகும். 'அய்யா இதைப் பத்திரிக்கையில் எழுதி, இந்தப் பாவிங்க கிட்ட இருந்து எங்களைக் காப்பாத்துவீர்களா?' என்று கெஞ் சினார்கள். பிரார்த்தனைகளை ஏற்றுக்கொள்ளக்கூடிய மேல்தட்டு மக்களல்லர். நாங்கள் என்று வேதனையாகச் சொன்னார்கள். எங்களின் உடையையும், கேமராவையும் பார்த்து அவர்கள் தவறாகப் புரிந்துகொண்டார்கள் என்று தெரிந்தது.

பிரபலமான ஆட்டோமொபைல் கம்பெனி என்ற கார் தயாரிக்கும் தொழிற்சாலைக்காக இருபத்திரெண்டு கிராமங்களைக்

காலி செய்ய வைத்தார்கள். நன்றாக விளைச்சல் தரக்கூடிய வயல்கள் கொண்ட இடம்தான் பெரும்பகுதி. கிராமமும், அங்குப் பெரும் பகுதி மக்களும் விவசாயிகளாக இருந்தார்கள்.

வசதியான வாழ்க்கை ஒவ்வொரு வீட்டிலிருந்தும் ஒருத்தருக்கு கார் பேக்டரியில் வேலை தருவதாகச் சொல்லி, ஆசையைத் தூண்டிவிட்டுத் திராவிடக் கட்சியின் அரசியல்வாதிகள் அவர்களை எல்லாம் காலிசெய்ய வைத்தார்கள். அந்தப் பேக்டரியில் (தொழிற்சாலை) இருந்து தயாரிக்கின்ற கார்கள் இந்தியாவில் விற்பனையில்லை. குறைந்த முதலீட்டில் கார் தயாரித்துத் தன்னுடைய நாட்டு மக்களுக்குக் கொடுப்பதற்காகப் போர்டு (Ford) கம்பெனியின் தந்திரத்தில் திராவிடக் கட்சித் தலைவர்கள் விஷயம் தெரியாமல் அதில் மாட்டிக்கொண்டார்கள். இதுவும் ஒரு கிழக்கிந்தியக் கம்பெனி (East India Company) என்பதைக் கருணாநிதியும், ஜெயலலிதாவும் புரிந்துகொள்ளாமல் தமிழ்நாட்டை வல்லரசாக்கவேண்டும் என்ற கனவில் அதை மறந்துபோனார்கள்.

கடைசியில் இருபத்திரண்டு கிராமங்களைச் சார்ந்த மக்கள் அனைவரும் நடுத்தெருவில் வந்து நின்றார்கள். போர்டு கார் தயாரிப்பு நிறுவனத்தில் அந்தக் கிராம மக்களுக்குக் கிடைத்த வேலை துப்புரவுப் பணியும், கழுவும் பணியும், செக்யூரிட்டி வேலை போன்றவைதாம். அவர்களுடைய சொந்த நிலத்தின் உரிமையாளர்களாக இருந்தவர்கள் அடிமைகளாகிப் போனார்கள். வருமானம் இல்லாதவர்கள் சிலர் திருடர்களாகிப் போனார்கள். பெண்கள் சில பேர் விபச்சாரர்களாகிப் போனார்கள். தாம்பரம்

நான்கு வழிச் சாலைகளாகவும் ஆறுவழிச் சாலைகளாகவும் புதுப்பித்தபோது கம்யூனிஸ்ட் தலைவர் ஜீவாவின் சிலைக்குக்கீழ் அமர்ந்து கீரைகள் விற்றுக் கொண்டு வாழ்க்கையை நடத்திய பெண்களும்கூட நடுத்தெருவுக்கு வந்துவிட்டார்கள்.

நகரில் உள்ள மகாலட்சுமி வீட்டிற்குப் பக்கத்தில் இருக்கும் சேரியில் இருந்துதான் எங்களைப் போன்ற நடுத்தரக் குடும்ப மக்களுக்கு வீட்டு வேலை செய்யும் வேலைக்காரர்கள் வருகிறார்கள். இந்த மாநகரில் இருக்கக்கூடிய சேரிகளைக் குறித்து ஒரு கருத்துப் பரவலாக உள்ளது. அதாவது சேரிகள் உருவாக்குவதும் அதை நாட்டுவதும் சுகபோகமாக வாழ்ந்துவரும் நடுத்தர மக்களின் தேவையாகும். நூறு ரூபாய்க்கு ஒரு நாள் முழுதும் வேலை செய்ய ஒரு பெண் கிடைப்பாள். கூலி கூடுதலாகக் கேட்டால் அவளை நிறுத்திவிட்டு வேறு ஒரு பெண்ணை வேலைக்கு வைப்பார்கள்.

எங்கள் வீட்டு வேலைக்கு வந்தவர் மாலா என்ற ஓர் அம்மா. அவர்களுக்கு மூன்று பெண் குழந்தைகள். குடிகாரக் கணவனுமிருந்தான். அவள் கிராமத்தில் இரண்டு ஏக்கர் விவசாய நிலமிருந்தது. வறட்சி காரணமாக வேலை இல்லாமல் கிராமத்திலிருந்து வாரத்தில் இரண்டு அல்லது மூன்று நாள் வேலைவாய்ப்பு முகாமிற்கு வந்தார்களாம். அப்படித்தான் மாலாவின் வாழ்க்கை ஆரம்பமானது.

ஒரு விசேஷத்துக்காகக் கோழி வாங்க அன்பழகனின் கடைக்குப் போயிருந்தேன். கோழியின் தோல் உரித்துக் கொண்டிருப்பதற்கிடையில் கோழியின் காலை வெட்டி ஒரு பாத்திரத்திற்குள் போட்டார். நான் அவரிடம் கேட்பேன், இது எதற்கு? என்ன சார், இது தெரியாதா உங்களுக்கு? இந்தக் காலைக் கொண்டுபோய் மசாலா போட்டு வறுத்துப் பக்கத்தில் இருக்கும் சேரியில் சாராயத்திற்கு சைட்டிஷாகச் சாப்பிட விற்பேன் என்றார். ஒரு கோழிக் காலுக்கு ஒரு ரூபாய் விலை.

சில பண்டிகைகளின்போது தொலைக்காட்சியில் ஐந்து, ஆறு திரைப்படங்களுக்கு வாடகைக் கொடுத்து, இரவு முழுக்க சேரி மக்கள் ஒன்றாக அமர்ந்து சினிமா பார்ப்பார்கள். எப்படிப்பட்ட வறுமையிலும்கூட அக்கம்பக்கம் இருக்கின்ற கோயில்களில் காணிக்கை செய்யவும், வேண்டுதல் செய்யவும் பெண்கள் பணத்தைச் சேகரித்து வைப்பார்கள்.

வீட்டிற்குப் பக்கத்தில் இருக்கும் சேரியின் பின்புறத்தில் உருவான நடுத்தரமக்கள் வாழும் காலனியில்தான் இப்ராஹிமும், மனைவி லதாவும் ஒரு வீடு கட்டினார்கள். கேரளா, காசர்கோட்டைச் சார்ந்த பிரபல எஞ்சினியரும், புகைப்பட கலைஞருமான முன்டோள் என்பவர்தான் அந்த வீட்டை வடிவமைத்தவர். ஒரு மாலையில் நாங்கள் அந்த வீட்டில் அமர்ந்து பேசிக் கொண்டிருக்கையில் இப்ராஹிம் திடுக்கிட்ட ஒரு சம்பவத்தைக் கூறினார்.

“நேற்று இராத்திரி வீட்டிற்கு நடந்து வரும்போது ஒரு பெண்ணின் பரிதாபமான அழுகையின் குரல் கேட்டது. திடீரென்று என்னைத் தாண்டி அந்த ஆட்டோ கடந்து சென்றது. அதில் மூன்று நான்கு கொடூர மனிதர்களிடம் கிடந்து தவித்துக் கதறிக் கதறி அழுதுகொண்டிருந்தாள் அந்தப் பெண்.”

இப்ராஹிம் அந்தச் சம்பவத்தைக் கூறியபோது நாங்கள் நடுநடுங்கிப் போனோம்.

●

பசியா? மானமா?

வாழ்க்கை என்பது எவ்வளவு சின்னச்சின்ன தருணங்களை எல்லாம் கடந்துபோகிறது என்று சில சமயம் தோன்றும். சாவித்திரி உடனிருந்த சமயங்களில் மேசைமேல் கொண்டுவந்து வைக்கின்ற சாப்பாடு இல்லாவிட்டால், சொந்தமாகச் சமைத்து உண்ட பிறகு கல்லூரிக்குச் சென்று, தினமும் இரண்டுமணி நேர வகுப்பு எடுப்பது, இல்லாவிட்டால் ஆசிரியர் யூனியனைச் சார்ந்த தோழர்களிடம் அரட்டை அடிப்பது. பிறகு வீட்டிற்குத் திரும்பி வந்து அக்கம் பக்கம் உள்ளவர்களிடம் சுவாரசியமான விசயங்களைப் பகிர்ந்துகொள்ளவதென்று ஒவ்வொரு நாளும் கடந்துப்போனது.

எங்கள் வீட்டின் வலது பக்கமாகத் தங்கியிருந்த சிதம்பரப் பிள்ளை என்பவர் நாகர்கோயிலைச் சார்ந்தவர். மிகப் பெரிய கஞ்சன். போதாதற்கு அதிக லஞ்சம் வாங்குவார். அலுவலகத்துக்குப் போகும்போது உணவு கொண்டு போய்விடுவார். போய் வருவதற்கான பஸ் கட்டணமாக வெறும் நான்கு ரூபாயை மட்டுமே பாக்கெட்டில் வைத்திருப்பார். ஒரு நாள் அலுவலகத்திலிருந்து திரும்பி வரும்போது சட்டைப் பாக்கெட்டில் இருந்த கடிதத்தை எடுத்துத் தபால் பெட்டியில் போடும்போது பஸ் கட்டணத்திற்காக வைத்திருந்த இரண்டு ரூபாயும் சேர்ந்து கடிதத்தோடு போட்டுவிட்டார். மாநகரமல்லவா! பஸ் ஸ்டாப்பில் அறிமுகமுள்ள யாருமே அவ்விடம் இல்லை. நீண்ட நேரச் சிந்தனைக்குப் பிறகு அந்த ஆசாமி பஸ்ஸில் ஏறினார். நடத்துநர் வரும்போதெல்லாம்

நைஸ்ஸாக அவர் கண்ணில் படாமல் ஒளிந்துகொண்டு அடுத்த ஸ்டாப்பில் வந்து இறங்கி பிறகு கூட்ட நெரிசலில் உள்ள ஒரு பஸ்ஸில் ஏறி, திருட்டுத் தனமாக நழுவிக் கொண்டு வீட்டிற்கு வந்து சேர்ந்தார். அதன் பிறகு, சிதம்பரம்பிள்ளை கடிதம் அனுப்பியது மாதிரி என்ற சொல் வேடிக்கையாக மஹாலட்சுமி நகர் முழுவதும் பிரபலமாகிப்போனது.

எதிர்வீட்டில் தங்கியிருந்த ஆங்கில ஆசிரியரான இராஜகோபாலன் சார் அவருடைய வாழ்க்கை பற்றி எழுதிய பேரா. இராஜகோபாலனின் 'சௌகர்ய சிந்தனைகள்' புத்தகம் வெளிவந்தது. சாரின் மனைவி விஜியும், சாவித்திரியும், அண்ணனின் மனைவியான பிரபா அக்காவும் சேர்ந்து பேசிக் கொண்டிருக்கையில் அணில் கடித்த கொய்யாப்பழம் எனக்கு மிகவும் பிடிக்கும் தெரியுமா என்று விஜி சொல்ல, அதைக் கேட்டு சாவித்திரி திடுக்கிட்டாள்.

இது எப்படி நடந்தது? சொந்தக் கணவன் கடித்த கொய்யாப்பழத்தை வேறு ஒரு பெண்ணிற்குக் கொடுப்பதைச்

சாவித்திரி அல்ல; சீலாவதியானாலும் ஏற்றுக் கொள்ளமாட்டாள். அப்போதுதான் சொல்லில் ஏற்பட்ட பிழை பற்றி விஜிக்கு உரைத்தது. அய்யய்யோ கடவுளே! நான் சொன்னது அப்படியல்ல. உங்க அனில் அல்ல; அணில் கடித்த கொய்யாப்பழம்தான் சொன்னேன்.

எதிரில் மூன்று வீட்டிற்கு அந்தப்பக்கம் தமிழ் ஆசிரியரான இராஜகோபாலன் சார் தங்கியிருந்தார். தமிழ்ப் பட்டிமன்ற மேடைகளில் சிறந்த பேச்சாளராக இருந்தார். அவருக்கு மூன்று ஆண் குழந்தைகளில் இரண்டாவது மகனான குறிஞ்சிவேந்தன் இளங்கலைத் தமிழ்ப் படித்துக்கொண்டிருந்தான். ஆசிரியர்களான நாங்கள் நடத்திய போராட்டத்திற்கு இரகசியமாக ஊக்கமளித்த மாணவர்களில் ஒருவர் அவர். ஒரு முறை மானமா பெரிது? பசியா பெரிது? என்றொரு வாதம் வீட்டின் முற்றத்தில் வைத்து நடத்தியபோது மானம்தான் மனிதனுக்குப் பெரிது என்று தமிழ்ப்பண்பாட்டின் பல வரிகளைச் சுட்டிக்காட்டி உணர்ச்சிப் பொங்க வாதாடினான். பிரபா அக்கா, சிதம்பரப்பிள்ளையின் மனைவி மகராசியம்மா போன்றவர்களும் அவன் பேசிய விசயத்தோடு ஒத்துப்போனார்கள். பசிதான் பெரிது. அதை அடக்கத்தான் மனிதன் முதலில் முக்கியத்துவம் கொடுப்பான் என்றும், பசி என்பது மனித உடலில் இயற்கையாக உள்ளது என்றும், மானம் என்பது மனிதன் உண்டாக்கிக் கொண்டதென்றும் நான் பேசினேன். காலத்திற்கேற்பக் கோலம் மாறும் என்பது இயல்பு. மற்றவர்கள் என்னை நோக்கிச் சீறினார்கள்.

வீட்டு ஓனர் கரண்ட் பில் யூனிட்டுக்கு நான்கு ரூபாய் ஏற்றியது, பக்கத்து வீட்டில் சிஸிலியன் நாய் ஊளையிடும் சத்தமும், மூன்று மாதமாகப் பஞ்சாயத்திலிருந்து துப்புரவிற்காக ஆள் வராதது, எண்ணெய் காயும்போது கடுகிற்காகப் பக்கத்து நாடார் கடைக்கு ஓடிச் செல்வது போன்ற சம்பவங்களுக்கிடையில் பல குடும்பங்கள் தங்கியிருந்த அந்த வீட்டில் சில பேர் காலி செய்து போனார்கள். பதிலுக்குச் சிலர் புதிதாக வந்து சேர்ந்தார்கள். சில சமயம் எங்கள் தெருவுக்குப் பூம் பூம் மாடு வரும். நமது எதிர்காலம் எப்படி இருக்குமென்றும், நமக்கு வரப்போகின்ற நலனைக் குறித்தெல்லாம் பூம் பூம் மாடு கொண்டு வருபவர் எதிர் சொல்லுவார். அதைக் கேட்டு அந்தப் பூம் பூம் மாடும் அதெல்லாம் சரி என்று ஒப்புதல் தரும். அது ஒரு நம்பிக்கை.

மழையானாலும் வெயிலானாலும் மருத்துவம் பார்த்துக் கொண்டிருந்த போதிலும்கூட, காலையில் வழக்கமாக நடைப்பயிற்சியைத் தொடர்ந்து கொண்டிருந்த சைதாப்பேட்டை தாத்தாவின் தொண்டையில் கேன்சர் வந்து இறந்துபோனார். அதன் பிறகு, பாட்டி தனியாகிப் போனதால் அவர்களின் குழந்தைகள் வந்து பாட்டியை அழைத்துப் போனார்கள். அந்தக் காலியிடத்திற்குப் புதிதாக ஒரு குடும்பம் வந்து சேர்ந்தது. அப்பா, அம்மா, அழகான இரண்டு குழந்தைகளும். தென்னிந்தியாவைச் சார்ந்த முகச்சாயல்கள் அவர்களுக்கு இருந்தாலும்கூடத் தமிழரான அவருக்கு எதையோ இழந்தது போன்ற வருத்தம் முகத்தில் இருந்தது. அதனால் அவர் எப்போதும் கொஞ்சம் கோரமான முகத்துடன் காணப்பட்டார். அவர் மனைவி கொஞ்சம் கருப்புத்தான். ஆனால் குழந்தைகள் வெள்ளை நிறம். பக்கத்தில் உள்ள ஒரு பள்ளியில் படித்துவந்தார்கள்.

அந்தக் குடும்பம் சீக்கிரமாகவே எங்கள் கூட்டுக் குடும்பத்தோடு ஐக்கியமாகிப் போனார்கள். அப்பா கௌரவமாக இருந்தாலும், அம்மாவும் குழந்தைகளும் எங்களோடு நன்றாகப் பழகினார்கள். பள்ளிக்கூடத்திற்குப் போகும்போதும் வரும்போதெல்லாம் என்னிடம் பேசுவதும், பள்ளிக்கூடத்தில் நடக்கும் பல சுவாரசியமான சம்பவங்களை என்னிடம் பகிர்வதும் வழக்கமானது. காலையிலும் மாலையிலும் அந்தக் குழந்தைகளின் சிரிப்பைப் பார்ப்பது மகிழ்ச்சியாக இருந்தது.

அந்தத் தெருவிலிருக்கின்ற ஆண்கள் வேலைக்குப் போவது போல் அந்தக் குழந்தைகளின் அப்பா நேரத்திற்குப் போவதையோ, திரும்பி வருவதையோ நான் பார்த்ததில்லை. ஏதோ ஒரு வேலை இருக்கிறதென்று மட்டும் அவர் மனைவி சொல்லியிருந்தார்கள். பிறகு அந்த வேலையும் போய்விட்டது என்றும் சொன்னார்கள். பிறகு நான் அதைப் பற்றி நான் எதுவும் கேட்கவில்லை.

எல்லா வீடுகளிலும் உறவினர்கள் வருவார்கள். ஐந்து குடும்பங்கள் இருப்பதால், உறவினர்கள் யார் வீட்டிற்கு வந்திருக்கிறார்களென்று கண்டுபிடிக்க முடியாது. அதை யாரும் கேட்டுக்கொள்ளவும் மாட்டோம். என் வீட்டிற்குக் காரில் எந்தவொரு உறவினரும் வந்ததில்லை. ஆனால், அவர்கள் வீட்டுக்கு எப்பவும் கேட்டுக் கேட்டு சிலர் வந்து போனார்கள். ஆரம்பத்தில் அதில் எந்தச் சந்தேகமும் தோன்றவில்லை.

சொந்தமாக வீடு கட்டிய எங்கள் வீட்டிற்குப் பின்னால் குடியிருந்த பாண்டியன் குடும்பம் காலி செய்து போனபிறகு சில மாதங்கள் கழித்துப் பாண்டியன் அவங்க வீட்டு மாடியில் இருந்து கீழே இறங்கி வருவதைப் பார்த்தபோது எனக்கொரு சந்தேகம் தோன்றியது. இவருக்கு இங்கு என்ன வேலை? என்னிடம் நன்றாகப் பேசக்கூடியவர். என்னைக் கண்டு எதுவும் பேசாமல் கடந்துசென்றபோது எனக்குள் சந்தேகம் அதிகமானது. அதற்குள் எங்கள் காம்பவுண்டுகளில் அங்கு வந்து போகின்ற உறவினர்கள் பற்றிக் கிசு கிசுக்கள் எழுந்தன.

மூத்த பெண் குழந்தையை அவர்கள் காசிற்காக விற்றுக் கொண்டிருந்தார்கள். வட்ட முகம் கொண்ட அவளை நினைத்து நாங்கள் மிகவும் வேதனைக்குள்ளானோம். என்னிடம் வந்து சிரித்துப் பேசிப்போகும் அவளின் தங்கைகூட இந்தச் சம்பவத்திற்குப் பிறகு தேம்பியழுத முகபாவத்துடன் என்னைக் கண்டு விலகி விலகிப் போனாள். பிறகு அந்த இரண்டு குழந்தைகளுடைய காலை வணக்கம், இரவு வணக்கம் எனக்கும், என் மனைவிக்கும் கிடைக்காமலே போனது.

மேல் மாடியில் நான்குபேர் பசியோடு இருந்ததை யாரும் கவனிக்கவில்லை. அதனால் பணத்திற்காக மானத்தை விற்கவேண்டிய சூழல் அவர்களுக்கு ஏற்பட்டது.

இந்த விசயம் சிதம்பரனார் தெருவில் பரபரப்பாகப் பேசப்பட்டது. எங்க வீட்டு ஓனர் (உரிமையாளர்) தொலைபேசியில் அழைத்து யாரோ புகார் பண்ணிருக்காங்க. அதனால் அவரின் கோபம் தலைக்கு ஏறிப் போய் அந்தக் குடும்பத்தை உடனே காலி செய்ய வைத்தார்.

சில மாதங்களுக்குப் பிறகு, கேம்ப்ரோடு ஜங்க்ஷனில் பள்ளிக்கூடத்திற்குச் செல்வதற்காக நின்று கொண்டிருந்த அந்தக் குழந்தையைப் பார்த்தேன். என் பக்கத்தில் வர அவள் தயங்கினாள். நான் அவளைப் பார்த்துச் சிரித்தபோது என் அருகில் வந்து நின்றாள். கொஞ்ச நேரம் எதுவும் பேசாமல் என் முகத்தையே பார்த்து நின்றாள். பிறகு தயங்கித் தயங்கி அவள் என்னை 'அங்கிள்' என்று அழைத்தாள்.

"என்னம்மா" என்பதற்குள் என் கண்களில் நீர் வழிந்தன.

●

“விளிம்பு நிலை பெண்கள்”

எங்களுக்கு வீட்டு வேலை செய்ய ஆரம்பத்தில் மும்தாஜ் என்ற பெண் கிடைத்தாள். அவள் பார்க்க வெள்ளை நிறத்தில் இருந்தாள். மெலிந்த உடலில் சோர்வின் அடையாளம் வெளிப்பட்டது.

அவள் தினமும் பாத்திரம் கழுவி, வீட்டைப் பெருக்கி, துணி துவைத்துப் போகும் வேகத்தைப் பார்த்தால் குழந்தையை கிணற்று மேலுள்ள திட்டில் படுக்க வைத்துவிட்டு வந்திருப்பதாகத் தோன்றும். ஆனால் அந்த அவசரத்திற்கும், பரபரப்பிற்கும் பின்னால் ஒரு காரணமிருந்தது. இப்படி பல வீடுகளுக்குப் போய் வேலை செய்தால் மட்டுமே வாழ்வதற்கான வருமானம் ஏதாவது அவளுக்கு கிடைக்கும்.

‘எங்களைப்போன்ற மிடில்கிளாஸ் வீடுகளில் போய் இப்படி வேலை செய்தால், ரூ.100-லிருந்து 150 வரை மாத சம்பளம் கிடைக்கும். அப்படி ஐந்து வீடுகளில் வேலை செய்தால் கிட்டத்தட்ட 750 ரூபாய் வரை கிடைக்கும். பின்பு எங்கள் வீடுகளில் இருந்து சூடானதோ அல்லது சூடு ஆறியதோ, பழையதோ அல்லது ஒரு வாரம் பிரிட்ஜில் வைத்ததோ என மீந்த உணவுப்பொருட்கள் இனாமாக அவளுக்குக் கிடைக்கும். அப்படி ஒரு சலுகையும் உள்ளது.

பத்து ரூபாய் சம்பளம் உயர்த்தித்தர வேண்டும் என்று ஏதாவது வீட்டு வேலைக்காரி கேட்டுவிட்டால், எங்கள் மஹாலஷ்மி

நகரிலுள்ள அரசாங்க ஊழியர்களும், பேராசிரியர்களும், வியாபாரிகளும் ஒரே அங்கலாய்ப்புக்கு உள்ளாகிவிடுவார்கள்.

"பாத்தீங்களா அவ சம்பளம் ஜாஸ்தி கேக்குறா" என்று சொல்லுவாங்க. அப்புறம் வேறு வழியில்லாம பத்து ரூபாய் ஏத்திக் கொடுத்த பிறகு விலைவாசியெல்லாம் இப்படியே ஏறிட்டே போனா நீ தான் என்ன பண்ண முடியும்னு சொல்லுவாங்க.

ஐந்து வீடுகளில் ஏறி இறங்கி வேலைப்பார்க்கும் அவசரத்தில் தன்னை சுத்தமாக வைத்துக்கொள்ள கூட மும்தாஜுக்கு நேரம் கிடைக்காது என்று தோன்றும். அப்படித்தோன்ற காரணம் நாங்க தினமும் இரண்டுமுறை குளிப்போம். ஆனால் என்ன பண்றது வேறு வழி இல்லை என்று புன்முறுவலோடு தினமும் மும்தாஜை வரவேற்போம்.

மும்தாஜின் கணவன் அவளை விட்டுவிட்டு ஓடிப்போயிட்டான். அவளுக்கு மூன்று குழந்தைகள் உள்ளது. இரண்டு நேரமாவது அந்தக் குழந்தைகளுக்கு ஏதாவது உணவு தர அந்தப்பெண் படும்பாடு எங்கள் அனைவருக்கும் தெரியும்.

அப்படி இருக்கும்போது வெளிநாட்டில் வீட்டு வேலைக்குப் போவதாக எங்களிடம் வந்து கூறினால் மும்தா. ஜாப் விசாவா? விசிடிங் விசாவா? சம்பளத்திப் பத்தி கறாரா பேசியாச்சு போன்ற எங்கள் கேள்விகளுக்கெல்லாம் பதில் சொல்ல மும்தாஜ்-க்கு

தெரியவில்லை. மாதத்தின் பாதி நாட்கள்தான் இருந்தபோதிலும், முழு சம்பளமும் அதன்கூட இருநூறு ரூபாயும் மும்தாஜின் கையில் கொடுத்தபோது, நாங்க ஏதோ பெரிய நிதி உதவி அளித்த மாதிரி ஒரு எண்ணத்தில் இருக்கிறோம்.

அதற்குப்பிறகு, எங்களுக்கு ஒரு வேலைக்காரி கிடைக்க கொஞ்சநாள் ஆனது. அதுவரை சமைப்பது, பாத்திரம் கழுவுவது வீட்டைப் பெருக்குவது, துடைப்பது, துணி துவைப்பது போன்ற எல்லா வேலைகளுமே நானே செய்துவந்தேன். பானூருக்கு பக்கத்தில் பாத்தி பாலத்தைச் சேர்ந்த அகமது குருக்கள். ஒன்பது நாள் என் முதுகை மிதித்து தடவி மருத்துவம் செய்து தந்ததால் சாவித்திரி இல்லாத நாட்களில் நான் அந்த வேலைகளை எல்லாம் ஒழுங்காக செய்ய முடிந்தது.

பக்கத்து வீட்டில் வசித்து வந்த மஹாராசியம்மா சொல்லிதான் கலா என்ற ஒரு பெண் வீட்டுவேலைக்கு வந்தாள். அவளுக்கு இருபத்தியெட்டு வயது இருக்கும்னு மஹாராசியம்மா சொன்னாங்க. ஆனா வீட்டுக்கு வந்தப்ப அவளுக்கு ஒரு நாற்பத்தி ஐந்து வயதிருக்கும் போல இருந்தது. அந்தளவுக்கு மெலிந்து காணப்பட்டார். மும்தாஜை போல கணவனால் கைவிடப்படவில்லை. கணவன் வீட்டில் இருக்கிறார். சரியா வேலைக்குப் போகமாட்டார். மாலை அவங்க ராஜகீழ்ப்பாக்கம் ஏரியின் அந்தப் பக்கத்தில் கிடைக்கும் நாட்டு சாராயமும், மிளகு போட்டு வறுத்த கோழியும் சாப்பிட்டு திரும்பி வருவாராம். அவர் வருகைக்காக கலாவும், குழந்தைகளும் இரவில் காத்திருப்பார்களாம்.

கலாவுக்கு இன்னொரு சைடு பிஸினஸ் கூட இருந்தது. ஒரு குடத்துக்கு இரண்டு ரூபாய் என்று நல்ல தண்ணீர் சுமந்துவந்து கொடுப்பது. கொஞ்சதூரத்திலுள்ள சாமியார் மடத்தில் இருந்து தண்ணீர் சுமந்து கொண்டுவர வேண்டும். நாங்கள் மிடில்கிளாஸ் என்பதால் ஐந்தரை சென்ட் அளவில் ஒரு நிலம் வாங்கி வீடு கட்டுவது வழக்கம். ஆனால் கிணற்றுக்கும் செப்டிக் டாங்கிற்கும் பெரிய இடைவெளி விடுவதில்லை. நல்ல தண்ணீர் கிடைக்கும் என்பதினால் மஹாலஷ்மி நகரில் வீடு கட்டிய ராஜகோபாலான் சார் எல்லாம் பக்கத்துல வீடுகள் அதிகமானதும் தண்ணீர் மோசமாகிப்போனதை எண்ணி அவர் கவலைப்பட்டு வந்தார். குளிப்பதற்கும், துவைப்பதற்கும் தவிர சமைக்க, குடிக்கத் தேவையான தண்ணீர் தான் கலா இப்படி கொண்டு வந்து

தந்ததற்கான காரணமாக இருந்தது. அதிலிருந்து அவர்களுக்கு ஐநூறு ரூபாய் கூடுதல் வருமானம் கிடைத்து வந்தது.

ஆனால், அந்த வருமானத்தை வைத்துக்கொண்டு வாழ்க்கை நடத்தமுடியாமல் போனபோது விபச்சாரம் செய்ய ஆரம்பித்துவிட்டாள் என்று யாரோ சொல்லக்கேட்டேன். அவளைப் பார்ப்பதே அசிங்கம் என்று ஒரு கிழவி புலம்புவதை கேட்டேன். எலும்பும்தோலுமாக வாடி வதங்கிப்போன அந்தப்பெண்ணிடம் எதைக்கண்டு ஆண்கள் செல்கிறார்கள் என்று ஆணான எனக்குக்கூட ஆச்சரியம் ஏற்பட்டது.

பல வீடுகளில் ஏறி இறங்கும் வேலை. ஒவ்வொரு இடம் தண்ணீர் கொண்டுபோய் கொடுக்க வேண்டிய கட்டாயம். கணவனையும், குழந்தைகளையும் கவனித்துக்கொள்வது இப்படி எல்லா வேலைகளும் ஏற்றுக்கொண்டு செய்யமுடியாமல் சிரமமானபோதுதான் கலா தானாக விலகி பதிலுக்குத்தான் உறவுக்காரியான உஷாவை எங்க வீட்டு வேலைக்காரியாக சேர்த்துவிட்டாள்.

வீட்டுவேலை செய்வது, தண்ணீர் கொண்டுவருவது இவை எல்லாம் உஷாவே பார்த்துக் கொண்டாள். கொஞ்சகாலம் தான் அவள் வேலைக்கு வந்தாள். கலாவை விட வயது குறைவு என்றாலும் அவங்களுக்கு குழந்தைகள் இல்லை. அவள் கணவனுக்கு குரோம்பேட்டில் வேலை கிடைத்தவுடன் அவர்கள் அங்கு சென்றுவிட்டார்கள். 'என் புருஷன் ரொம்ப கொடுமைக்காரன் சார் எனக்கு அங்கபோக கொஞ்சம்கூட விருப்பமில்லை' என்று போகும்போது மிகவும் வருத்தத்தோடு சொல்லிவிட்டுப்போனாள்.

அப்படி உஷா போனதும், மீண்டும் கலா தன் கணவனின் தம்பியின் தாரம் மாலாவை எங்க வீட்டுக்கு அழைத்து வந்தாள். அப்ப அவளுக்கு இருபத்தியிரண்டு வயதுதான் இருக்கும். இருபத்தியோராம் வயதிலேயே அவள் மூன்று பெண் குழந்தைகளுக்கு தாயாகியிருந்தாள். அவள் கணவனான கோவிந்தனுக்கும் இருபத்தியிரண்டு வயதுதான் இருக்கும். அதுமட்டுமல்ல அவர் அவளின் முறைப்பையனும்கூட.

கோவிந்தன் சின்ன சின்ன வேலைகளோ, கூலி வேலையோ செய்வதில் கொஞ்சம்கூட உடன்பாடில்லாதவன். வியாபாரம் மூலமாகத்தான் வாழ்க்கையில் பெரிய வெற்றியும், வருமானமும் கிடைக்கும் என்ற நம்பிக்கையில் வாழ்ந்து வந்தான். கிட்டத்தட்ட

இன்றைய எம்.பி.ஏ. மாணவர்களின் அடையாளமாக அவனை சொல்லலாம். அப்படி கோவிந்தன் இளநீர் வியாபாரத்தை ஆரம்பித்தான். வீடுவீடாக ஏறி இளநீர் இருக்கா? இருந்தா நாங்க வெட்டி எடுத்துக்கிறோம் என்று கேட்க வேண்டிய வேலை மாலாவுடையது. அதைக் கேட்கக் கோவிந்தனால் முடியாது. கௌரவ குறைச்சல் ஒரு சாலை வழியோரத்தில் பந்தல் போட்டு இளநீர் வியாபாரத்தைத் தொடங்கினான் கோவிந்தன். இளநீர் விற்ற பணத்தையெல்லாம் சாராயம் வாங்கி குடித்துக்கொண்டும் போதையில் தூங்கிக்கொண்டும் இருந்தபோது நண்பர்கள் வந்து இளநீர் வெட்டிக் குடிப்பதும், மீதி இருக்கும் இளநீரை விற்று கொஞ்சம் பணம் சேர்ந்ததும் அதிலிருந்தும் கோவிந்தன் பங்கு வாங்கி குடித்தான்.

ஒருமுறை வாழ்க்கையில் எல்லாவற்றையும் இழந்துவிட்டோம் என்ற எண்ணம் வந்து வெறுத்து போனபோது மாலா கிணற்றில் குதித்து தற்கொலை செய்துகொள்ள முயற்சித்தாள். அவளின் நல்ல நேரம் கிணற்றில் ஆழம் குறைவானதால் அவள் தப்பித்துக் கொண்டாள். அதற்குப் பிறகுதான் மாலா எங்கள் வீட்டுக்கு வந்தாள். அப்படி வந்தவளிடம் சில முக்கியமான தீர்மானங்கள் இருந்தது. மூன்று பெண் குழந்தைகளையும் அவள் 'கிரைஸ்ட் கிங் காண்வென்ட் ஆங்கிலப்பள்ளியில் ஆங்கிலவழி பாடத்தில்' சேர்த்துவிட்டாள். வீட்டுவேலைக்குப் போவதற்குமுன் இட்லி, சாம்பார், சட்டினி தயார்செய்து அதை விற்று பணம் சம்பாதித்து வந்தாள். மிகவும் சுயகௌரவமுடையவளாக இருந்தாள். எங்களுடைய ஒரு கண்ணாடி பாத்திரம் மாலாவின் கையிலிருந்து நழுவி கீழே விழுந்து உடைந்துபோனது. அடுத்தநாளே அது மாதிரியான வேறொரு பாத்திரத்தை வாங்கிக்கொண்டு வந்து பதிலுக்கு கொடுத்தாள்.

பால்ய நினைவுகள் குறித்து மாலா அடிக்கடி நினைவுகூருவாள். சாப்பிட மாங்காயும் சோறும் இருக்கும். பழம், கிழங்கு அப்படி ஏதாவது ஒன்று எப்பவுமே எங்கள் வீட்டில் இருக்கும். பசியே தெரியாது. ஊரில் கோவில் வாசலில் வைத்து நடக்கக்கூடிய விசேஷங்களில் அருள்வாக்கு சொல்லும் உரிமை எங்கள் குடும்பத்துக்கு இருந்தது வந்தது. அதை எல்லாம் இழந்துவிட்டு இந்த நகரத்துக்கு வந்தோம். கவலைப்படுகிற மாதிரி எந்த ஒரு விஷயத்தைப் பற்றி மாலா சொல்லும்பொழுது நான் இதையெல்லாம் எதிர்கொண்டு வெற்றிபெறுவேன் என்ற சவால், மாலாவின் குரலில்

இருந்தது. 'எனக்கு கிடைத்த புருஷன் கெட்டவனா போச்சு' என சொல்லும்போது மட்டும் அருபெருமூச்சு விடுவாள்.

இவர்கள் எல்லாம் தங்கி இருந்தது ராஜகீழ்ப்பாக்கம் என்ற ஏரியில் அந்த ஏரியில் தண்ணீர் வந்து பல வருடங்களாகி போயிருந்தன. வாழ்க்கையில் மிகவும் பின்தங்கிப்போன. வறுமையில் வாடுகின்ற மக்கள் கூட்டம்தான் இந்த ஏரியில் வாழும் மக்கள். அந்த ஏரிகளே காலப்போக்கில் சேரிகளாக மாறிப்போனது.

●

பேச்சு வழக்கு

வெளிநாடு போவதற்கு ஒவ்வொருத்தருக்கும் ஏதாவதொரு காரணம் இருக்கும். பணத்தின் மீதுள்ள ஆசை, அதிகார ஆசை போன்றவற்றால் வெளிநாடு போகும் சிலரைத் தவிர மற்றவர்கள் அனைவரும் சந்தோஷத்தோடு போவதல்ல, கடல் தாண்டி வெளிநாட்டிற்குச் செல்வது.

பணம் கொடுத்து ஆசிரியர் பணி வாங்கமாட்டேன் என்ற உறுதியும், பிடிவாதமும்தான் என்னையும் அடுத்த மாநிலத்திற்கு வண்டி ஏறச் செய்தது.

சென்னையில் நான் அதிக காலம் இருக்கமாட்டேன் என்று நினைத்தேன். அதைத்தான் நான் விரும்பினேன். அப்படித்தான் சௌகர்யங்கள் மிகவும் குறைந்த இரண்டு அறைகள் கொண்ட சிதம்பரனார் தெருவின் 2/34 என்ற எண் வீட்டின் ஒரு போர்ஷனில் தங்கி வந்தேன். ஒரு டெலிபோனுக்குக்கூட விண்ணப்பம் செய்யவில்லை. கூடிய சீக்கிரம் திரும்பிப் போய்விடலாம். பின்பு எதற்காகத் தொலைபேசி வேண்டுமென்ற மனோபாவம். கூடிய சீக்கிரம் என்றது பன்னிரெண்டு வருடம் நீண்டு போனது. அதுவரையில் தொடர்ந்து பார்த்தும் பேசியும் பழகியும் வந்தவர்களுடனான தொடர்பு ஒரு வண்டியில் ஏறியதோடு துண்டித்துவிடுகிறது. ஒருத்தருக்கொருத்தர் தொடர்புகொள்ள இன்றைக்கு மாதிரி மொபைல் வசதிகள் ஏதுவுமில்லை. டெலிஃபோனுக்கு விண்ணப்பம் செய்யாததால் பொது

தொலைபேசிதான் அப்போதைய நிலை. கைப்பேசிகளின் வசதி என்பது அப்போது கற்பனை செய்துகூடப் பார்க்கமுடியாமல் இருந்தது.

அப்போது STD Boothகளில் போய் பேசும்போது அதற்கான கட்டணங்களிலும் சில மாற்றங்கள் இருந்தன. இரவு ஏழு மணி வரை முழு கட்டணம். ஏழு மணியிலிருந்து ஒன்பது மணி வரை பாதி கட்டணம். ஒன்பதிலிருந்து காலை ஏழு மணிவரை கால்பகுதி கட்டணம் என்பது போல் அட்டவணை. மிக நீண்ட நேரம் பேசவருபவர்கள் ஒன்பது மணிக்கு மேலேதான் வருவார்கள்.

அப்போது நீங்கள் அழைக்கும் அனைத்து லைன்களும் தற்போது பிஸியாக உள்ளது என்று ஒரு பெண்குரல் கேட்டுக் கொண்டே இருக்கும். நமக்கு அது பெரிய துயரமாக இருக்கும்.

மஹாலஷ்மி நகரிலுள்ள சக்தி மருந்தகத்தை ஒட்டிய மாதிரி ஒரு STD Booth இருந்தது. அங்குதான் ஃபோன் செய்யப்போவது வழக்கம். அங்கு அழகான அன்பான ஒரு பெண் இருந்தார். என்னுடைய வயதை ஒத்தோ அதற்குக் குறைவாகவோ இருக்கலாம். நாங்கள் அவர்களை இரகசியமாக 'சாந்தாக்கா' என்று செல்லமாக அழைத்து வந்தோம். அதைக் கேட்டு இப்ராஹிமும், ஸ்ரீலதாவும், சுக்கர்னோவும், சுதீரும், இரத்னாகரனும் எல்லாம் அவர்களைப் பற்றி ஏதேனும் சொல்லும்போது சாந்தாக்கா என்றே அன்போடு அழைத்து வந்தார்கள். நாங்கள் எல்லோரும் அவர்களை அப்படி

அழைக்கின்ற விஷயம் அவர்களுக்குத் தெரியாது என்பதுதான் வினோதம்.

சாந்தாக்காவின் ஷிஜிஞ் பூத்தில் எப்போதும் அதிகம் பேர் இருப்பார்கள். அதில் பெங்காளிகள், தெலுங்கர்கள், மலையாளிகள், ஆப்பரிக்கர்கள் எல்லாரும் இருந்தாலும்கூட எனக்கு சில சௌகர்யம் செய்து தருவார். ஒன்பது மணிக்காகக் காத்திருக்கும் மற்ற வாடிக்கையாளர்களின் வரிசையை ஏமாற்றி 8.59க்கு என் வீட்டுக்கு டைல் பண்ணி வைப்பார். சரியாக ஒன்பது மணிக்கு ரீ-டைல் செய்ததும் லைன் கிடைத்துவிட்டால் மறுமுனையில் அப்பாவோ அம்மாவோ எடுத்து ஹலோ குரல் கேட்கும்.

“சிறிது நேரத்திற்குப் பின் அழைக்கவும்” என்ற பதில் இன்று டெலிஃபோன் செய்தால் வருவதேயில்லை. ஆனால் அன்று இதுதான் தொடர்ந்து கேட்டுக் கொண்டிருக்கும். அப்படிச் சில சமயங்களில் ஒன்பது மணி முதல் பதினொரு மணி வரை டெலிஃபோன் பூத்தில் இருந்திருக்கிறேன். அப்போது சம்பளத்தின் நல்ல ஒரு பகுதியை ஃபோனுக்காகச் செலவிட்டுக் கொண்டிருந்தேன்.

பத்து இருபது கிலோ மீட்டருக்கு அப்பால் அன்றைய அதிசயமாக இருந்த ஜெமினி மேம்பாலத்துக்குப் பக்கத்தில் வீட்டையே ஆபீஸாக மாற்றித் தனியாகத் தங்கியிருந்த நண்பனோடு தங்கிக்கொள்ள அழைப்பு வந்தது. அங்குப் போய்விட்டால் எவ்வளவு நேரம் வேண்டுமானாலும், யாருக்கு வேண்டுமானாலும் ஃபோன் செய்து பேச அனுமதி உண்டு. அவன் தனிமையைப் போக்க அது ஒரு தந்திரமாக இருந்தாலும்கூட அந்த அழைப்பை என்னால் மறுக்க முடியவில்லை. அப்படி அவன் வீட்டு ஃபோனிலிருந்து நான் பலரையும் தொடர்ந்து அழைத்துக்கொண்டிருந்தேன். சில சமயங்களில் மது அருந்துவதும், எம்.டி.இராமநாதனுடைய இசையும், குமார்கந்தர்வனுடைய இசையும் கேட்டு நாங்கள் சமைத்த சோற்றையும் குழம்பையும் பங்கிட்டுச் சாப்பிட்ட பிறகு இரவு தூங்குவோம்.

இன்றைய காலகட்டத்தில் தேய்ந்துபோன ஒரு பண்பாடு, பேச்சு என்பது மறு கடிதம் எழுதுவது. கடிதம் எழுதுவதும், கடிதத்துக்குப் பதில் எழுதுவதுமாகக் கிட்டத்தட்ட பன்னிரெண்டு வருடங்களில் நான் நூறு கடிதத்திற்கு மேல் எழுதியிருப்பேன். கல்லூரிக்குப் போனதும் வருகை ஏட்டில் கையெழுத்துப் போட்டுவிட்டு கடிதப்பெட்டியில் கையோடு ஏதாவது கடிதங்கள் வந்திருக்கிறதா என்றுதான் முதலில் பார்ப்பேன். நிறைய கடிதம்

வந்திருந்தால் அலாதியான சந்தோஷம் ஏற்படும். காரணம் தூரத்தில் இருக்கிறார்களே என்று பதில் எழுதுவதற்காக என்னிடம் எப்பவும் இருபது இன்லென்ட், பத்து கவர்கள். இவை கைவசமிருக்கும். அப்படி நான் தொடர்ந்து கடிதம் எழுதிக் கொண்டிருந்தேன். எனக்கு வந்த கடிதங்களில் சில கடிதங்கள் இப்போதும் சேகரித்து வைத்திருக்கிறேன். கல்லூரியில் போராட்டம் நடந்த சமயங்களில் எது உனக்குச் சரி என்று படுகிறதோ, அந்தப் போராட்டத்தில் உறுதியாக நில் என்று அப்பா எழுதிய கடிதத்தில் வந்த வார்த்தைகள் என்னைப் போராடத் தூண்டியது. அதையடுத்து சாவித்திரியின் விரகதாபங்கள், கோபங்கள் நிறைந்த கடிதங்களைப் பற்றிச் சொல்ல வேண்டும். இந்தக் காலகட்டத்தில் என்னோடு உரையாடிக் கொண்டிருந்த அந்தக் கடிதங்களை நான் மிகவும் நேசித்து வந்தேன்.

கடிதமும், தொலைப்பேசியும் போதவில்லை என்ற பட்சத்தில் நான் உடனே ஊருக்கு சென்னை மெயிலில் ஏறிவிடுவேன். இரவு பெட்டியில் தூங்கிவிடுவேன். காலையில் தலச்சேரியில் ரயில் நிலையத்தில் தங்கி, அங்கிருந்து பஸ் ஏறி தர்மடத்துக்குப் போய் விடுவேன்.

கைதான ஒருத்தன் ஜாமினில் வெளிவந்தால் எப்படியோ அப்படி ஒரு ஆர்வத்தில் வீட்டிலும், ஊரிலுள்ள நண்பர்களோடும் சந்தோஷமாகவும், சுதந்திரமாகவும் பேசிக் கொண்டிருந்தேன். மாதத்தில் ஒருமுறையாவது அப்படிப் போய் வருவேன். அப்படியே வந்து போவதால் நான் சென்னையில்தான் பணிபுரிகிறேனா என்ற சந்தேகம் பலருக்கு வந்தது. பரிக்கடவு ரோட்டில் உள்ள முட்டாயி கம்பெனியின் பக்கத்திலோ, கல்யாணி டீச்சரின் வீட்டுக்குப் பக்கத்திலோ வைத்துப் பார்க்கின்ற பலரும் கேட்பார்கள். “இன்னைக்கு லீவா?” என்று.

தர்மடத்துக்கு வந்து பேசும் பேராசையைப் பற்றி வி.ஆர்.சுதீஷுக்கு மிகவும் பிடித்த என் ‘சதாவதானம்’ என்ற கதையில் வெளிப்படுத்தியிருக்கிறேன். மீத்தலை பீடிக என்ற இடத்தைச் சார்ந்த அனைவருமே அந்தக் கதையில் கதாபாத்திரங்களாக வருவார்கள். அந்தக் கதையில் என்னுடைய வருகை இப்படி இருக்கும், கதாசிரியர் வி.எஸ்.அனில்குமார் லுங்கியை மடிச்சுக்கட்டி, மெட்ராசில் குறைந்த விலையில் கிடைக்கின்ற காட்டன் சர்ட் அணிந்து கொண்டு பரீக்கடவு பாதையில் காலில் செம்மண் புழுதி படிந்து அவர் கடைக்குள் நுழைந்து வருகிறார். ‘அபுதாபி விருது’ கிடைத்தபிறகு அவரின் நடை கொஞ்சம் கம்பீரமாகிவிட்டது. சென்னையின் வறட்சி காரணமாகக் கூட

இருக்கலாம். தெரிந்தவர்களைப் பார்த்துவிட்டால் அந்த மனுஷன் பேசி பேசியே ப்ளேட் போட்டுக் கொன்னுடுவான் என்று பலர் கேலியாகச் சொல்வார்கள்.

இந்த அறுவை சில சமயங்களில் மேலூர் ஆற்றங்கரைக்குப் பக்கத்திலுள்ள கள்ளுக்கடை வரை போகும். உமேஷ், மனோஜ், பிரகாஷ், சூரன், சதீஷ் போன்ற நண்பர்களும் என்னுடன் இருப்பார்கள். மீன் வறுவல், நல்ல காரம் போட்ட மீன் குழம்பு போன்றவை எல்லாம் சைட் டிஷாக வாங்கி ஆளுக்கு இரண்டு பாட்டில் கள் குடிப்போம். மிகவும் சுகமான அனுபவம் அது. அதை இரசனை இல்லாத சிலர் என் வீட்டில் உள்ளவர்களின் காதுக்குக் கொண்டுபோனார்கள்.

●

புற்றுக்கோயில்

மகாலட்சுமி நகரிலிருந்து வேளச்சேரி சாலையில் உள்ள கேம்ப்ரோடு சந்திப்புக்குப் போனது முக்கியமாகக் காய்கறி வாங்க மட்டும்தான். அங்குப் பஸ் நிறுத்துமிடம் இல்லாததினால் பஸ்ஸைப் பிடிக்கச் சிறிது தூரம் நடக்கவேண்டும். அப்படிச் சாதாரணமான தேவையைத் தாண்டி ஏதாவது வாங்கும் சூழல் நேர்ந்தால் கேம்ப்ரோடு சந்திப்புக்கு வந்துதான் ஆகவேண்டும். அப்படிப் போவதும் வருவதுமாக இருந்தபோது அந்த வழியில் மண்புற்று ஒன்று உருவாகியிருந்தது. எப்போது உருவானதென்றே தெரியவில்லை. அடுத்த நாள் அந்த மண் புற்றில் சந்தனம், குங்குமம் எல்லாம் வைத்து அலங்கரித்துச் சின்ன சூலத்தில் ஒரு எலுமிச்சம் பழத்தைக் குத்தி வைத்திருந்தார்கள். ஊதுவத்திகள் புகைந்து கொண்டிருந்தன. குறுகிய காலத்தில் அதொரு கோவிலாக மாறிவிட்டது. மண்புற்றுக் கோவில் உருவான கதை இப்படித்தான்.

அந்தக் கோவிலின் ஆண்டுத் திருவிழா ஆரம்பமான சில வருடங்களிலேயே ரோட்டின் அருகில் ஒரு பெரிய கோவிலை உருவாக்கிவிட்டார்கள். திருவிழா இரவு முழுக்க நடைபெறும். தாம்பரத்திலிருந்து மாநகரத்துக்குப் போகின்ற வேளச்சேரி சாலை முழுக்க மக்கள் கூட்டம் அலைமோதும். தமிழ்நாட்டில் புற்றுக் கோயில்கள் உருவானது இப்படியாகத்தான் இருந்திருக்கவேண்டும்.

அதில் கலப்படமில்லாத பக்தி மட்டுமல்ல. இடத்தை வளைத்துப் போடும் சம்பவமும் நடக்கும். அப்படித்தான் கோயில் தேவஸ்தானம் உருவானது.

கடவுளுக்குக் கொடுக்க வேண்டிய காணிக்கையை அந்த மக்கள் முன் கூட்டியே சேகரித்து வைப்பார்கள். அதனைக் கடவுளுக்கு நேர்ந்து கொடுத்துவிடுவார்கள். அப்படிக் கொடுத்தால் அது அவர்களுக்குப் பத்தாகத் திரும்பக் கிடைக்கும் என்ற நம்பிக்கையில் இருக்கிறார்கள். அதனால் இலட்சங்கள் கொடுக்க வசதியுள்ளவர்கள் இலட்சங்களாகவும், பத்து ரூபாய் கொடுக்க வசதியுள்ளவர்கள் பத்து ரூபாயும் கொடுத்தும் நேர்த்திக்கடனைப் பூர்த்தி செய்வார்கள். வீட்டு வேலை செய்தும், கிணற்றில் தண்ணீர் இறைத்தும், இட்லி விற்றும், விறகு விற்றும் இப்படிப் பல தொழில்கள் செய்து வாழ்க்கை நடத்துபவர்களும் அவர்களாலான காணிக்கையைக் கொடுக்கக் காத்திருக்கிறார்கள். கடவுள் என்றாவது ஒரு நாள் அதை எல்லாம் பத்தாகத் திரும்பத் தருவார் என்ற நம்பிக்கையில் கோயில்களில் உள்ள உண்டியல்கள் நிரம்புகின்றன.

மேல்மாடி போர்ஷனில் தற்காலிகமாகத் (கொஞ்ச காலம்) தங்க ஒரு குடும்பம் வந்தது. அதில் மொத்தம் ஏழு பேர் இருந்தார்கள். அப்பா, அம்மா, மூன்று பெண் குழந்தைகள். இரண்டு ஆண் குழந்தைகளும் இருந்தார்கள். குழந்தைகள் ஐந்து பேருமே கொஞ்சம் வளர்ந்த பிள்ளைகளாகத்தான் இருந்தார்கள். அதில் மூத்த பெண் மஞ்சுவுக்கு அன்றைக்கு இருபது வயதிருக்கும்.

ஓர் அறை, ஒரு ஹால், ஒரு கிச்சன் இப்படிக் குறுகிய சௌகர்யத்தில் இவர்கள் எப்படித் தங்கியிருக்கிறார்கள் என்று கீழிருக்கும் எங்களுக்கு ஆச்சர்யமாக இருந்தது. அந்த அறைக்கு 800 ரூபாய் வாடகை. அவர்களது அப்பா மதிவாணன் ஏதோ ஒரு சிறிய வேலை செய்துகொண்டிருந்தார். அம்மாவை அதிகம் வெளியே பார்க்க முடியாது. மூன்று பெண் குழந்தைகளும் ஏதாவது சொல்ல அடிக்கடி என் மனைவி சாவித்திரியிடம் வருவார்கள். ஒருமுறை அவர்கள் வீட்டு ஜன்னல் பக்கம் வந்து ஒரு புகைப்படம் எடுத்துக் காண்பிப்பதைக் கண்டேன். பூஜை அறையில் வைத்திருந்த கடவுள்களின் படம் அது. மகாலட்சுமி, சரஸ்வதி, முருகன், திருப்பதி பாலாஜி போன்றவர்களுடைய வரிசையில் கடைசியாக நின்று கொண்டிருந்த கடவுளைப் பார்த்து நான் அதிர்ந்துவிட்டேன். அது சூப்பர் ஸ்டார் இரஜினிகாந்த்தின் படம். எங்களுக்கு அவர்தான் கடவுள் என்று பெருமையாகச் சொல்லிக் கொண்டார்கள். முதல்நாள் முதல் காட்சி இரஜினிகாந்த்தின் 'படையப்பா' படத்தைப் பார்த்துவிட்டு வந்த அனுபவத்தை இரண்டு

பிள்ளைகளும் மகிழ்ச்சியோடு சொல்லிக் கொண்டிருந்தார்கள். அந்தக் கடவுளின் படத்தைப் பார்க்க அவர்கள் அன்று செலவழித்த பணம் நானூறு ரூபாய்.

ஒரு நாள் அவர்களுடைய பூஜை அறையைப் பார்ப்பதற்கு மஞ்சு எங்களை அழைத்தார். அங்குப் போனபோதுதான் அவர்களுடைய வாழ்க்கை மிகவும் ஆச்சரியத்திற்குரியது என்று தெரிந்துகொள்ள முடிந்தது. அங்கிருந்த இரண்டு அறைகளில் ஓர் அறை முழுவதும் கடவுளுக்காக மட்டும் அமைத்திருந்தார்கள். அங்கு ஏற்றி வைத்த பத்திகளும் குத்துவிளக்குகளுக்குமிடையில் சுவர் முழுக்கக் கடவுள்களின் படங்களால் அலங்கரித்திருந்தார்கள். அதில் இரஜினிகாந்த்துக்குப் பக்கத்தில் மற்றக் கடவுள்கள் சிரித்துக் கொண்டும், ஆசிர்வதித்துக் கொண்டும், சிங்கத்தின் மேலேயும், எலி மேலேயும், மயில் மீது ஏறி அமர்ந்துகொண்டு இருப்பதையும் கண்டு வியந்தோம்.

அங்குத் தங்கியிருந்த காலத்தில் அந்தப் பெண்களுக்குத் திருமண ஏற்பாடுகளோ, பசங்களுக்கு வேலை வாய்ப்போ எதுவும் அமையவில்லை. மஞ்சு ஊருக்குப் போகின்றோம் என்று ஒரு முறை வந்து சொன்னாள். இரண்டு நாட்களுக்குள் அவர்கள் வீட்டைக் காலி செய்தார்கள். அவளுடைய தங்கை கலா மாடியில் இருந்து இறங்கி வரும்பொழுது அவளிடம் சூப்பர் ஸ்டார் இரஜினியின் ஒரு போஸ்டர் இருந்தது. அதில் ஒரு வசனமும் இருந்தது. "நான் ஒரு தடவ சொன்னா, நூறு தடவ சொன்னமாதிரி". ஆங்காங்கே அவர் அதைச் சொல்வதைக் கேட்க முடிந்தது. ஆனால் கடவுள்கள் இவர்களைச் சமாதானப்படுத்த ஒருமுறை கூட நேரில் வரவில்லை.

அவர்கள் போனபிறகு தெருவுக்கு அப்பால் உள்ள வாடகை வீட்டில் சந்திரசேகரன் என்பவரும், அவர் மனைவி, இரண்டு பெண் குழந்தைகளுடன் குடிவந்தார். நேராகப் பார்த்தால் ஒரு சிறிய புன்னகை அவ்வளவுதான். நலம் விசாரிப்பு கூட இருக்காது. அந்த மாநகரத்தில் அப்படியொரு புன்னகை கிடைப்பது பெரிய விஷயம்தான்.

அவர்கள் ஆதி பராசக்தியின் தீவிர பக்தர்களாக இருந்தார்கள். மேல்மருவத்தூர் ஆதிபராசக்தி கோயிலில் விசேஷங்கள் வரும்போதெல்லாம் சிவப்பு உடை அணிந்து நெற்றியிலும் கழுத்திலும் குங்குமம் தடவிக் கொண்டு ஐந்து பேருமே வீட்டிலிருந்து கிளம்புவார்கள். ஐந்தாவது ஆள் அந்த மூத்த மகளின் கணவர்.

அப்போது அவருடைய இரண்டாவது மகளின் திருமணத்திற்கான ஏற்பாடுகள் நடந்து கொண்டிருந்தன. பெண் குழந்தைகளைப் பெற்ற அப்பா, அம்மாவிற்குத்தான் அந்தச் சிரமம் தெரியும். கல்யாணத்திற்காகச் சிறிது நகைகளைக் குருவி சேர்ப்பது போல் சேர்த்து வைத்திருந்தார்கள். ஒரு நாள் திடீரென்று அவர்கள் வீட்டிற்குப் போலீஸ் வந்தது. அப்பதான் எங்களுக்கு விஷயம் தெரிந்தது. இரண்டாவது பெண்ணிற்குத் திருமணத்திற்காக வாங்கி வைத்திருந்த நகைகள் எல்லாம் திருட்டுப் போனதென்று. பெண்ணுடைய அம்மா தேம்பி தேம்பி அழுது கொண்டிருந்தாள். இனி என் பெண்ணோட திருமணம் எப்ப நடக்கும் 'தாயே! ஆதிபராசக்தி' என்று குடும்பமே புலம்பி அழுதது.

திருட்டு நடந்த இடத்தையெல்லாம் சோதித்துப் பார்த்த போலீஸ் அதிகாரிகள் சந்திரசேகரனைத் தனியாக அழைத்துப்போய் இரகசியமாக ஏதோ பேசினார்கள். அவருடைய எதிர்வினை என்னவென்பதைத் தூரத்திலிருந்து எங்களால் அறியமுடியவில்லை. போலீஸார் ஜீப்பில் ஏறி சேலையூர் ஸ்டேஷனுக்குத் திரும்பிப் போனார்கள். திருடன் ஜன்னல் வழியாக நகைகளைக் கொண்டு போனதால் அந்த ஜன்னல் கதவுகளை இரீப்பர்களை வைத்து மூடி அதில் ஆணி அடித்துக் கொண்டிருந்த சந்திரசேகரனைத்தான் பிறகு பார்த்தோம். அடுத்தவர்கள் வீட்டில் நீங்கள் இப்படிப் பண்ணலாமா என்று கேட்டதற்கு அவர் பதிலேதும் சொல்லவில்லை. வீட்டிற்குள் மூன்று பெண்கள் அழும் குரல் மட்டும் வெளியே சத்தமாகக் கேட்டுக் கொண்டிருந்தது. சந்திரசேகரனின் மருமகன் மட்டும் பேயறைந்த மாதிரி நின்று கொண்டிருந்தான்.

அந்தச் சம்பவத்திற்குப் பிறகு சீட்டு போட்டு, கடன் வாங்கி, மிகச் சிரமப்பட்டு இரண்டாவது பெண்ணின் திருமணத்தை நடத்தி வைத்தார்கள். கொஞ்சம் நிம்மதி அடைந்த சமயத்தில்தான் அவர்கள் தலையில் ஓர் இடி விழுந்தது.

மூத்த பெண்ணை ஒரு திருமண நிகழ்ச்சியில் வைத்துப் பார்த்து அவளது அம்மா திடுக்கிட்டுப் போனாள். காரணம் அவள் கழுத்தில் அணிந்திருந்த நகைகளில் ஒன்று திருடன் திருடிட்டுப் போன நகைகளுள் ஒன்றாக இருந்தது. அது எப்படி இவள் கழுத்தில் வந்தது என்ற திகைப்போடு"

'அடிப்பாவி!' என்று அம்மா அலற ஆரம்பிக்கும் முன்னே மயக்கம் போட்டு விழ, மகள் அம்மாவின் வாயைப் பொத்தி

கைத்தாங்கலாகப் பிடித்து விஷயத்தைச் சொன்னாள். நீங்கள் வரதட்சணை கொடுத்தது பத்தலென்னு அவருதாம்மா அப்படிப் பண்ணினார். நான் என்ன செய்ய? என் புருஷனாகப் போயிட்டாரே. பைத்தியம் பிடிச்சமாதிரி ஏதோ ஊரறிய அம்மாவிடம் மகள் கூறினாள், 'கல்லானாலும் கணவன், புல்லானாலும் புருஷன்னு நீங்க தானே எனக்குச் சொல்லிக் குடுத்தீங்க.'

மகராசி அம்மா பிரபா கிட்ட சொல்லி அவங்கதான் திருமண மண்டபத்தில் எங்கிட்ட சொன்னாங்க.

'பெற்றவர்கள்' என்ற என் கதையில் இந்தச் சம்பவம் வருகிறது. அதில் நான் இரண்டாவது பெண்ணின் திருமணத்திற்காகப் பொருளாதாரம் எதுவும் சேமித்து வைக்க முடியாமல்போன அப்பாதான், நகைகளைத் திருடியது என்று சொல்லியிருந்தேன். ஒரு படைப்பின் புனைவுக்கு அது மிகச்சரியாக இருக்கும் என்று எனக்குத் தோன்றியது.

●

ஆவடியும் கோடம்பாக்கமும்

ஆவடியில தன் ஊரைச் சேர்ந்த ஒரு நண்பர் இருக்கிறாரென்றும் அங்குப் போய் தங்கிக் கொண்டால் வீட்டு வாடகையை மிச்சப்படுத்தலாமென்றும் சசி கூறினான். கல்லூரியில் படிக்கும் காலங்களிலேயே செலவை எப்படி மிச்சப்படுத்தலாம் என்ற ஆராய்ச்சியில் இருந்தோம். அப்படித்தான் மெரினா வளாகத்தில் இருந்து 3 கி.மீ. தொலைவில் தங்கியிருந்த நாங்கள் இருவரும் ஐம்பது கிலோ மீட்டருக்கு அப்பால் உள்ள ஆவடிக்கு இடம் மாறினோம்.

கேரளா தலைச்சேரிக்குப் பக்கத்தில் பொன்னியத்து சசியின் ஊரைச் சேர்ந்தவர் கோவர்த்தனன் என்ற நண்பர். அவர் எனக்குப் பரிச்சயமில்லை என்றபோதிலும் நானும் அவர்களோடு இணைந்து கொண்டேன்.

ஆவடியைப் பற்றி இரண்டு விஷயங்களை ஏற்கெனவே கேட்டிருக்கிறேன். ஒன்று சரித்திர முக்கியத்துவம் வாய்ந்த காங்கிரஸ் மாநாடு. இரண்டாவது 'இந்துஸ்தான் கனரக வாகனத் தொழிற்சாலை'. அந்தத் தொழிற்சாலையில்தான் கோவர்த்தனன் பணிபுரிந்து வந்தார். வறுமையின் அடையாளங்கள் காணக்கூடிய ஓரிடம்தான் ஆவடி.

H.V.F. என்ற பெயரில் வரிசையாகக் கட்டிப்போட்டிருந்த விடுதியின் முதல் மாடியில்தான் கோவர்த்தனன் தங்கி வந்தார். அதில் இரண்டு அறை, ஒரு சமையலறை. அதில் ஓர் அறையை

எங்களுக்குக் கொடுத்தார். அதிகக் காலம் பழகியவரைப் போல் மிக நெருக்கமாகப் பேச ஆரம்பித்தார். அது எனக்குப் பெரும் மன நிறைவைத் தந்தது.

அவர் காட்டிய அந்த நெருக்கம் நடிப்பல்ல என்று மறுநாளே புரிந்துவிட்டது. கோவர்த்தனனுக்கு நான் ஒரு சிறுகதை எழுத்தாளன் என்பது ஏற்கெனவே தெரியும். கோவர்த்தனனும் ஓர் சிறுகதை எழுத்தாளர்தான். அவருடைய நண்பரான யு.பி.ஜெயராஜின் சிறுகதைத் தொகுப்புகளை அங்குக் காணமுடிந்தது.

நாங்கள் ஒன்றாகத் தங்கியிருந்தாலும் மெரீனா வளாகத்திற்குப் போவதற்கும் வருவதற்கும் இருவரும் இரண்டு வழியைத் தேர்ந்தெடுத்தோம். சசி அம்பத்தூர் வரை ஒரு பஸ்ஸில் போவார். அங்கிருந்து வேறொரு பஸ்ஸைப் பிடித்து மெரினா வளாகத்தில் வந்து இறங்குவார். நான் கொஞ்சம் சுத்திப் போவேன். ஆவடி வரை 2 கி.மீ. பஸ் பயணம். அங்கிருந்து சென்ட்ரல் ரெயில்வே ஸ்டேஷன் வரை மின்சார வண்டியில். பிறகு அங்கிருந்து கொஞ்ச தூரம் பஸ் பயணம். இடையில் நடைபயணமும் உண்டு. நீண்ட

தூரம் பஸ் பயணம் என்பது எனக்கு அப்போதும் இப்போதும் பிடிக்காத ஒன்று. 'அரூபகம்' என்ற கதையில் நான் இதைப் பற்றி எழுதியிருக்கிறேன்.

எங்களுக்கான உணவு பக்கத்திலுள்ள பாஸ்கரனின் கடையிலிருந்துதான். சொல்லிக் கொள்கிற அளவுக்கு இனிய சுவையென்றும் கிடையாது. தோசை, இட்லி, சட்னி இவைதான். ஞாயிற்றுக் கிழமைகளில் அந்தக் கடையும் இல்லாதது எங்களுக்குப் பெரிய வருத்தத்தைத் தந்தது. கோவர்த்தனனின் தாய் பக்கத்தில் தங்கியிருந்தார். கோவர்த்தனுக்கு மூன்றுவேளை உணவும் அங்கிருந்து கிடைத்துவிடும். அறையில் ஒரு டீ வாங்கக்கூடப் பாத்திரம் வாங்கி வைக்கவில்லை கோவர்த்தனன்.

ஆவடியில் பிரகாஷின், சதீஷன், பொன்னப்பன் போன்றவர்கள் அடங்கிய ஒரு மலையாள நட்பு வட்டம் இருந்தது. அவர்களுடைய தங்கும் விடுதியில் அடிக்கடி நாங்கள் ஒன்று கூடுவோம். அவற்றில் பலதரப்பட்ட விஷயங்களைப் பற்றி விவாதிப்போம். அந்த விவாதத்திற்கிடையில் இசை கொஞ்சம், மது கொஞ்சம் என்று மாறி மாறி இடம்பெறும்.

கோவர்த்தனன் எவ்வளவு பெரிய விஷயமானாலும் மிகச் சாந்தமாகத்தான் சொல்வார். மலையாளச் சிறுகதையில் வரும் நிறை குறைகளாகட்டும், பக்கத்து விடுதியில் ஒரு மகளுடன் வாழ்ந்து வந்த பெண்ணைச் சந்தேகத்தால் கணவன் கைவிட்டதாகட்டும் சிரித்தபடியே சாந்தமாகச் சொல்லக் கூடியவர் கோவர்த்தனன். அதுமட்டுமல்ல, பேசுவதைவிடக் கேட்பதில் மிகவும்

ஆர்வமுள்ளவரும் கூட. தனக்குத் தெரியாத பல விஷயங்கள் இந்த உலகத்தில் இருக்கிறது என்று தாழ்மையாக ஒத்துக் கொண்டு கேட்டறியும் குணம் இவரிடத்தில் அதிகம்.

கோவர்த்தனனுக்கு மது அருந்தும் பழக்கமோ புகை பிடிக்கும் பழக்கமோ கிடையாது. ஆனால் இந்த இரண்டு பழக்கமும் கொண்ட நண்பர்களைக் கூடவே இருந்து கவனித்துக்கொள்வார். H.V.F.இல் டெக்னிக் செக்ஷனில் பணியாற்றி வந்தவர்களுக்கு அந்தத் தொழில் பிடிக்கவில்லையாம். காரணம் என் விரல் பீரும், பேனாவும் பிடிக்க வேண்டியது. அல்லாமல், ஸ்பானரும் ஸ்க்ருடிரைவரும் பிடிக்கக்கூடிய கைகள் அல்ல என்று சொல்வதை நாங்கள் பலமுறை கேட்டிருக்கிறோம்.

தன் சாப்பாட்டில் தனக்குத்தானே மண்ணை வாரி போட்டு விடாதே என்று நாங்கள் உபதேசம் செய்தோம். யு.பி.ஜெயராஜனின் நெருங்கிய நண்பர் என்ற முறையில் கம்யூனிஸ்ட் கட்சியோடு தீவிர ஈடுபாட்டில் இருந்து வந்தார். பேனாவும் பிரஷும் பிடிக்க நான் என் வேலையை இராஜினாமா செய்கிறேன் என்று ஒரு நாள் அறிக்கை விட்டார்.

இயக்குநர் மோகன் குப்ளேரி என்பவர் கோவர்த்தனனின் நெருங்கிய நண்பராவார். அவரிடமிருந்துதான் கோவர்த்தனனுக்குச் சினிமா மோகம் தொற்றியிருக்கவேண்டும். நாங்கள் மீண்டும் ஆவடியில் இருந்து சென்னைக்கு இடம் பெயர்ந்தோம். படிப்பை முடித்துவிட்டு ஊருக்கு வந்த பிறகு தலைச்சேரி, எம்.பி. இராதாகிருஷ்ணன் மாஸ்டரின் மகாத்மா காலேஜில் ஆசிரியராகப் பணியில் சேர்ந்து கொண்டோம். அதன்பிறகு கோவர்த்தனனுக்குச்

சினிமா ஆசை முளைத்திருக்க வேண்டும். அவருடைய தங்கை, நாங்கள் தங்கியிருந்த அறைக்குக் குடிவருவதாகச் சொன்னதினால் நாங்கள் ஆவடியையும் கோவர்த்தனனையும் விட்டுவிட்டு மீண்டும் சென்னைக்கே வந்துவிட்டோம்.

விருப்பத்தையும் திறமையையும் வைத்துக்கொண்டு பிழைத்துக்கொள்ளலாம் என்ற எண்ணத்தில் எளிதாக நுழைந்து கொள்ளக்கூடிய இடமல்ல சினிமா உலகம். மிகச் சிரமமான, சிக்கலான துறை சினிமாத்துறை. அதை மிக நெருங்கிப் பார்த்தால்தான் தெரியும். ஏழு முழு திரைக்கதைகளை எழுதி வைத்திருந்த ஒருத்தர் இப்போது கோடம்பாக்கம் டீ கடையில் டீ சப்ளையராக வேலைபார்த்துக் கொண்டிருக்கிறார். அவரை ஒருமுறை பார்த்திருக்கிறேன். அப்படிக் கோவர்த்தனனும் சினிமா துறையில் நுழைந்துவிட்டார்.

கோவர்த்தனன் சில படங்களுக்குக் கதை, திரைக்கதை எழுதினார். அதற்கு மோகன் குப்ளேரிதான் இயக்குநர். ‘நந்தினி ஒப்போள்’ என்ற படம்தான் பொருளாதார ரீதியில் வெற்றி பெற்ற படம். மோகனுக்கும் கோவர்த்தனனுக்கும் அவர்கள் நினைத்த மாதிரியான படங்கள் எடுக்க முடியவில்லை. தீரிமேன் ஆர்மி, திராவிடம், நான் கோடீஸ்வரன், காதில் ஒரு கிண்ணாரம், ஜட்ஜ்மெண்ட் போன்ற படங்களும் கோவர்த்தனன் திரைக்கதை எழுதியவைதாம்.

இப்படி ஒரு கட்டுரை எழுதவேண்டும் என்ற எண்ணம் எனக்குள் எழுந்தபோது நான் நேற்று கோவர்த்தனனை அழைத்தேன். ஹாஜி என்ற நண்பருடைய திட்டத்திற்கான (Project) புதிய வசனங்கள் (Script) எழுதும் பணி நடந்துகொண்டிருந்ததாகச் சொன்னார். அது முடிந்தமும் என் சொந்தப் படம் என்றார். நான் கோவர்த்தனனோடு பழக்கப்பட்டு இருபத்தி எட்டு வருடங்களுக்குப் பிறகுதான் சொந்தமாக ஒரு படம் என்ற நிலையை எண்ணத்தளவில் எட்டியிருக்கிறார்.

‘அனில்! நான் வாழ்ந்தேன் என்ற அடையாளத்திற்கு எதையாவது விட்டுவிட்டுப் போக வேண்டுமில்லயா? அதுவாக இருக்கும் என்னுடைய அந்தக் கனவுப் படம்’ என்றார் கோவர்த்தனன்.

●

தண்ணீருக்கான போராட்டங்கள் ஆரம்பமாகப் போகிறது

தமிழ்நாட்டில் படர்ந்து கிடக்கின்ற சமவெளிகளில், எங்கும் வறட்சியைக் காண்பது வழக்கம்தான். வறண்டு கிடக்கின்ற அடையாளங்களைச் சுற்றிலும் காணமுடியும். கேரளாவைப் போல் பசுமை என்று கூற முடியாது. தமிழ்நாட்டின் சில இடங்கள் பசுமை நிறைந்ததுதான் என்றாலும்கூட, சமநிலங்களில் அனைத்திலும் வறட்சியான காட்சிகள்தாம்.

ஆறு விதமான பருவ மாற்றங்கள் காலங்காலமாகத் தொடர்ந்து வருவது இயற்கை. மழை, குளிர், மூடுபனி, பின்பனி, இளவேனில், முதுவேனில் என்று இரண்டு மாத இடைவெளிகளில் மாறக்கூடிய பருவமாற்றம். கார்காலம் என்பது இரண்டு மாதம் தொடர்ந்து மழை பெய்ததாக நினைவில்லை. கேரளாவின் மழைச்சூழல் தமிழ்நாட்டில் உணரமுடியாது. ஆனால் தமிழ்நாட்டில் நீண்ட பரப்பளவு கொண்ட விவசாய நிலங்கள் உள்ளன.

ஆறு மாதம் மழை பெய்கின்ற கேரளாவில் விவசாயம் குறைச்சலாகவும், கிட்டதட்ட இரண்டு மாதம் மழை பெய்கின்ற தமிழ்நாட்டில் வயல்கள் செழிப்பாகவும் இருக்கக் காரணம், தண்ணீருக்கு அவர்கள் என்னென்ன வழிமுறைகளைக் கடைபிடித்திருப்பார்கள் என்பதுதான். அது மட்டுமல்லாது தமிழ்நாட்டில் பெய்கின்ற மழையில் கிடைக்கும் நீரில் கொஞ்சம்

நமக்கும் தருகிறார்கள் என்பது குறிப்பிடத்தக்கது. இதைக் கவிஞர் இடச்சேரி சுட்டிக் காட்டியுள்ளார்.

தமிழ்நாடு, கர்நாடகா, ஆந்திரா போன்ற மாநிலங்களில் மழை குறைவான தேசங்களில் பல நூற்றாண்டுகளாக ஏரிகளில் இருந்த தண்ணீரை விவசாயத்துக்கு மட்டும் பயன்படுத்தி வந்தார்கள். சங்க இலக்கியங்களில் அதைப் பற்றிப் பல குறிப்புகள் உள்ளன.

ஆந்திராவில் 'கடப்பா' என்ற மாவட்டத்தில் 'பொறாமில்லா' என்ற ஏரியில் உள்ள கல்வெட்டு கி.பி.1291இல் எழுதி வைக்கப்பட்டுள்ளது. அன்றைய உள்நாட்டுப் பொறியாளரின் திறமையைப் பாராட்டவேண்டும். அதுமட்டுமல்ல இயற்கையைப் புரிந்துகொண்டு அதனைத் தேவைக்கேற்ப எப்படிப் பயன்படுத்தலாம் என்பதற்கு ஓர் அடையாளம்தான் அந்த ஏரி.

ஏரிகள் என்றால் அது மனிதனால் உருவாக்கப்பட்ட 'நீர்த்தேக்கம்' என்று பொருள். தண்ணீர் வழிந்து ஓடுகின்ற உயர்ந்த பிரதேசத்திற்கு இடையே மூன்று இடங்களில் மண்ணினால் பெரிய தடுப்புச் சுவர்கள் எழுப்பி, வருகின்ற தண்ணீரைத் தடுத்து நிறுத்தி உருவாக்கப்படுவதுதான் அத்தகைய நீர்த்தேக்கங்கள். மண்சுவர்களின் அகலம், குறைந்த பட்சம் மூன்று மீட்டர் இருக்கும். ஏரியின் கரையில் நின்று பார்த்தால் ஒரு பெரிய சமுத்திரத்தின் முன்னால் நிற்பதுபோல் தோன்றும்.

ஒரு காலத்தில் தமிழ்நாட்டின் சமதளப் பிரதேசங்கள் எல்லாம் சிறிதும் பெரிதுமான ஆயிரக்கணக்கான ஏரிகளால் இணைக்கப்பட்டிருந்தன. விவசாய நிலங்களுக்குத் தண்ணீர் பாய்ந்தோட, மரத்தினால் செய்யப்பட்ட மதகுகளையும் அன்றைய விவசாய விஞ்ஞானிகள் உருவாக்கியிருந்தார்கள். எத்தனை மதகுத் திறப்புகள் தேவை என்பது அந்தப் பிரதேசத்தின் ஏரியின் பரப்பளவை வைத்தே தீர்மானித்து வந்தார்கள்.

மழைக்காலங்களில் வெள்ளப்பெருக்கு அதிகமாகிற சமயங்களில் நீரின் அழுத்த உயர்வைத் தடுப்பதற்காவும், எரியின் கரையை உடையாமல் காப்பதற்காகவும் நிறைய திறப்பு வழிகள் அமைத்திருப்பர். உண்மையில் ஓர் ஏரியின் பயன் நீர் பாசனத்தோடு முடிந்து போவதல்ல.

வெள்ளைப் பெருக்கைத் தடுக்கவும், மண் அரிப்பைச் சரி செய்யவும், நன்றாக மழை பெய்யும் நாட்களில் தண்ணீரை

வீணாக்காமல் சேகரித்து வைக்கவும், நீர் ஆதாரத்தைப் பெருக்கவும், இந்தப் பழமையான வழக்கம் கையாளப்பட்டு வந்தது. அதோடு இயற்கை வளம் மிக்க ஒரு நீர் ஆதாரமாக ஏரிகள் இருந்து வந்தன. இராஜாக்களும், பிரபுக்களும் வாழ்ந்த காலகட்டத்தில் இவை உருவாக்கப்பட்டதால், மக்கள் அடிமைகளைப் போல வேலை வாங்கப்பட்டனர். இந்த ஏரிகளை நாட்டுப் பாதுகாப்பிற்காகச் செய்திருக்கவேண்டும் என்றொரு கருத்துமுண்டு. ஆங்கிலேயர் காலத்திலும் கிட்டத்தட்ட அப்படித்தான்.

திறமையான தொழில்நுட்பம் அறிந்தவர்களே இத்தகு ஏரிகளை உருவாக்கியிருக்க முடியும். இதில் அடிமைத்தனம் இருந்திருக்க வாய்ப்பில்லை என்று ஒரு வாதம் நிலவுகிறது. அக்காலத்தில் மனிதருக்குரிய மகத்துவம் பொருந்திய பணிகளில் ஏரிகள் போன்ற நீர்நிலைகளை உருவாக்குவதும் சேர்ந்தே இருந்துள்ளது.

அரசர்களுக்கிடையில் நடக்கும் போர்களில்கூட ஏரிகளை ஆயுதமாக்கிய செய்திகள் கிடைக்கின்றன. எதிரியைத் தோற்கடிக்கக் கையாளும் உத்திகளில், நாட்டைத் தீ வைப்பது, விவசாய வயலுக்குத் தீ வைப்பது, வயல்களில் உப்பைக் கொட்டி, கழுதைகளைப் பூட்டி உழுதது போன்ற போர்த் தாக்குதல்கள் இருந்திருக்கின்றன. இதில் தண்ணீரைத் தேக்கி வைத்த ஏரிகளின் கரைகளை உடைத்து, எதிரி நாட்டை நாசமாக்கும் முயற்சிகளும் நடந்திருப்பதைச் சங்க இலக்கியங்கள் உள்ளிட்ட பல்வகை இடங்களில் காணக் கிடைக்கிறது. கடந்த 500 வருடங்களாகப் புதிய ஏரிகள் எதுவும் உருவாக்கப்படவில்லை என்பது கவனத்திற்குரியது. அப்படியானால், மிகவும் வயது குறைந்த ஏரிக்கே 500 வயதாகிவிட்டது என்று அர்த்தம்.

ஆங்கிலேயருடைய காலகட்டத்தில் புதிய ஏரிகளை உருவாக்குவதிலும், அவற்றைப் பாதுகாப்பதிலும் ஆர்வம் குறைந்துபோனதுதான் உண்மை. நீர்நிலை உருவாக்கத்திற்காக ஒதுக்கப்படும் தொகை மிகவும் குறைவாகிப் போனதுதான் முக்கிய காரணம் என்று சொல்கிறார்கள். அன்று ஆங்கிலேயர்கள் விவசாயிகளிடமிருந்து அதிகப்படியான வரிவசூல் செய்தார்கள். அதனால், ஏரி உள்ளிட்ட நீர்த்தேக்கங்களை உருவாக்குவது, பராமரிப்பது போன்ற நடவடிக்கைகளில் அந்தந்தப் பகுதியினருக்கே விருப்பமில்லாமல் போனது. ஆங்கிலேயரிடமிருந்து சுதந்திரம் பெற்ற பின், இம்மாதிரியான பழமையான நீர்ச்சேமிப்பு உத்திகள்

கைவிடப்பட்டன. மாறாக, 'பக்ரா நங்கள்' போன்ற பெரிய அளவிலான அணைத் தடுப்புகளை உருவாக்க முனைந்தது அரசு. நர்மதாவின் குறுக்கே அது இப்போதும் தொடர்ந்து செயல்பட்டு வருகிறது. இயற்கைக்கு எவ்விதமான தீங்கும் இல்லாத மனிதனால் உருவாக்கப்பட்டவைகளுள் உன்னதமான அடையாளங்கள் ஏரிகள். காலப்போக்கில், குடியிருப்புகளுக்கும், தொழிலகங்களுக்கும் அவை நாசமாக்கப் பட்டன என்பது நிதர்சனமான உண்மை.

ஒரு காலத்தில் காஞ்சிபுரமும், செங்கல்பட்டும் ஏரி நிரம்பிய மாவட்டங்களாக விளங்கின. சென்னையிலும் நிறைய ஏரிகள் இருந்தன. அந்த ஏரிகள் முழுவதும் இன்று மனிதர்கள் வாழும் குடியேற்றங்களாக மாறிப்போயிருக்கின்றன. பலருக்கும் விவசாயத்தில் ஆர்வமில்லாமல் போனது. பெரிய பெரிய நிலப்பிரபுக்களும், ஜமீந்தார்களும் விவசாயத்தைக் கைவிட்டார்கள். யாரும் கண்டுகொள்ளாதிருந்த ஏரிகளைச் சுற்றி, விளிம்பு நிலை மக்கள் குடிசைகள் அமைத்து வாழத் தொடங்கினார்கள். அந்த ஏரிகள் நாளடைவில் சேரிகளாகிப்போனது. ஏரிகளுக்கு வெளியே விளிம்பு நிலை மக்கள் என்றால், அவர்களுள் ஒருபடி முன்னேறி உயர் வர்க்கத்தினர் ஏரியினுள்ளே குடியேற்றங்களை அமைத்தனர். நீராதாரம் வற்றிப்போய் ஏரிகள் இப்படியே பாழடிக்கப்பட்டன. இப்படிச் சேதமாகிப் போன ஏரியின் மீதமுள்ள மண் திட்டுக்கள் செங்கல் சூளைக்காரர்களுக்கு வசதியாகப் போனது. தொழிற்சாலைகள், பேருந்துப் பணிமனை, அரசு அலுவலகங்கள் எல்லாம் ஏரியின் முக்கியமான இடங்களில் முளைக்கத் தொடங்கின. நகரத்தில் குப்பைகளைக் கொட்டும் இடமாக ஏரிகள் மாறிப் போயின. இந்தப் பழைய ஏரிகள் சீராக நிரம்பி ஓடிக்கொண்டிருந்த பாதைகளில் வீடுகள், ஆலயங்களைக் கட்டி அதன் ஓட்டத்தைத் தடுத்தார்கள். காலம்காலமாகத் தூர்வாரும் பணிகளும் சீரமைக்கும் பணிகளும் சரிவர செய்யாததினால் ஏரியில் தண்ணீர் சேமித்து வைக்கும் இடப்பரப்பளவு மிகவும் சுருங்கிப் போனது. சென்னையில் இருக்கும் இடும்பன் ஏரியில் ஒரு கருங்கல் பேக்டரியும் புத்தேரியில் அரசுப்பேருந்து பணிமனையகமும் அந்த ஏரியிலேயே மிகவும் லாபகரமான சென்னை ஏற்றுமதி தொழிலக முனையமும் (Madras export processing zone) உருவாகியதால் ஏரிகள் இருந்த தடயமே காணாமல் போய்விட்டது.

ஏரிகளில் குடிபெயர்ந்து வந்தவர்களின் வாழ்க்கை மிகவும் கொடுமையானதாக இருக்கிறது. அவர்களுடைய குடிசை

வாழ்க்கைக்குச் சேரி வாழ்க்கையின் குணம் தொற்றிக் கொண்டது. நகரக் குப்பைகளைக் கொட்டும் ஒதுக்குப்புறத்தில் அவர்களின் வீடுகள் இருந்தன.

மழைக்காலங்களில் கழிவுநீர் அவர்களின் வீடுகளுக்குள் புகுந்துவிடும். நடுத்தர வர்க்கத்தினருக்குத் தேவையான வீட்டு வேலைக்காரர்கள் இங்கிருந்துதான் வேலைக்கு அழைத்துச் செல்லப்படுகிறார்கள். எங்கள் வீட்டு வேலைக்கு வந்த கலா, மாலதி, மும்தாஸ், உஷா, கீதா போன்றவர்கள் எல்லாம் இராஜகீழ்ப்பாக்கம் ஏரியில் வசித்து வந்தவர்கள்தான். அவர்களுக்குச் சுத்தமான குடிநீர்கூடக் கிடையாது.

தாம்பரத்துக்குப் பக்கத்தில் உள்ள பதிமூன்று கிராமங்களையும் அந்தக் கிராமத்து மக்களையும் காலிசெய்ய வைத்து அமெரிக்கன் கார் கம்பெனிக்கு இடம் கொடுத்தார்கள். ஸ்ரீ பெரும்புதூரில் இருந்த விவசாய வயல்கள் எல்லாமே கார்ப்பரேட் கம்பெனிகள் கையகப்படுத்திவிட்டன. தமிழ்நாட்டில் விவசாய நிலங்கள் நாளுக்கு நாள் குறைந்து வருகிறது. ஆகையால், ஏரிகளின் தேவையும் அவசியமில்லாமல் போய்விட்டது. இருந்த ஏரிகளையெல்லாம் நாசப்படுத்திவிட்டு 'முல்லைப் பெரியார்' என்ற அணையின் பெயரால் சகோதரர்களாக இருந்த நமக்குள்ளேயே ஒரு கலகத்தை ஏற்படுத்திவிட்டார்கள். இது நாளை முளைக்கும் தண்ணீருக்கான யுத்தத்தின் ஓர் அடையாளமே.

●

இன்னும் முடிவு பெறாத சிலாயுதம்

சென்னையிலிருந்து 60 கி.மீ. பயணம் செய்த எங்கள் கணியன் ஆய்வுக்குழு மிகவும் பழமையான ஓரிடத்திற்கு வந்து சேர்ந்தது. அந்த இடத்தின் பெயர் 'குடியம்'. அது மிகவும் அழகான கிராமம். ஆந்திராவின் எல்லைப் பகுதிகளில் வட்டமாகப் போடப்பட்டுள்ள குடிசைகளும், பன்றிகளும், கலப்பைகளும், நெல், வைக்கோல் இவற்றையெல்லாம் அங்குக் காண முடிந்தது. அதற்குப் பக்கத்தில் தான் 'ஆற்றம்பாக்கம்' என்றொரு இடம்.

'இலெமூரியா' என்று அழைக்கப்படுகின்ற பழமையான கண்டத்தின் எஞ்சிய பகுதியே தற்போதைய தமிழ்நாடு என்கிற பெருமை பலருக்கும் உண்டு. தமிழ் ஆர்வலர்களான பலரும் இதைத் தொடர்ந்து குறிப்பிடுவதைக் காணமுடியும்.

எங்கள் மொழி பழமையான மொழி என்பதுதான் பெருமைக்கான வாதம். நடந்து செல்ல நல்லதொரு வழிகூட இல்லாத கிராமங்களில் நின்று கொண்டு இப்படிப் பெருமை கொள்வதில் என்ன இருக்கிறது.

'குடியம்' பகுதி மனிதர் வாழ்ந்த இடங்களின் கடைசிப் பகுதியிலிருந்து ஆரம்பமாகிறது. அங்கே தலைக்கு மீது வளர்ந்து நிற்கின்ற புதர் செடிகள், கீழே கற்களும் முட்களும் நிறைந்து கிடக்கின்றன. பாதை முழுவதும் கூழாங்கற்களை அடுக்கி வைத்ததுபோல் காணப்பட்டது. அதில் நடந்து செல்வது அவ்வளவு சுலபமில்லை. ஒருவேளை இந்த வழியில் ஆறு

இருந்திருக்கவேண்டும் என்று தோன்றியது. நடந்து செல்லும்போது முட்செடிகள் கால்களையும் உடம்பையும் பதம் பார்த்தன.

எங்கள் முன் நீளமாகக் காணப்பட்டது ஒரு மலை. அதுதான் 'நகரி மலை'. நடந்து போய்க் கொண்டிருக்கையில் எரிமலையில் இருந்து வெளிவந்த இரண்டு மூன்று கற்களை எடுத்து நான் பத்திரப்படுத்திக் கொண்டேன். இப்போதும் அது என் வீட்டில் எங்கோ இருக்கிறது.

அந்த மலைப்பரப்பில் பதினான்கு குகைகள் இருக்கின்றன. அதில் 'மனச்சம்மன்' குகை என்று அழைக்கப்படும் 'குடியம் குகை' மிகவும் பெரிதானது. விசேஷ நாட்களில் இப்போதும் அந்த ஊர்க்காரர்கள் பொங்கல் வைத்துப் பூஜை நடத்தி வருகிறார்கள். 110 அடி உயரம் கொண்ட 'மனச்சம்மன்' என்ற கிராம தேவதைக்கு 200 அடி அகல வீதியும் உள்ளது. அதுமட்டுமல்லாமல், மழைக் காலத்தில் 200 பேர்வரை மழையில் நனையாமல் குகையில் நிற்கக்கூடிய வசதி உள்ளது. அதில் சுவர் சித்திரங்களோ எழுத்துக்களோ எதுவும் இல்லை. 1938இல் தொல்லியல் ஆய்வாளரான வி.டி.கிருஷ்ணசாமி என்பவர்தான் இந்த அபூர்வமான குகையைக் கண்டறிந்து தகவல்களைத் தந்தார்.

'கற்கால மனிதர்கள்' கிட்டத்தட்ட எழுபதாயிரம் வருடத்துக்கும் மேலாக இந்தக் குகையைப் பயன்படுத்தி வந்திருக்கின்றனர். இதுவரையில் அங்கிருந்து மூன்று வகையான கல்லாயுதங்கள் கிடைக்கப்பெற்றுள்ளன. அதில் முதல் வகையானவை கைக்கோடரி, கத்தி போன்றவை. மிகவும் பெரிதானதும் கூர்மையானதும்கூட. அவை ஒரு இலட்சத்தி எழுபதாயிரம் வருடம் பழமையானவை. மூன்றாவது வகை கனம் குறைந்த சிறிய வகை ஆயுதங்களே. இந்த மூன்று வகையான ஆயுதங்களும் குடியத்தில் இருந்து கிடைக்கப்பெற்றது என்று சொல்லப்படுகிறது. ஆனால் சிறிய ஆயுதங்கள் இங்கிருந்து கிடைக்கப்பெறவில்லை என்றும் ஆய்வாளர்கள் சொல்கின்றனர். அப்படியானால் புதிய கற்காலத்தில் இங்கு மனிதன் வாழ்ந்திருக்க வாய்ப்பில்லை என்று சொல்லவேண்டி வரும். அதற்கான காரணங்கள் ஆராயவேண்டும். இப்படியான சந்தேகங்களில் புதுமை ஒன்றுமில்லை. காரணம், நம் பாட்டியின் பாட்டி பெயர் என்னவென்று கேட்டால் நமக்குத் தெரியாது. அதுபோல் சரித்திரத்தைப் பற்றியான சந்தேகங்கள் எழுவதும் இயல்புதான்.

குடியத்திலிருந்து 7 கி.மீ. தொலைவில்தான் 'ஆற்றம்பாக்கம்' என்ற இடம் உள்ளது. அது ஓர் அற்புதமான இடம். அது ஆயுதங்களின் கிடங்காக இருந்தது என்று கருதுகிறார்கள். சமீப காலம் வரை எங்குப் பார்த்தாலும் கல்லாயுதங்கள் சிதறிக் கிடக்கின்றவாம்.

இடத்தைச் சுற்றிப் பார்க்க வந்தவர்களெல்லாம் அந்த ஆயுதங்களை எடுத்துச் செல்ல ஆரம்பித்ததும் அவற்றின் எண்ணிக்கை மிகவும் குறைந்து போனது.

தொல்லியல் துறையின் கவனக்குறைவே இதற்கான காரணம் என்று எங்களோடு வந்திருந்த டாக்டர் தயானந்தன் கூறினார்.

1863இல் தாம்பரத்துக்கு அருகிலுள்ள பல்லாவரம் மலையிலிருந்து கைக் கோடரி கண்டெடுத்த இராபர்ட் புரூஸ்புட் என்பவர், பின்னாட்களில் கோர்த்தலை ஆற்றின் கரையில் உள்ள ஆற்றம்பாக்கத்தில் இருந்து கல்லாயுதங்களைக் கண்டெடுத்தார்.

என் வாழ்க்கையில் இப்படியொரு இடத்தைப் பார்த்ததே இல்லையென்று புரூஸ்புட் (Bruz foot) பின்னாட்களில் எழுதியிருந்தார். அதோடு ஆற்றம்பாக்கம் உலகில் அரிதான ஆயுதங்கள் கிடைக்கக்கூடிய இடம் என்றும் 'கற்கால மனிதர்' குறித்து ஆய்வு நடத்துபவர்களுக்கு இதைவிடச் சிறந்த ஓர் இடம் கிடைக்காது என்றும் குறிப்பிட்டிருக்கிறார்.

நன்றாகத் தேடி பார்த்தபோது எனக்கு இரண்டு, மூன்று ஆயுதங்கள் கிடைத்தன. அதைக் கையில் வைத்துக் கொண்டு வியப்பாகப் பார்த்தேன். எவ்வளவு காலம் பழமைவாய்ந்தது. இப்போது என் கையில் இருக்கிறதே என்று சிலிர்த்துப் போனேன்.

வாழ்வதற்காக யாரோ ஒரு பிதாமகன் அன்று உருவாக்கிய ஆயுதம் அது. அதை நான் இருபது வருடம் என் வீட்டில் பாதுகாத்து வந்தேன். அதை நான் மட்டும் சொந்தம் கொண்டாட வேண்டாமென அந்த ஆயுதங்களைக் கண்ணூர் பல்கலைக்கழகத்தின் மானிடவியல்துறைக்கு அன்பளிப்பாகக் கொடுத்துவிட்டேன். அது இப்போது அங்கு இருக்கிறதா என்று எனக்குத் தெரியாது.

அங்கிருந்து திரும்பி நடக்கும்போது ஒரு நிலத்தில் சில பேர் ஆங்காங்கு உட்கார்ந்து பார்த்துக் கொண்டிருந்தார்கள். அதோடு அருமையான காட்சியாக இருந்தது. பக்கம் போய் பார்த்தால் பனங்கள் குடிப்பதற்காக அமர்ந்த கூட்டம் அது.

கள் இறக்கிக் கொண்டுவர பனைத் தொழிலாளர் ஒருவர் மரம் ஏறி இருக்கிறார். அதை இறக்கி வந்தவுடன் சீக்கிரமாகக் குடித்தாக வேண்டும். இல்லாவிட்டால் அது புளித்துவிடும். கீழே பிளாஸ்டிக் கப்களும் வைக்கப்பட்டு இருந்தன. முதலமைச்சர் ஜெயலலிதா கள்ளுக்குத் தடை விதித்திருந்ததால் இதொரு சட்ட விரோதச் செயலாகப் பார்க்கப்பட்டது.

கள் என்று கேட்டதும் செல்வமணி ஆர்வமானார். அதற்குக் காரணமாயிருந்த 'கள்' என்பது சங்க காலத்தின் மது வகை. புகை பிடிக்கவோ மது அருந்தவோ செய்யாத நிர்மல் தீவிரமான சங்க காலத்தின் இரசிகர். அந்த வாழ்க்கையை எப்படியாவது திரும்பப் பெற வேண்டும் என்பது நிர்மலின் கனவு.

சரி, ஒரு கப் கள் குடித்துப் பார்க்கலாம் என்று பாலு சொன்னார். பாண்ட் சர்ட் போட்ட எங்களுக்கு அங்கு அமர்ந்திருந்தவர்கள் வழிவிட்டார்கள். ஆற்றம்பாக்கத்தில் இருந்து சங்க கால மதுவை நாங்கள் ருசி பார்த்தோம். அப்படியொரு புளிப்பாக இருந்தது அந்தக் கள். ஆனால் 'குடியம்', 'ஆற்றம்பாக்கம்' போன்ற இடங்களில் தற்போதைய மக்களின் வாழ்வு மிகவும் கடினமானதாகவும் பரிதாபத்திற்குரியதாகவும் இருக்கிறது. அங்கு அடிப்படை வசதிகள் எதுவுமே கிடையாது.

ஒரு பள்ளிக்கூடமோ, மருத்துவமனையோ, நல்ல சாலையோ, மின்சார வசதியோ முற்றிலும் அங்கு இல்லை.

இயற்கையான முறையில் விவசாய வாழ்க்கைமுறையைப் பின்பற்றும் இந்த மனிதர்கள் பல அற்புதங்களைச் சினிமாவில் கண்டுதான் திருப்தி அடைகிறார்கள். எரிந்து அடங்கிப் போன எரிமலையையும், வறண்டு போன ஆறுகளையும் சாட்சியாக்கிக் கற்கால மனிதன் அனுபவித்த வாழ்க்கையை வெவ்வேறு நிலைகளில் இந்தக் கிராமத்து மனிதர்கள் அனுபவித்துக் கொண்டிருந்தார்கள்.

●

சாவித்திரியோட வருகை

ஊரில் கல்லூரிக்கு விடுமுறை வந்துவிட்டால் உடனே சாவித்திரி சென்னைக்கு இரயில் ஏறிவிடுவாள். ஓணத்திற்கும், கோடை விடுமுறைக்கும் தவறாமல் வந்து விடுவாள். கிறிஸ்துமஸ் வந்தால்தான் எனக்கு ஊருக்குப் போகமுடியும். ஓணத்துக்கு ஒருநாள்கூட இங்கு எங்களுக்கு விடுமுறை இல்லை. ஓணம் திருவிழாவைச் சென்னையிலே கொண்டாட வேண்டிய கட்டாயத்திற்குத் தள்ளப்பட்டேன். கோடை விடுமுறை வருவது

கேரளாவில் ஏப்ரல், மே மாதங்களில். தமிழ்நாட்டில் மே, ஜூன் மாதங்களில். ஏறத்தாழ மூன்று மாதம் விடுமுறையில் கழிந்துவிடும். பின் சில விடுமுறைகள் அரசாங்க விடுமுறைகளாகத் தொடர்ந்து வருவது போல் எடுத்துக் கொண்டால் ஊருக்கு வந்து போக அது சௌகர்யமாக இருக்கும்.

சென்னைக் கிறித்தவக் கல்லூரியில் வேலைக்குச் சேர்ந்து இரண்டு மூன்று மாதங்கள் அங்கிருந்த ஹீபர் விடுதியில் தங்கி, அதன் பிறகே மகாலஷ்மி நகரில் முதன்முதலாக வீடு கிடைத்தது. அன்று முதல் சாவித்திரியின் வருகை ஆரம்பமானது. முதல் வரவு உறவினர்களோடு இருந்ததால் சரியாக வந்து சேர்ந்து விட்டாள். சாவித்திரியின் இரண்டாம் வருகை கொஞ்சம் சிக்கலாகிப் போனது. அவள் முதன் முதலாகத் தனியாக வருகிறாள். நான் சென்ட்ரல் இரயில்வே ஸ்டேஷனுக்கு ஆறு மணிக்கே சென்று விட்டேன். ஆனால் ஏழு மணிக்கு வரவேண்டிய சென்னை மெயில் கொஞ்சம் காலத்தாமதமாக வரும் என்று அறிவித்தார்கள். ஆனால் இவ்வளவு காலத் தாமதமாகும் என்று நான் எதிர்பாக்கவே இல்லை.

இரயில் வந்தபோது கிட்டத்தட்ட நண்பகல் ஆகியிருந்தது. வண்டியில் இருந்து இறங்கக் கொஞ்சம் பேர்தான் இருந்தார்கள். இறங்கியவர்கள் அவரவர்கள் போகும் இடங்களுக்குப் புறப்பட்டுக் கொண்டிருந்தார்கள். கண்ணூரிலிருந்து வந்தவர்களில் இனி யாரும் இறங்குவதற்கில்லை என்று உறுதியாகியது. ஆனால் புறப்பட்டு வந்த சாவித்திரியை மட்டும் அதில் காணவில்லை. அந்தச் சமயத்தில் இரயில் எதுவும் வருவதற்கில்லை என்றதால் ஸ்டேஷனில் ஆள் நடமாட்டம் இல்லாமல் இருந்தது. எனக்கு ஒரே குழப்பம். என்ன நடந்தது என்று எதுவுமே தெரியவில்லை. தற்காலத்தைப் போல மாஹே, வடகரை, கொயிலாண்டி, கோழிக்கோடு என்று ஒவ்வொரு ஸ்டேஷன் வந்ததும் உடனுக்குடன் சொல்லக்கூடிய தொலைப்பேசிகளின் வசதிகள் இல்லாத காலம் அது. நான் ஸ்டேஷனில் ஒவ்வொரு இடமாகத் தேடித் தேடிப்பார்க்கிறேன்.

பலமுறை அந்த ஸ்டேஷனைச் சுற்றிச் சுற்றி வந்தேன். கடைசியாக ஒருமுறை பார்த்துவிட்டு வரலாம் என்று வெளியே வந்து தேட ஆரம்பித்தபோதுதான் பெட்டி, படுக்கையெல்லாம் சுமந்துகொண்டு சோர்ந்து போன சாவித்திரி வெளியே இருந்து உள்ளே வந்துகொண்டிருந்தாள். எதிர்பாராதவிதமாகச் சந்தித்துக் கொண்டோம். இல்லையென்றால் மீண்டும் நாங்கள் ஒருவருக்கொருவர் தேடிக் கொண்டுதான் இருந்திருப்போம்.

எஞ்சின் கோளாறு காரணமாகப் பெரம்பூர் ஸ்டேஷனில் இருந்து பெரும்பாலான பயணிகள் இறங்கி நடக்க ஆரம்பித்தார்களாம். அப்போது சாவித்திரியும் இறங்கி நடக்க ஆரம்பித்திருக்கிறாள். சைக்கிள் ரிக்க்ஷாக்காரர்கள் வந்து கேட்டதும் பயத்தால் எந்த வண்டியிலும் ஏறவில்லை. எங்குப் போகிறோம் என்றோ, எப்படிச் சென்ட்ரல் ஸ்டேஷனுக்குப் போவது என்றோ எதுவும் தெரியாமல் அரிசிப்பொடி, தேங்காய், அல்வா, கல்லுமக்காய் வறுவல் போன்றவை அடங்கிய பெட்டியுமாகச் சாவித்திரி நடந்தே வந்திருக்கிறாள். அவளுடைய பதட்டத்தைப் புரிந்துகொண்டு ஒரு குடும்பம் அவளிடம் விசாரித்தபோது, அவளையும் அவர்களோடு இணைத்துக் கொண்டு சென்ட்ரல் இரயில்வே ஸ்டேஷனில் இறக்கிவிட்டுச் சென்றார்களாம். அப்படிச் சாவித்திரியின் இரண்டாவது முறை வருகை மறக்கமுடியாத ஒரு அனுபவமாகிவிட்டது.

அசோக் அண்ணனும் பிரபா அக்காவும் அவர்களுடைய மகளும்தான் எங்கள் வீட்டின் நேர் எதிரில் தங்கியிருந்தவர்கள். அதனால் மகாலக்ஷ்மி நகரும் சிதம்பரனார் தெருவும் சாவித்திரிக்கு அந்நியமாகத் தோன்றவில்லை. அவர்களுடைய மனைவி விஜி, மகாராசியம்மா போன்றவர்களுடைய நட்பு வட்டத்தில் சாவித்திரியையும் சேர்த்துக் கொண்டார்கள்.

யாராவது ஊரிலிருந்து விருந்தாளிகள் வந்தால் மாமல்லபுரத்தில் உள்ள அழகுச் சிற்பங்களைக் கொண்டுபோய் காட்டுவது வழக்கம். ஒருமுறை சாவித்திரியின் மூத்த அக்காள் ரேவதியும் அவருடைய கணவர் சேகர் அண்ணனையும் ஒரு டாக்ஸி பிடித்து அழைத்துக்கொண்டு போனேன். ஒவ்வொரு முறையும் அந்தச் சிற்பங்களைப் பார்க்கும்போது ஏதாவது ஒரு புதிய விஷயங்கள் அதிலிருக்கும். பெயர் கூட அடையாளப்படுத்தாத அந்தச் சிற்பங்களின் கைவிரல் திறமைகள் நம்மை ஆச்சர்யப்படுத்தும். நான் அவருக்கு ஒவ்வொன்றாகக் காண்பித்து விளக்கிவிட்டு மாலையில் வீட்டுக்குத் திரும்பி வந்தபோது சேகரண்ணன் என்னிடம் எந்தவொரு தயக்கமுமின்றி கேட்ட கேள்வி என்னை வருத்தத்திற்குள்ளாக்கியது. ‘டேய் அனில்! இந்தக் கருங்கல் கொட்டிக் கிடப்பதைக் காட்டவா, நீ என்னை இவ்வளவு தூரம் அழைத்துக்கொண்டு போனாய்’ என்றார்.

சென்னைப் பல்கலைக்கழகத்தில் ஆய்வியல் நிறைஞர் படிப்பிற்கான வருகைதான் சாவித்திரியின் அடுத்த வரவு. Faculty improvement Program இன் (ஆசிரிய முன்னேற்றத்திற்கான பயிற்சி

முகாம்) சார்பாக விடுமுறைக்கு விண்ணப்பத்திருந்தபோது சாவித்திரியின் கல்லூரி முதல்வரான சலீம் விடுமுறை வழங்க மறுத்துவிட்டார். கடைசியில் சாவித்திரி சம்பளம் இல்லாத விடுப்புக்கு விண்ணப்பித்து அனுமதி பெற்று சென்னைக்கு வந்தாள்.

மகாலஷ்மி நகரில் இருந்து மெரினா வளாகத்திற்குச் செல்வது அவ்வளவு எளிதான காரியமல்ல. வகுப்பிற்குச் சென்றும், செல்லாமலிருந்தும் ஒருவழியாக ஆய்வியல் நிறைஞர் படிப்பை முடித்தாள். வைக்கம் முகம்மது பஷீரின் கதைகளில் வரும் காதல்தான் சாவித்திரி எடுத்துக்கொண்ட ஆய்வுக்களம். பிரண்ணன் கல்லூரியில் படித்த ஒருவருக்கு சென்னைப் பல்கலைக்கழகத்தின் மலையாளத் துறையின் குறைபாடு மிக எளிதில் கண்டுபிடித்துவிடமுடியும். சாவித்திரி அதை வெளிப்படையாகச் சொல்லியும் இருக்கிறாள். ஆசிரியர்களின் எண்ணிக்கை மிக மிகக் குறைவு என்பதான பெரிய குறை அது.

சாவித்திரியின் இந்த வரவுகளின்போதெல்லாம் சிதம்பனார் தெருவிலே 2/34 கட்டடத்தில் உள்ள எங்கள் வீடு மலரும். பாலுசாமியின் குடும்பம், நரசிம்மனின் குடும்பம், விசுவநாதனின் குடும்பம் என்று அத்தனைப் பேரும் எங்கள் வீட்டிற்கு அவ்வப்போது வருகை தருவார்கள். நாங்களும் அவர்கள் வீட்டிற்கு விருந்திற்குப் போவோம். அந்தச் சமயங்களில் ‘கணியன்’ எனும் ஆய்வுக்குழுவினால் சில பயணங்கள் ஏற்பாடு செய்வோம். அப்படித்தான் ஒருமுறை இராமநாதபுரம், இராமேஸ்வரம், குற்றாலம் என்று ஒரு நீண்ட பயணம் போய் வந்தோம். பாம்பன் பாலத்தையும் பார்த்தோம். இராமேஸ்வரத்திற்குப் போயும் மொட்டை அடிக்கவில்லை. அங்கிருக்கின்ற இருபத்தேழு தீர்த்தங்களில் குளித்தோம். முப்பது ரூபாய் கட்டினால் ஒருவர் நம் கூடவே வந்து கோயிலுக்குள் இருக்கும் ஒவ்வொரு கிணறுகளில் இருந்தும் ஒரு செம்பு தண்ணீர் எடுத்து நம் தலையில் ஊற்றுவார். அவ்விடத்தில் இப்படித்தான் வழிபாடு நடத்துகிறார்கள். இது மிகவும் வியப்பாக இருந்தது. இது விசித்திரமான வழிபாட்டு முறையாக இருந்தது.

•

இரதி சிற்பங்கள் கொண்ட ஆறு

கணியன் எனும் ஆய்வுக்குழு, குளம் பார்க்கப் போன கதை ஒன்று உள்ளது. அந்தக் குளத்தில் இறங்கி கை, கால், முகம் கழுவுவதற்காகப் போனதல்ல. அந்தக் குளத்தைப் பார்ப்பதற்காகவே போனோம்.

பயணங்களில் சில வித்தியாசமான காட்சிகளைப் பார்க்க முடியும். மணாலியில் கடுமையான குளிரில் ஒரு மதுக் கடைக்காரர் நெடுநேரமாக யாராவது மது வாங்க வரமாட்டார்களா என்று காத்திருந்த காட்சி நம் ஊரின் டாஸ்மாக் கடைகளை நினைவூட்டியது.

தாராசுரம் கோவிலில் மிக அழகான சிற்பங்கள் பார்த்துக் கொண்டே நடந்தபொழுது கூன் விழுந்த கிழவி எதிரே வந்து நின்றாள். மிகவும் தளர்ந்து போன உருவம். அந்த மூதாட்டியோடு பேசிக் கொண்டிருந்தபோது வேதனைக்குரிய கோபத்தை ஏற்படுத்தக்கூடிய ஒரு விசயம் தெரியவந்தது. அந்த மூதாட்டி அந்தக் கோயிலின் துப்புரவு தொழிலாளியாகப் பணியாற்றி வருகிறார். அதற்கான ஊதியத்தைப் பணமாக அல்லாமல், நெல் மணிகளால் ஊதியம் அளித்து வந்துள்ளனர். அதுவும் குறைவான அளவிலேயே கொடுக்கப்பட்டுள்ளது. கடவுள்களும், புரோகிதர்களும் சுகபோகமாக வளரும்போது இந்த மூதாட்டி மட்டும் கூனிக் குறுகிப் போயிருக்கிறார்.

அந்தக் குளம் மிகவும் வித்தியாசமாகக் காட்சியளித்தது. திருவண்ணாமலையிலிருந்து நாற்பது கி.மீ. தொலைவில் அரூருக்குப் போகும் வழியில் வயல்களுக்கிடையில் கொஞ்சம் பெரிதான சுத்தமான படிக்கட்டுக்களுடன் உருவாக்கப்பட்ட ஒரு குளம். கிட்டத்தட்ட பதினான்காயிரம் சதுரஅடிகள் இருக்கக்கூடும். இந்தக் குளம் மற்ற குளங்களிலிருந்து மாறுபடுவது அதன் படிக்கட்டுகளில் காணப்படக்கூடிய சிற்பக்கலையால்தான்.

'சென்னீம நாயக்கன் குளம்' என்று பெயர் பெற்ற இவ்விடத்தில் புராணங்கள், ஊடல்கள், வாழ்க்கை முறை, மல்யுத்தம், வேட்டை, விளையாட்டுகள் போன்ற பலவகை சுவர் சித்திரங்கள் செதுக்கி வைக்கப்பட்டுள்ளன. இந்தக் குளம் செஞ்சியைச் சேர்ந்த இராஜாக்களுடையதாக இருந்துள்ளது. நாயக்கர் காலச் சிற்பக்கலைக்குச் சிறந்த சான்றாகத் திகழ்கிறது. தமிழகத்தில் கி.பி.15ஆம் நூற்றாண்டு முதல் 18ஆம் நூற்றாண்டு வரை நாயக்கர்களுடைய காலகட்டமாய் இருந்தது.

பல செய்திகளை எடுத்துக்காட்டுகின்ற சிற்பங்கள் இருந்தாலும் ஊடல் சார்ந்த சிற்பங்கள் இந்தக் குளத்தைக் கவருகின்றன. செஞ் சியில் 16 முதல் 18ஆம் நூற்றாண்டுகளில் ஆண்டு வந்த சென்னிம நாயக்கன் என்ற அரசன் உருவாக்கியதுதான் இந்தக் குளம். இதைப் பற்றி வெளியான சுவாரஸ்யமான ஒரு கதை. தொல்பொருள் ஆராய்ச்சியாளர்கள் பொருத்தியிருக்கும் பலகையில் இந்தக் கதை குறிப்பிடப்பட்டிருக்கிறது.

தன் மகளுக்குக் கல்யாண வயது வந்ததும் சென்னிம நாயக்கன் ஆடம்பரமாகத் திருமணத்தை நடத்திவைத்தார். ஆனால், அவளுக்குக் குடும்ப வாழ்வில் ஈடுபாடு இல்லாமல் இருந்தது. அந்த இளவரசி கூடிய சீக்கிரமே அப்பாவின் அரண்மனைக்குத் திரும்பி வந்துவிட்டாள். மகளின் வாழ்க்கையையும் தன் நாடும் அந்நியப்பட்டுப் போய் விடக்கூடாதென்று எண்ணிய அரசருக்கு, ஒரு தந்திரம் உதித்தது. தன் மகள் தோழிகளோடு சேர்ந்து குளிக்கப்போகின்ற குளத்தின் படிக்கட்டுகளில் இரதி சிற்பங்களைச் செதுக்கி வைப்பதுதான் அந்தத் தந்திரம். நேரடியாகவும் அதிசயப்படும்படியாகவும் அச்சிற்பங்கள் செதுக்கப்பட்டிருந்தன. அதைப் பார்த்தாவது அவளுக்குள் ஈர்ப்பு ஏற்பட்டு இல்லற ஈடுபாடு வரவேண்டுமென்ற எண்ணம் அரசனுக்கு. கடைசியில் இளவரசிக்குத் தேவையான சில மாற்றங்கள் ஏற்பட்டது.

அதன்மூலம் அரசனின் மனம் குளிர்ந்ததா என்பது பற்றியெல்லாம் கதையில் குறிப்பிடவில்லை.

கதையில் சில கேள்விகள் எழுகின்றன. ஏற்கெனவே சொன்னதுபோல், பல விஷயங்கள் அடங்கிய இருநூற்றுக்கும் மேற்பட்ட சிற்பங்கள் இருந்த போதும் இரதி சிற்பங்களைக் குறித்து மட்டும் கதை வெளிவந்தது எதற்கு என்ற கேள்வி எழுகிறது. அதோடு அரண்மனையைச் சார்ந்த இடமல்லாத பொதுக்குளத்தில் இளவரசி நீராட வருவார்களா என்பது சந்தேகமே. சுகவாசிகளான நாயக்க அரசர்களுடைய வாழ்க்கை முறையில் இருக்கும் காமத்தோடு இந்தக் குளத்தில் இருக்கும் இரதி சிற்பங்களைப் பொருத்திப் பார்க்கமுடியுமென்று நண்பர் பாலு என்னிடம் கூறினார். பாலு என்கிற பாரதிபுத்திரன் நாயக்கர்களுடைய கலையும் கலாச்சாரமும் என்ற விஷயத்தைப் பற்றித்தான் ஆய்வு செய்தார். போதாதற்கு பாலுவின் இப்போதைய மின்னஞ்சல் விலாசம் nayakarts@gmail.com mailto:nayakararts@gmail.com என்று வைத்துள்ளார்.

அதிசயப்படுகிற விதத்திலும் அளவுக்கதிகமான அலங்காரத்துடன் இருந்தது நாயக்கர் காலகட்டத்திலிருந்த கலையின் அடையாளம். பெண் சிற்பங்களில் மார்பகங்களும் பின் அழகான தொடைகளும் மிகப் பெரியதாகவும் வடிவாகவும் வடிவமைப்புச் செய்திருந்தார்கள். நாயக்கர் காலத்தில் கலை வழியாகக் காட்டிய ஊடல் அதன் உச்சத்தினை எட்டியது. அன்றைய அரசர்களும் பிரபுக்களும் அவர்களுடைய லட்சியமான வாழ்க்கைதான் அதற்குக் காரணம்.

15ஆம் நூற்றாண்டில் 'இக்கேரியை' ஆண்ட தேவராயருடைய அந்தப்புரத்தில் எழுநூறு பெண்கள் இருந்திருக்கிறார்கள். இதுபோல் மற்றொரு நாயக்கர் இறந்தபோது இருநூறு மனைவிகள் உடன்கட்டை ஏறினர் என்று சொல்லப்படுகிறது. அந்தப் பெண்களின் பத்தினித் தன்மையையே அன்றைய காலக் கவிஞர்கள் பாடிப் புகழ்ந்தனர்.

நாயக்கர் காலத்தில் குறவஞ்சி, விறலிவிடுதூது, நொண்டி நாடகம், நாட்டுப் பாடல்கள் இவற்றின் வழியே இரட்டை அர்த்தம் கொண்ட ஊடல்களைப் பற்றிக் கூறி வந்தார்கள். தேவதாசி முறை இந்தக் காலத்தில் துவங்கியிருக்கக்கூடும். மலையாளத்தில் 'வைஷீகத் தந்திரம்' நூலைப்போல் தமிழில் 'பரத்தையர் மாலை' என்றொரு நூல் உருவானது.

சென்னிம நாயக்கன் குளத்திலிருக்கிற சில சிற்பங்களில் வண்ணாத்தி, குறத்தி, இடைச்சி, சமையல்காரி போன்ற

சாதிப் பெண்களை மிருகங்கள் உறவுக் கொள்வது மாதிரியான சிற்பங்களைச் செதுக்கி இருக்கிறார்கள். அதுபோல் ஒரு சிற்பத்தில் மிகப் பெரியதொரு ஆண் குறியைப் பலர் சேர்ந்து சுமந்து கொண்டு செல்வது போன்று செதுக்கி வைத்துள்ளனர்.

ஒரு குளத்தில் தாங்கக் கூடியதைவிட அதிகமாகச் சிற்பங்கள் சோழர்காலத்தில் இல்லாததும் நாயக்கர் காலத்தில் காணக்கூடியதுமான சைவ, வைணவ ஒற்றுமை இந்தச் சிற்பங்களின் முக்கியத்துவம் வாய்ந்தது என்று கூறலாம். காளி, உமா, இலட்சுமி, சிவலிங்கம், விஷ்ணுவின் அவதாரங்கள், கண்ணனைச் சுற்றி பசுக்கள், இராம அனுமன் உரையாடல் என்று போகிறது அந்தச் சிற்ப வடிவங்கள்.

நாயக்க மன்னர்களுடைய காலகட்டத்தில் நாட்டுப்புறக் கலைகள் வளர்ச்சிப் பெற்றன. கோலாட்டம், கும்மி, பகடி விளையாட்டு, பாம்பாட்டி போன்ற உருவங்கள் அந்தக் குளத்தில் செதுக்கப்பட்டுள்ளன. குறவன், குறத்தி, வேடன், இடையன், கோமாளி போன்ற சிற்பங்கள் அந்தக் காலத்தில் இல்லை என்று சொல்லலாம். வேட்டையாடும் காட்சிகளும் போர்க்காட்சிகளும்தான் நாயக்கப் பிரிவினருடைய காலகட்டம், போர், எல்லை விரிவு படுத்தல் போன்ற விஷயங்கள் அடங்கிய காலமாக இருந்தது. அவர்களுடைய வெளிப்படையான வாழ்க்கை முறைகளைப் போருக்காக மட்டும் உருவாக்கி இருந்தனர்.

அந்தக் குளத்தில் அதிகம் தண்ணீர் இருக்கவில்லை. நாங்கள் மரநிழலின் அடியில் அமர்ந்து உணவருந்தினோம். தமிழ்நாட்டின் அதிபயங்கர வெப்பத்தை நாங்கள் உணர்ந்தோம். கிராமங்கள் முழுக்க பசுமையாகக் காணப்பட்டன. விவசாய நிலங்கள் நிரம்பியிருந்தன. ஆனால் குளிர்ச்சி இல்லை. கேரளாவைப் போன்ற விவசாயம் அல்ல அங்கு. நெல், கரும்பு, கடுகு, எள், மரவள்ளிக் கிழங்கு, வாழை, சூரியகாந்தி, செட்டிப்பூ, தென்னை, மா, பருத்தி, சோளம் போன்றவற்றின் சாகுபடிகளை இங்குக் காணமுடியும்.

அந்தக் கிராமத்து மக்கள் மிகவும் வறுமையோடு காணப்பட்டனர். அவர்கள் முகத்தில் உற்சாகம் தெரியவில்லை. அதில் ஆண், பெண், குழந்தைகள் அனைவருமே அப்படித்தான். 'ஜமீன்' சம்பிரதாயம் இன்றும் தொடர்ந்து கொண்டிருக்கிற இடம் அது. கோமணத்தைக் கட்டிக்கொண்டு நிலத்தை உழும் பாட்டாளி வர்க்கத்தை அங்குக் காண முடிந்தது.

இந்தப் பெரிய குளத்திற்குப் பக்கத்தில் இதைப் போலவே ஒரு சிறிய குளம் ஒன்று இருக்கிறது. அதில் சில பகுதி மண் சரிந்து உபயோகமற்றதாக இருந்தது. 'கீழ்ராவந்தவாடி' என்ற இடத்தில்தான் அந்தச் சிறிய குளம் இருக்கிறது. பண்டிதப் பேட்டையில் இதுபோல் இன்னொரு குளம் இருக்கிறதென்று கேள்விப்பட்டுப் போனோம். ஆனால் அதைக் கண்டு பிடிக்க முடியவில்லை.

அங்கிருந்து திரும்பும்போது அந்தக் கிராமத்து மக்கள் அனைவரும் கையசைத்து வழி அனுப்பி வைத்தார்கள். அவர்கள்தான் அந்தக் குளத்தின் காவல்காரரர்கள். வாழ்க்கையில் உழைத்து உழைத்து ஓடாய்த் தேய்ந்து போனவர்கள். கறுத்து மெலிந்து போன குழந்தைகள். அவர்கள் அறுவடை செய்கின்ற வயல்களெல்லாம் அவர்களுடையதாக மாறவில்லை.

நிலக்கடலை விதைத்திருந்த நிலத்திலிருந்து பிடுங்கி எடுத்த நிலக்கடலையும், தண்ணீரும் எங்களுக்குத் தந்தார்கள். அந்தக் கடலை மிகவும் ருசியாக இருந்தது.

அவர்கள் பாசத்தோடு பிடுங்கிக் கொடுத்த நிலக்கடலைக்குக் காசு கொடுக்கவேண்டும் என்ற எண்ணம் எங்களில் யாருக்கோ தோன்றியது. பணத்தை நீட்டவும் செய்தோம். ஆனால் கடலைச்செடி கொடுத்த கைகள் திடீரென்று பின்னுக்குப் போனது. அவருடைய முகம் வாடிப்போனது. அவர்களில் ஒருவர் வருத்தத்தோடு சொன்னதை நாங்கள் அனைவரும் கேட்டோம், "என்ன சார் நாங்களெல்லாம் ஏழைங்கதான். ஆனா உங்களுக்குக் கொடுத்த இந்தக் கடலைக்குப் போய் நாங்க பணம் வாங்குவதா?... கடவுளே!"

●

திருவிழா பித்தலாட்டம்

1991-இல் திரைப்பட விழா சென்னையில் நடத்துவதற்கு முன்பு இந்தியாவின் பன்னாட்டுத் திரைப்பட விழா என்பது, வருடா வருடம் வெறும் பத்திரிக்கை செய்தியாக வாசிப்பது மட்டும்தான் எனக்குத் தெரிந்தது. நாங்கள் தங்கியிருக்கின்ற மாவட்டத்தில் இப்படி ஒரு நிகழ்ச்சி ஏற்பாடு செய்யும்போது அதில் கலந்து கொள்ளாமல் இருப்பது மரியாதையல்ல. அப்போது சாவித்திரி என்னோடு இருந்தாள். இரண்டு பேரும் டெலிகேட் பாஸிற்காக முறைப்படி விண்ணப்பித்தோம். 02321 நம்பர் பாஸ்தான் எனக்குக் கிடைத்தது. சாவித்திரியின் நம்பர் நினைவிலில்லை.

திரைப்பட விழா நடக்கின்ற பகுதியில் வாழும் மக்களுடைய வீடுகளில் நண்பர்களாலும் எதிரிகளாலும் கூட்டம் அலைமோதியது. ஆனால் எங்களுக்கு இப்போது கண்ணூர் ஸ்ரீ நாராயணக் கல்லூரி ஆங்கிலத்துறைப் பேராசிரியரான சாஜன் என்பவர் மட்டுமே வீட்டில் விருந்தாளியாக வந்திருந்தார். அதற்குக் காரணம் சினிமா திரையிடுகின்ற சென்னை நகரத்திலிருந்து சேலையூர் மகாலஷ்மி நகரில் நாங்கள் தங்கியிருந்த வீடு வரையிலான தூரம். சாஜன் மற்றவர்களுக்கு ஒரு சிறு துன்பத்தையோ, தொந்தரவையோ கொடுத்துவிடக்கூடாது என்பதில் மிகவும் கவனமாக இருக்கக்கூடியவர்.

காலையில் நாங்கள் மூன்று பேரும் பேருந்திலோ அல்லது மின்சாரத் தொடர் வண்டியிலோ புறப்படுவோம். ஒரு நாளைக்கு ஒருவரால் எவ்வளவு படம் பார்க்க முடியுமோ அத்தனைப் படம் பார்ப்போம். இரவு பதினோரு மணி அல்லது பன்னிரண்டு மணிக்கு மீண்டும் இரயிலில் திரும்புவோம். இரயிலில் விற்கும் பொருட்களைப் பேரம் பேசி வாங்கிக்கொண்டு வீட்டிற்கு வந்து சேருவோம். மறுநாள் காலை மீண்டும் புறப்படுவோம். இப்படியாகப் பத்து நாட்கள் தொடர்ந்தது.

1952இல் தான் இந்தியாவின் தேசிய அளவிலான திரைப்பட விழா பண்டித ஜவஹர்லால் நேருவால் தொடங்கி வைக்கப்பட்டது. அப்போது அவர்தான் இந்தியாவின் பிரதமராக இருந்தார்.

சினிமாவும் நம் கலாச்சாரத்தின் அடையாளம் என்று அன்றைக்கு இருந்தவர்களுக்குள் ஆழப் பதிந்திருந்தது. இன்றைக்கிருக்கும் எல்லாமே வியாபாரமயம் என்ற எண்ணத்திற்கு நேர்மாறாக இருந்தார்கள் அன்று.

முதல் திரைப்பட விழா ஆரம்பித்த ஒன்பது வருடத்திற்குப் பிறகு 1961இல் தான் இரண்டாவது திரைப்படவிழா கொண்டாடப்பட்டது. அடுத்து 1965இல் அப்படி முப்பத்தி ஒன்பது வருடத்திற்குப் பிறகு சென்னையில் திரைப்பட விழா நடத்தும்போது இருபத்தி ஒன்றாவது திரைப்பட விழாவாக வளர்ந்திருந்தது. 1975இல்தான் திரைப்படங்கள் விருதிற்குப் போட்டியிடத் தொடங்கின.

டெலிகேட் பாஸைக் கழுத்தில் அணிந்து கொண்டபோது நாங்கள் பன்னாட்டுத் திரைப்பட இரசிகர்களாக மாறிவிட்டதாக உணர்ந்தோம். அடூர் கோபாலகிருஷ்ணன், அரவிந்தன், பத்மராஜன், கே.கே.ஜார்ஜ் என்று பேசுவதுபோய் போல் கொக்ஸ், மஹ்பல், பஃப் பாட்ரிக் லாக்கோன், பர்னாடோ பர்ட் லூச்சி என்று பேச ஆரம்பித்துவிட்டோம்.

'சாகப்பிரசாக' என்ற படம் பார்த்தபோது சத்ய ஜித்ரேயைத் தேசிய அளவில் கொண்டாடுவதா, இல்லை பன்னாட்டளவில் கொண்டாடுவதா எனக் குழம்பிப் போனோம்.

திரைப்பட விழாவின் புத்தகத்தைப் பார்த்து எந்தெந்தப் படம் பார்க்கலாம் என்று முடிவு செய்துவிட்டுத் திரையரங்கிற்குப் போனோம். எல்லாப் படங்களையும் பார்ப்பது என்பது மிகச் சிரமமான காரியம். படம் பற்றி எங்களுக்குத்

தெரியவில்லையென்றால் விவரம் தெரிந்தவர்களிடம் கேட்டுத் தெரிந்துகொண்டு நல்ல படங்களுக்கு மட்டும் முக்கியத்துவம் கொடுத்துப் பார்த்து வந்தோம். சென்னைப் பல்கலைக்கழகத்தின் நூற்றாண்டு அரங்கம், அரசாங்கத்தின் கலைவாணர் அரங்கம், எஸ்.ஐ.எஸ்.சி.சி. அரங்கம். இவற்றில்தான் படங்கள் திரையிடப்பட்டிருந்தன. நேரத்திற்கு ஓரிடத்தில் இருந்து இன்னொரு இடத்திற்குச் செல்ல ஆட்டோக்காரர்களிடம் தொடர்ந்து வாக்குவாதம் ஏற்பட்டது. அப்படிப் பத்து நாட்களுக்குள் 30-35 படங்கள் நாங்கள் கண்டு களித்தோம்.

உண்மையில் நம்முடைய பிலிம் சொசைட்டி இயக்கங்கள் இப்போது நலிந்து போகக் காரணம், இப்படியான திரைப்பட விழாக்கள் நல்ல முறையில் நடத்தி வருவதினால்தான் என்று எனக்குத் தோன்றுகிறது. பிலிம் சொசைட்டி நடத்தி வரும் சின்னச் சின்னத் திரைப்பட விழாக்கள் இங்கு யாருக்கும் தேவையில்லை. அதன் சிரமம் எவ்வளவு என்று மற்றவர்களுக்குப் புரியவும் புரியாது. பிலிம் சொசைட்டி சார்பில் நடத்தும்போது அதன் அங்கத்தினர்களுக்கு அடுத்து என்ன படம் திரையிடப்போகிறோம் என்பதைத் தெரிவித்துக் கொண்டு போஸ்ட் கார்டில் எழுதி அனுப்பவேண்டாம். இரயில்வே ஸ்டேஷனில் போய் பிலிம் பெட்டி எடுத்துவர வேண்டும். 16 எம்.எம். ப்ரொஜெக்டர் கிடைக்குமா என்று தேடிப்போகவேண்டாம். உறுப்பினராக வாங்கும் இருபது ரூபாய் கட்டாமல் ஏமாற்றும் பலரை அழைத்து ஞாபகப்படுத்த வேண்டாம். படங்களைத் திரையிடக் கல்லூரி முதல்வரின் ஒப்புதலுக்காகக் காத்திருக்கவேண்டாம். இது போன்ற கடினங்களைத் தாண்டி ஒரு பாஸ் மட்டும் எடுத்துக்கொண்டு, அதிலும் பத்திரிக்கையாளர் பாஸ் எடுத்துக்கொண்டால் இன்னும் வசதி. ஏ.சி. தியேட்டரில் அமர்ந்து சுகமாகப் படம் பார்க்கலாம். இது அவ்வளவு எளிது!

•

பல மொழிகள்

ஏழு மேசைகளும் ஏழு நாற்காலிகளும் இரண்டு அலமாரிகளும் போடப்பட்டிருக்கும் இடத்தைத் தவிர, சிறிதுகூட இடம் இல்லாத நெரிசலான அறையில்தான் நாங்கள் ஏழு பேரும் அமர்ந்திருந்தோம். அந்த ஏழு மேசைகளும் பக்கத்துப் பக்கத்தில் சேர்த்துப் போடப்பட்டிருந்தாலும் நாங்கள் அது மாதிரி இணைந்திருக்கவில்லை. நட்பு இல்லை என்றோ, பேச்சு வார்த்தை இல்லையென்றோ சொல்லமுடியாது. ஆனால் இருக்கவேண்டிய ஏதோ ஒன்று எங்களுக்குள் இல்லாமல் இருந்தது. இடைவேளை நேரத்தில் கூட ஒன்றாகச் சேர்ந்து கேண்டீனுக்குப் போய் ஒரு கப் காப்பி குடிக்கவோ நாட்டு நடப்பு பற்றிப் பேசவோ நாங்கள் ஒருத்தரும் தயாராயில்லை என்பதுதான் உண்மை. மொத்தத்தில் நாங்கள் ஏழு கண்டங்களாகப் பிரிந்துதான் பணியாற்றி வந்தோம். அதனால் எங்கள் அறையின் ஒரு பூட்டுக்கு ஏழு சாவிகள் இருந்தன.

கடையில் ஒரு பூட்டு வாங்கினால்கூடக் கூடுதலாக மூன்று சாவிகள் இருக்கும். மீதி நான்கு மாதிரி சாவி செய்துகொண்டு வரவேண்டிய பொறுப்பு துறைத்தலைவருக்கு இருந்தது.

நான் முதன் முதலில் அந்த அறைக்கு வந்தபோது முனைவர் சேதுராமன் என்னிடம் சாவியை ஒப்படைத்தார். நாளடைவில் எங்களில் யாரோ ஒருவர் அந்தச் சாவியைத் தொலைத்தபோது புதிதாக ஒரு பூட்டு வாங்கி மீண்டும் ஏழு சாவிகள் செய்ய வேண்டி வந்தது. அறையின் பூட்டைத் தவிர எங்கள் ஒவ்வொருவருடைய மேசைக்கும் தனித்தனியாக ஒரு பூட்டும் சாவியும் இருந்தது. அது நாங்கள் சொந்தமாக வாங்கிக் கொள்ளவேண்டும். ஏதோ

ஒரு பெரிய இரகசியத்தை நாங்கள் அந்த மேசைக்குள் வைத்துப் பூட்டினோம்.

இரயில் வருவதற்கு அரை மணிநேரத்திற்கு முன்னதாகத் தான் பிளாட்பாரத்து மின் விசிறிகள் போடப்படுவது வழக்கம். அதுபோல் வகுப்பு நேரத்திற்கு ஐந்து நிமிடமோ அல்லது பத்து நிமிடமோ மீறிப் போனால் பதினைந்து நிமிடத்திற்கு முன்னதாகத்தான் எங்களில் யாராவது ஒருவர் வந்து துறையைத் திறப்பார்கள். இல்லையென்றால் எங்கள் மனதுபோல அது அடைந்தே கிடக்கும்.

தமிழ்நாடு என்றாலும் இந்தி, பிரெஞ்சு, ஜெர்மன் மொழியைப் படிக்க மாணவர்கள் ஆர்வமுடன் வந்தார்கள். அதனுடைய திமிர் அந்த மூன்று பேருக்கும் இருந்தது. மலையாளம், தெலுங்கு, கன்னடம், சமஸ்கிருதம் போன்ற மொழிகளுக்கான மாணவர்கள் மிகவும் குறைவாகவே இருந்தார்கள். மலையாள மாணவர்கள் நிறைய பேர் கிறித்துவக் கல்லூரிக்கு வந்தாலும் கூட மலையாள மொழியைத் தேர்ந்தெடுப்பது குறைவாகவே இருந்தது.

கல்லூரி திறந்து மாணவர்கள் சேர்க்கையின்போது ஒதுக்கப்[illegible] இந்த நான்கு மொழியின் ஆசிரியர்கள் சந்தித்துக் கொள்ளும்போது உங்க துறையில் எத்தனை மாணவர்கள் வந்து சேர்ந்தார்கள் என்று ஆர்வத்தோடு ஒருவருக்கொருவர் விசாரித்துக் கொள்வார்கள்.

அட்மிஷன் கிடைப்பதற்கான ஒரு குறுக்குவழிவாக, அந்த நான்கு மொழிகளில் ஏதாவது ஒரு மொழியை முதல் பாடமாகத் தேர்ந்தேடுத்தனர் சில மாணவர்கள். மலையாளம் மட்டும் படித்த ஒரு மாணவன் என் வகுப்பில் இருந்தான். ஆனால் அவன் கொஞ்சம் திறமைசாலியாக இருந்ததினால் நன்றாகப் படித்துத் தப்பித்துக் கொண்டான்.

ஆரம்பத்தில் கன்னட ஆசிரியராக எங்களோடு இருந்த ஸ்ரீனிவாச புட் எப்போதும் மகிழ்ச்சியான ஒரு மனிதராகக் காணப்பட்டார். அவருடைய குழந்தைகள் எல்லாம் அமெரிக்காவில் குடிப்பெயர்ந்ததால் அவருக்குச் சொல்லிக் கொள்ளும்படி எந்தப் பிரச்சனையும் இல்லாமல் இருந்தது. மிகவும் தோழமையோடு பழகக்கூடியவர். சில சமயம் ஏதாவது பார்ட்டிகளுக்குப் போய் வந்தால் அடுத்த நாள் வரும்போது பார்ட்டியில் மது அருந்திய விஷயத்தைப் பற்றி இரகசியமாக என்னிடம் சொல்வார்.

ஸ்ரீனிவாசபட் என்பவர் எவ்வளவு மகிழ்ச்சியாக இருந்தாரோ அதற்கு நேர் மாறானவராக இருந்தார் ஜெர்மன் மொழி ஆசிரியரான ஜெயராமன். அவருக்குக் குழந்தைகள் இல்லை. அதனாலோ என்னவோ அவர் எப்போதும் ஒரு விரக்தியோடு காணப்பட்டார்.

அவருடைய பேச்சில் எப்போதும் நிராசை கலந்திருந்தது. நான் ஒரு கதை ஆசிரியர் என்று தெரிந்தபோது மிக்க சிரமப்பட்டு ஒரு முறை சிரித்ததாக ஞாபகம். காரணம் அவரும் நிறைய கதைகள் எழுதியிருக்கிறார். தமிழில் அபூர்வமான இலக்கிய இதழ்களில் அவை எல்லாம் அச்சாகியிருந்தன. மீறி போனால் பதினைந்து கதைகள் இருக்கும். "ஒரு கட்டத்தில் நான் அந்த விஷயத்தை அடியோடு கைவிட்டுவிட்டேன்" என்றும் இப்படி நமக்குக் கதை எழுதுவதன் மூலம் எந்தப் பயனும் ஏற்படப் போவதில்லை என்றும் ஜெயராமன் என்னிடம் கூறினார்.

ஜெயராமன் படிப்பிற்காகச் சில காலம் ஜெர்மனிக்குப் போனபோது அவருக்குப் பதிலாகப் பணிக்கு வந்தவர் ஒரு பெண்மணி. ஜெயராமனுக்கு நேர்மாறான குணம் கொண்டவராக இருந்தார் அந்தப் பெண்மணி. அனைவரோடும் குதூகலமாகப் பேசக்கூடிய அவர்களுக்கு ஒரு சுவாரஸ்யமான குணாதிசயம் இருந்தது. அவர்களுக்குப் புகைப் பிடிக்கும் பழக்கம் இருந்தது. அது ஒன்றோ இரண்டோ அல்ல. ஒரு நாளைக்கு நாற்பது சிகரெட் வரை பிடிப்பார்.

புகைப்பிடிப்பதை நிறுத்தச் சொல்லி அவருடைய கணவர் அவரோடு பலமுறை சொல்லிப் பார்த்தாராம். கடைசியில் அவர் சோர்ந்து போனதுதான் மிச்சம் என்று என்னிடம் சொல்லியிருக்கிறார்.

ஒரு நாள் என்னிடம் வந்து சிகரெட் பிடிக்க இன்று ஒரு நல்ல இடம் கண்டு பிடித்துவிட்டேன் என்று என்னிடம் மகிழ்ச்சியோடு சொன்னார். கிறித்தவக் கல்லூரியின் வளாகத்திற்குள் ஏதோ ஒரு புதர் இடத்திற்குச் சென்று இரகசியமாக அந்த ஜெர்மன் பேராசிரியப் பெண்மணி சிகரெட் பிடித்து மகிழ்ச்சியடைந்தார்.

மாணவர்கள் இரகசியமாக மிக்கி என்று அழைத்திருந்த டாக்டர் இராகவேந்திரநாத் சிங், ஹிந்தி ஆசிரியராக இருந்தார்.

அவர் எழுதி வெளியான செய்திகளைக் குறித்து ஒவ்வொரு நாளும் தவறாமல் என்னிடத்தில் காண்பிப்பார். பழக்க வழக்கங்களில் ஒரு அறிவார்ந்தவராகத் தோன்றாவிட்டாலும் அவருடைய சொந்த விஷயங்களில் அவர் மிகவும் புத்திசாலியாக இருந்தார். என்னுடைய பெயர் முதன் முதலில் இந்தி இதழில் அச்சடித்து வெளிவர முக்கியக் காரணமாக இருந்தார்.

ஒருமுறை எனக்கு ஒரு விஷயம் இந்தியில் சொல்லிக் கொடுத்தார். அதற்கான பதிலை நான் ஆங்கிலத்தில் எழுதிக் கொடுத்தேன். அது இரவீந்திரன் மொழிபெயர்ப்பில் ஒரு இதழில் வெளிவந்தது.

முனைவர் சேதுராமன் அவர்கள் ஓய்வுபெற்ற பிறகு துறைத்தலைவரான சௌரிராஜன் மிகவும் கடுமையான மனிதராக இருந்தார். அதுமட்டுமல்ல சிரிப்பதென்பது அவ்வளவு நல்ல விஷயமல்ல என்று நம்பக்கூடியவராக இருந்து வந்தார்.

மாணவர்களோடு சௌரிராஜன் நெருக்கமாக இல்லை. இருந்தாலும் பிரெஞ்சு மொழி கற்றுக்கொள்ள மாணவர்கள் போட்டிப் போட்டார்கள். அந்த மொழி கற்றுக்கொண்டால் நேரடியாகப் பிரான்சுக்குப் போய்விடலாம் என்றொரு தவறான எண்ணம் மாணவர்கள் மனதில் இருந்தது.

கிறித்தவக் கல்லூரியில் படிக்கின்ற முக்கால்வாசி மாணவர்களும் தங்கள் வாழ்க்கையை வெளிநாட்டில் அமைத்துக் கொள்ள வேண்டும் என்ற எண்ணத்தில் இருந்தார்கள்.

தெலுங்கு பாடத்திற்கு முதலில் வெங்கடசாமி நாயுடுதான் ஆசிரியராக இருந்தார். அவர் ஓய்வுபெற்றபோது இளைஞனான யக்ஞசேகர் என்றொருவர் வந்தார். வெங்கடசாமி நாயுடு ஒரு சாத்வீகராக இருந்தார். அன்பான பழக்க வழக்கம் கொண்டவர். தேர்வறையில் ஒரு புறத்தில் நானும் மறுபுறத்தில் அவரும் வகுப்புகள் எடுப்போம். அவர் ஓய்வுப்பெறுவதற்கு சில ஆண்டுகளுக்கு முன்பே இறந்து விட்டார். அதற்குப் பதிலாக அந்த யக்ஞசேகர் வந்தார்.

ஏழு மொழிகள், ஐந்து மாநிலங்கள் என்று இரண்டு மாநிலங்களுமே எல்லைகளின் அளவுகளைச் சரியான முறையில் கணக்கிட்டு ஒருவருக்கொருவர் சண்டையிட்டுக் கொள்ளாமல் தொடர்ந்து பணியாற்றி வந்தார்கள். இந்தியாவைப் போல் அண்டை நாடுகளோடு பெரிய தொடர்பேதும் இல்லாமல்போனதால் சில சுமூக உறவுகளோடு ஓர் அறையில் நாங்கள் இருந்து பணியாற்றி வந்தோம். இந்தச் சூழலில்தான் ஸ்ரீநிவாசபட் ஓய்வு பெற்ற காலியிடத்திற்கு விசுவநாதன் என்றொருவர் வந்தார்.

கர்நாடக மாநிலத்தில் இருந்து வந்தார். அவர் மனைவி பெயர் ரேணுகா. அவருக்கு ஒரு பெண் குழந்தை இருந்தது. அவள் மிகவும் சமத்தான பெண்ணாக இருந்தாள். பெயர் சுனேரி.

பாலுவும் நரசிம்மனும் தயா சாரும் அடங்கிய நட்புலகத்தில் கொஞ்சம் தாமதமாக விசுவநாதனும் இணைந்து கொண்டார்.

•

பாலு

ஐம்பது, எண்பது மாணவர்கள் என்னைப் உன்னிப்பாக பார்த்தவாறு அமர்ந்துள்ளனர். நான் என்னையே மறந்து இலக்கியத்தில், குறிப்பிட்டுள்ள செய்திகளை ஐந்தும், எட்டும், பத்துமாக விற்றிருக்கும் மாணவர்களுக்கு விளக்கிக் கூற வேண்டியிருந்தது. வீட்டிலும், ஹோட்டலிலும் உண்கின்ற உணவு நேரம் சிறிது மாறலாம். ஆனால் ஹாஸ்டலின் வாழ்க்கையில் நேரம் தவறாது உண்ணுகின்ற சூழ்நிலையே இருக்கும். இவ்விடத்தில் நண்பர்கள் யாருமில்லாது தனிமையில் சாப்பிடுகிறேன். மகாத்மா காலேஜிலும், பாட்டியம்ஸிலேயும், மனியிலேயும், ஸ்டாப் ரூமுக்கு பக்கத்தில் தனித்தனியே வீற்றிருக்கக்கூடிய இருக்கைகள் உள்ளன. இவ்வாழ்க்கை மிகவும் தனிமைப்படுத்துவதாய் அமைந்திருந்தது. இவ்வாழ்வியல் முறை எனகது மிகவும் புதியது. இவை எனக்குக் கடினமானதாகவும் இருந்தன. மற்ற சக ஆசிரியர்கள் ஒன்று கூடி மகிழ்ந்திருந்தனர். நான் மட்டும் தனிமைப்பட்டே இருந்தேன். கல்லூரியிலுள்ள எங்களுக்கான துறையில் Official-லாக பேசிக்கொண்டும் ஓய்வறையில் சென்று சாய்வு நாற்காலியில் இருந்து தூங்கியும் (ஹபர் ஹால்) ஹாஸ்டலில் உள்ள அறைக்குள் சென்று கதவடைத்துக்கொண்டு வாழ்ந்த என்னுடைய கல்லூரியின் ஆரம்பகால வாழ்க்கை ஆகும்.

கல்லூரியில் ஓரளவுக்கு ஒரு மலையாளி சமூகம் இருந்தது. அதிலும் நான் அங்கமாக ஆகமுடியவில்லை. ஆசிரியர்களும்

மாணவர்கள் எல்லாருமே வேறொரு உலகத்தில் வாழ்வதாகவே எனக்குத் தோன்றியது. மலையாளிகளான ஆசிரியர்கள் எல்லோருமே கல்லூரியினுடைய முக்கிய அங்கங்களாக செயலாற்றுபவர்களாக இருந்தார்கள். அவர்களோடு சுதந்திரமாக என்னால் சேர்ந்துகொள்ள முடியவில்லை. அதற்குப்பிறகு கல்லூரியினுடைய நிர்வாகம் சம்பந்தமான பிரச்சனைகளை முன்னிறுத்தி ஒரு போராட்டம் நடந்தபொழுது மலையாளிகள் கல்லூரி நிர்வாகத்துடன் இணைந்தும், நான் மட்டும் தனித்து நின்றுகொண்டும் என்னுடைய நிலைப்பாட்டைத் தெரிவித்தேன். தமிழ்நாட்டில் மாநில அளவில் நடந்த ஒரு போராட்டமாக இருந்தது. வியாபித்தது. தவறோ சரியோ எதுவாயினும் தோல்வியுற்ற அந்தப் போராட்டம் கல்லூரியில் எதிரிகளை உருவாக்கியது. மலையாளிகளான சில ஆசிரியர்களுக்குள்ளேயே பேச்சுவார்த்தை இல்லாமல் போனது.

(ஏதாவது ஒரு விருப்பத்தின் காரணமாக முதல் மொழியாக மலையாளத்தை தேர்வுசெய்ய விரும்பி வந்த மாணவர்களாக இருக்கவில்லை. என் வகுப்பில் முன்னிலையில் அமர்ந்திருந்தவர்கள்) ஆசிரியர்களுக்குச் சில தொல்லைகள் கொடுப்பதற்காகவே சில மாணவர்கள் தேவைதானே. ஆகையால் மலையாளம், கன்னடம், தெலுங்கு போன்ற மொழிகளை தேர்ந்தெடுப்பவர்களுக்கு கிறிஸ்டியன் கல்லூரியில் சேர்ந்திட ஒரு வாய்ப்பு இருந்தது. அப்படியுள்ள வாய்ப்பைப் பயன்படுத்தி மலையாள வகுப்பில் சேர்ந்தவர்கள்தான் அதிகபட்சம். மலையாள இலக்கியத்தில் மாணவர்களுக்கு ஆர்வம் இல்லாதது அவர்களுடைய குற்றமாக எனக்கு தோன்றிடவில்லை.

இப்படியொரு சூழ்நிலையில் எனக்குத் தொடர்ந்து பணியாற்ற முடியுமா என்றொரு ஆதங்கம் எனக்குள் இருந்துவந்தது சுத்தமாக எனக்கு அவ்விடத்தில் தொடர்ந்து பணியாற்றிட விருப்பமில்லாமல் இருந்தது. இது அந்த நாடோ, நாட்டுமக்களின் குறைபாடோ அல்ல. முப்பது வயது வரை வாழ்க்கையில் சம்பாதித்த நட்பு வட்டங்களையும் என்னுடைய கிராமத்தையும் இழப்பதை நினைத்து பயத்தையும், துக்கத்தையும் எனக்கு ஏற்படுத்தியது.

என்னுடைய சொந்த ஊரான தர்மடத்திலிருந்து வேறொரு இடத்திற்கு மாறவேண்டிய சூழ்நிலை வருமென்று ஒருபோதும் நான் நினைக்கவில்லை. இப்படி ஒரு சூழ்நிலையில்தான பாலுசாமியுடனும், நரசிம்மன், தயாசார், நிர்மல், இவர்களுட்பட்ட

கணியன் என்ற கூட்டத்திற்கு வந்து சேர்ந்தேன். அங்கு கலை, இலக்கியம், பயணங்கள் இவையெல்லாம் இருந்தது. கிறிஸ்டியன் கல்லூரியில் எனக்கான இடம் இதுதான் என்று சரியாகப் புரிந்துகொண்டேன். கிரிக்கெட்டிலும், மற்ற குழுக்களிளெல்லாம் நான் அங்கமாக இருந்த போதும் என்னுடைய ஈடுபாடு அவர்களோடுதான் இருந்தது.

இங்கு இல்லாமல் போனால் கூட வாழ்க்கையில் வேறெங்காவது வைத்தாவது பாலுசாமியுடன் நான் நட்பாகி இருப்பேன். அந்தளவிற்கு எதார்த்தமாக இருந்தது எங்களுடைய நட்பு. புதிய இடங்களில் எனக்குக் கிடைத்த எல்லா நட்புக்கும் முக்கிய காரணம் யாரென்றால் அது என்னுடைய பாலுசாமிதான்.

மலையாள மொழியோடு இருந்த அதீத காதல் தான் பாலுவை என்னுடன் நெருங்க வைத்தது. தமிழில் மொழி மாற்றம் செய்து வந்த எல்லா மலையாள புத்தகங்களும் வாசித்திருந்தேன் என்று பாலு பெருமிதம் கொள்வார். மலையாள மொழி சுத்தமாக தெரியாதபோதும் “மாடப்புறாவே வா ஒரு கூடுகி கூடான் வா” என்ற பாடலும் “தேவி ஸ்ரீதேவி, தேடி வருவேன் நான்” போன்ற பாடல்களை எல்லாம் ஒரு வரி கூட தவறாமல் பாடுவார்.

முப்பது மலையாளக் கவிஞர்களுடைய தமிழ் மொழிபெயர்ப்புத்தான் ஒன்றரை வருட காலமாக எங்களை தொடர்ந்து நெருங்கி பழகக்கூடிய வாய்ப்பை ஏற்படுத்தியது. மிளகுக்கொடிகள் என்ற பெயரில் தமிழில் வெளிவந்த அந்தப் புத்தகத்தின் வடிவமைப்பைப் பற்றி கவிஞர் சச்சிதானந்தனைக் கோபப்பட வைக்குமாறு நான் ஏற்கனவே எழுதி இருந்தேன். சச்சிதானந்தன் என்னுடைய தூண்டிலில் சரியாக மாட்டிக் கொண்டார். பாலுவிற்கு மிகவும் பிடித்த மலையாள கவிஞரும் சச்சிதானந்தன்தான். குறிப்பாக அவருடைய தீவிர இடதுசாரிக்கட்சியின் ஆட்சிக்காலத்தில் வெளிவந்த கவிதைகள். அந்தக் கவிதையினுடைய தமிழ் மொழிபெயர்ப்பு வரிகளை பாலுசாமி சொல்லிக் கேட்டிருக்கிறேன்.

பாலுவின் கடந்த காலம் நாத்திகமாக அமைந்திருந்தது. ஆனால் நாம் பார்க்கும்பொழுது பக்தனும் ஜோதிடம் போலுள்ள மூடத்தனமான நம்பிக்கைகளில் முக்கியத்துவம் காட்டி வந்திருந்தார் பாலு. கரூருக்குப் பக்கத்தில் கொடுமுடி என்ற கிராமம் தான் பாலுவின் பிறப்பிடமாக இருந்தது. பாலுவின் தந்தை வரை

கல்லூரியில் உயிரியல் துறையில் சேர்த்துவிட்டார். ஆனால் ஒரு வருடத்திற்கு பிறகு தன்னுடைய தந்தைக்குத் தெரியாமல் பாலு தமிழ் இலக்கியம் படிப்பதற்கு மாறியிருந்தார். முடியும் வரை அவருடைய தந்தைக்கு இந்த சம்பவம் தெரியாமலேயே இருந்தது. குழந்தைகளை எப்படி வளர்த்திடக்கூடாது என்பதற்கான முன்மாதிரிதான் நீங்கள் என்று தன்னுடைய தந்தையின் முகத்தைப் பார்த்து நேரிடையாகக் சொன்னவர்தான் பாலு. தந்தையோடு இருந்த முரண்பாடுதான் பாலுவை அவருடைய வாழ்க்கையைப் பக்குவப்படுத்தியது.

அறிவைத் தேடுவதுதான் வாழ்க்கை என்று பாலு நம்பியிருந்தார். அறிவைப் பெற வேண்டி எப்படிப்பட்ட பயணங்களுக்கும் பாலு தயாராக இருந்தார். தமிழில் கவிஞர் சுப்பிரமணிய பாரதியாருடைய தீவிர இரசிகராக இருந்தார் ஆகையால் தன்னுடைய புனைப்பெயரை பாரதிபுத்திரன் என்று வைத்துக் கொண்டார். அந்த புனைபெயரிலேயே நிறைய கவிதைகள் எழுதி வந்தார். அதற்குப் பிறகு ஆராய்ச்சிக்காகவும் அறிவிற்காகவும் உள்ள பயணங்களைத் தொடர்ந்தபொழுது பாலுவிற்குள் இருந்த கவிதைத் தன்மை கொஞ்சம் கொஞ்சமாக அவரை விட்டு அகலத் தொடங்கியது. வனம் என்ற கவிஞர்கள் கூட்டம் கிறிஸ்டியன் கல்லூரியின் அழகான வளாகத்தில் தொடங்கியது. குழந்தைகளைக் கவிதைகளுக்குள்ளாக ஈடுபடுத்துவதற்கிடையில் அதிலிருந்து நீங்கள் விலகிப்போவது சரியல்ல என்று நான் கூறினேன். ஒரு பெருமூச்சோடு பாலு அதனை ஒப்புக்கொண்டார். பாலுவுடைய சட்டைக்குள் பாக்கெட்டுக்குள் இருந்த கருமைப் பேனாவை நான் எடுத்துக்கொண்டேன்.

“நீ மறுபடியும் கவிதை எழுதத் தொடங்குகிறபொழுது இந்தப் பேனாவை நான் உனக்குத் திரும்பத் தருவேன்” என்று நான் சொன்னேன். அங்கிருந்து விட்டு இவ்விடம் வந்தபிறகு எப்பொழுது நான் அழைக்கும் பொழுதும் இதை நான் சுட்டிக் காட்டுவேன். நான் வழியில் சென் கவிதையை எழுதுகின்ற ஆற்றலை இழந்துவிட்ட ஒருவருடைய புன்முறுவலோடு பாலு இப்படி கூறுவார். “நீயே வச்சிக்கோ. நான் அப்புறம் வாங்கிக்கிறேன்”

பாரதியாரோடு உள்ள பக்தியின் காரணமாகத் தன் மகனுக்கு முதலில் இளம்பாரதி என்று பெயர் வைத்தார். அதன்பிறகு அந்தப் பெயரை மாற்றி ஞானபாரதி என்று பெயர் வைத்தார். இளம்பாரதி

என்ற பெயர்தான் நல்லாயிருக்கிறது என்று நான் அழுத்தமாக கூறினேன். மனைவி செல்வமும் சேரும் பொழுது பாலுவின் குடும்பம் முழுமையடைகிறது. பாலு, நரசிம்மன், விஸ்வநாதன், பின்பு நாங்கள் இப்படி நான்கு குடும்பமும் நேரம் கிடைக்கும் பொழுதெல்லாம் மற்றவர்களுடைய வீட்டிற்குச் சென்று வருவோம். சாவித்திரியோடு செல்வத்திற்கு அதீதமான அன்பிருந்தது. அவர் கூறிய பல சம்பவங்களில் ஒரு செய்தி மட்டும் எங்களை ஆச்சரியத்திற்குள்ளாக்கியது. தீபாவளி நாளன்று ஆட்டுக்கறியும் இட்லியும் சாப்பிடுகின்ற முறை அவருடைய ஊரில் இருந்துள்ளது. ஏதாவதொரு காரணத்தினால் இந்த நகர வாழ்க்கையில் அப்படி சாப்பிட முடியாமல் போனால் அதி பயங்கரமான தலைவலி வருமென்று நம்பிக்கை.

அப்படி ஒருமுறை தலைவலி அனுபவிக்க வேண்டி வந்ததைச் செல்வம் பயந்துகொண்டே எங்களுடன் பகிர்ந்துகொண்டார்.

மாணவர்களுக்கு மிகவும் பிடித்தமானவர் பாலு சார். அதில் பலரும் குருகுல கல்வி முறையிலுள்ள சீடர்களைப்போன்றிருந்தார்கள். குழந்தைகளுடைய வளர்ச்சிக்குத் தேவையான சரியான வழிகாட்டுதலில் சொல்லிக் கொடுப்பதற்குப் பாலுவால் இயன்றது. அறிவின் தேடல் என்பது மிகவும் கடினமானது என்பதை பாலு எப்பொழுதும் மாணவர்களுக்கு உணர்த்துவார். தமிழ்த் துறையில் சில இளைய ஆசிரியர்களும் பாடத்தில் சந்தேகம் கேட்பதற்கு பாலு சாரிடமே வருவார்கள். தமிழ் சரித்திரம், மொழி, கலை, இலக்கியம் போன்ற துறைகளில் பாலு பன்முகத் திறமையை வளர்த்துக் கொண்டார். மகாபலிபுரத்தைப் பற்றி இதுவரையில் இருந்துள்ள தகவல்களின் அடிப்படையில் அர்ச்சுனன் தபசு என்ற பெரிய சுவர் சிற்பத்தைக் குறித்து பாலு புதிய சித்தாந்தத்தை உருவாக்கினார். 1997-இல் பத்துநாட்கள் நாங்கள் அனைவரும் கேரளாவிற்குச் சுற்றுப்பயணம் சென்றிருந்தோம். அதை மிகவும் மகிழ்ச்சியுடன் கொண்டாடியவர் பாலு. கேரளாவிலுள்ள ஆலப்புழையிலே தகழி சிவசங்கரப்பிள்ளையைக் கண்டபொழுது தன்னடக்கத்தோடு அமர்ந்திருந்தார். தனக்கு மிகவும் பிடித்தமான கருத்தம்மாவையும், பரீக்குட்டியையும் படைத்த எழுத்தாளரை பாலு ஆச்சரியத்தோடு கண் இமைக்காமல் பார்த்துக் கொண்டிருப்பதை நான் கண்டேன்.

என்னுடைய பல விஷயங்களில் பாலு கடுமையாக விமர்சித்தார். கணியன் சுற்றுப்பயணங்களால் நரசிம்மனுடைய புகைப்படங்களை

முன்வைத்து என்னுடைய புகைப்படங்களைச் சிதைத்தார். புகைப்பட விக்ஷயங்களில் என்னுடைய தந்தை நடந்துகொள்ளும் விதமும் இப்படித்தான். பல முறை நானும் பதிலுக்கு கடினமான எதிர்ப்பைத் தெரிவித்திருந்திருந்தேன். நடிகர் சிவாஜிகணேசன் ஆக்டர் அல்ல ஓவர் ஆக்டர்' என்று சொன்னதற்கு அதைக்கேட்டு உணர்ச்சிவசப்பட்டு தமிழ்ப்பற்றுடைய ஒரு துறையே என்னை நோக்கி பாய்ந்து வந்தது. கம்னியூசத்திலும், ஒரே மாதிரியான படம் பிடித்துக்கொண்ட மனசுக்காரன் பாலு. தவறான காரியங்களில் சென்று ஈடுபடும்பொழுது உங்களை அழவைப்பதற்குக் கூடத் தயங்காத ஆக்கமான உபதேசங்கள் தர மறுக்காதவர்களை நண்பர்களாக்கிக்கொள்ள வேண்டுமென்று திருக்குறளின் வள்ளுவர் குறிப்பிட்டுள்ளார்.

ஒரு கட்டுரையில் முடிந்துவிடக்கூடியது அல்ல எங்களுடைய நட்பு. கேரளாவிலுள்ள கண்ணூர் பல்கலைக்கழகத்தில் எனக்கு வேலை கிடைத்துவிட்டது என்று பாலுவின் வீட்டிலிருந்து சொன்னபொழுது பாலு வியப்படைந்ததை நான் பார்த்தேன். என்னுடைய உணர்ச்சிகளை எல்லாம் கட்டுப்படுத்திக்கொண்டுதான் அதை நான் சொன்னேன்.

கண்டிப்பாகப் போய்த்தான் ஆகவேண்டுமா? என பாலு கேட்டதற்கு நான் பதிலேதும் சொல்லவில்லை. அடுத்தநாள் எதிரேயுள்ள வல்சராஜின் வீட்டிற்குத்ழீ தொலைபேசியில் தொடர்புகொண்டு செல்வம் என்னிடம் கேட்டார். "என் கணவனை நீங்கள் ஏன் இப்படி அழ வைக்கிறீர்கள்?"

இப்போது நாங்கள் சந்தித்துக் கொள்ளுபோதும் கொண்டிருப்பம், தொலைபேசியில் பேசிக்கொள்கிற பொழுதும் மன வருத்தத்துடன் பாலு சொல்வார். (ஒரு டீ சாப்பிடப் போவதற்குக்கூட என்னோடு யாருமில்லை அனில்) அதைக் கேட்டு நான் இப்படி பதிலளித்தேன்.

"முன்பு நாம் நேசித்தவர்கள் விலகிவிட்டார்களா,
மறந்துப்போனார்களா இல்லை
பகைமையை மனதில் கொண்டு இடம் மாறித்ள தொலைவில்
போய் ஒளிந்துக்கொண்டார்களா."

●

பார்க்காத காட்சி

மெரினா வளாகத்தில் படிக்கின்ற ஆரம்பக் காலங்களில் நகரத்தைச் சுற்றிப் பார்க்க நான் பெல்ஸ் சாலை வழியாக நடக்கும்போதுதான் அந்தக் காட்சி கண்ணில் பட்டது. கூட இருந்தவர்கள் யாரோ சொன்னார்கள் இதுதான் ‘சேப்பாக்கம் ஸ்டேடியம்’. அதைக் கேட்டதும் ஒரு நிமிஷம் புல்லரித்துப் போய் நின்றேன். காரணம் என் பால்ய காலங்களில் நான் பார்க்க விரும்பிய இடம் அது. கிரிக்கெட் விளையாட்டில் பைத்தியமாக இருந்த ஒரு காலத்தில் ஐந்து நாள் நீடித்த பயிற்சி ஆட்டத்தொடர் (டெஸ்ட்) நடக்கும். அதை இராஜீ நரோத்தம்புரி, டோனி கோசியார் போன்றவர்கள் குரலில் ரேடியோவில் பரப்புரை செய்வார்கள். அதை ஆகாசவாணியின் அலை வரிசையில் காதருகே வைத்துக் கேட்கும் சுகமே தனிதான். அது தொலைக்காட்சிகள் இல்லாத ஒரு காலம். அப்போது ஒரு பயிற்சி ஆட்டத்தையாவது நேரடியாகப் பார்க்கவேண்டும் என்பது என்னுடைய கனவாக இருந்தது.

சென்னையில் சேப்பாக்கம், பாம்பேயில் பிரோபான், தில்லியில் பிரோஷா கோட்ல், கல்கத்தாவில் உள்ள ஈடன் கார்டன் போன்ற ஸ்டேடியங்களில் வைத்துத்தான் அப்போதெல்லாம் பயிற்சி ஆட்டத்தொடர் நடத்துவார்கள்.

ஆனால் எங்களுக்கு மிகவும் அருகிலுள்ள ஸ்டேடியம் என்கிற முறையில் சென்னையில் உள்ள ஸ்டேடியத்திலோ, பெங்களூரு

ஸ்டேடியத்திலோ சென்று பார்க்கவேண்டும் என்பது என் நீண்ட நாளைய கனவாக இருந்தது. ஆனால் அந்த ஆசை நடக்கமாலேயே போய்விட்டது.

ஒருமுறை நாங்கள் சில பேர் சேர்ந்து டெஸ்ட் மேட்ச் பார்க்க பெங்களூருக்குப் போக முடிவெடுத்தோம். ஆனால் அது நடக்காது என்று உறுதியாகத் தெரிந்தபோது பிரேமன் என்ற நண்பர் தனியாகச் சென்று டெஸ்ட் மேட்ச் பார்த்துவிட்டு வந்தார். எங்கள் அபிமான நட்சத்திரங்களான விஷ்ணுவந்த், பேபி சந்திரசேகர், பிரசன்னா போன்றவர்களை எல்லாம் அவர் நேரில் பார்த்து வந்தார். அதன் பேரில் அவரோடு சில காலம் எங்களுக்குப் பொறாமை நிலவியது.

கேரளா கண்ணூர் பி-பிரிவில் சாம்பியன்களாக இருந்த அணியை ஏ-பிரிவாகப் பதவி உயர்த்தித் தர்மடம் கிரிக்கெட் கிளப்பை அடுத்த தலைமுறையின் கைகளில் ஒப்படைத்த பிறகுதான் அதன் கேப்டனான நான் மேற்படிப்புக்காக சென்னைக்கு இரயில் ஏறினேன். அது மனதுக்குப் பெரிய வருத்தத்தைத் தந்தது.

பெல்ஸ் சாலையிலிருந்து ஸ்டேடியத்திற்குள் நுழைவதற்காக ஒரு வாயில் வழியாக நான் நடந்து உள்ளே சென்றேன். அதற்குமேல் உள்ளே போக முடியாது. அங்கிருந்து பார்த்தபோது பச்சை பசேல் என்று பசுமையான மைதானம், ரோலர்கள், நெட் பயிற்சிக்கான இடங்கள். அதன் நடுவே சேப்பாக்கம் பிட்ச் அதைக் கொஞ்ச நேரம் நான் நின்று பார்த்துக் கொண்டிருந்தேன். அந்த நிமிடம் கிரிக்கெட் இரசிகர்களின் உற்சாகமான கரகோஷம் என் காதை அடைத்தது. நரோத்தம் புரியின் இரன்னில் கமெண்டரி ஒலித்தது. 'And bedhi come seen deft over the vicket to chappal.'

கிரிக்கெட் பற்றிய என் முதல் ஞாபகம் சேப்பாக்கம் ஸ்டேடியம் தொடர்பானதுதான். இந்தியா - ஆஸ்திரலியா அணிகளுக்கிடையிலான டெஸ்ட் மேட்ச் ஐந்தாவது நாளும், கடைசி நாளும் சேப்பாக்கம் ஸ்டேடியத்தில் வைத்துத்தான் நடைபெற்றது.

1969-70 காலகட்டத்தில் நடந்த ஒரு டெஸ்ட் மேட்சில் நீண்ட காலங்களுக்குப் பிறகு இந்தியாவின் ஒரு தொடக்க பந்து வீச்சாளர் நிலையைக் கைப்பற்றிய செய்தி அன்றைய பத்திரிகைகளின் முக்கிய செய்தியாக வெளியானது.

*1983*இல் இந்தியா முதன் முதலாக உலகக் கோப்பையைக் கைப்பற்றியதில் முக்கியப் பங்கு வகித்தவர் மொகீந்தர் அமர்நாத்

(Mohender Amarnath) என்பவர்தான். அவருடைய பந்துவீச்சில் தான் keeth stak pole, Iyan chappal என்பவர்களுடைய விக்கெட் வீழ்த்தப்பட்டது. 'Bill lowri' தான் அன்றைய யா அணித் தலைவர். பட்வாடி (Pattawdi) என்பவர் இந்திய அணியின் தலைமை ஆட்டக்காரர். ஒரு நாட்டின் மிகவும் வயது குறைந்த கேப்டனாக ஒற்றைக்கண் உள்ள மட்டைப்பந்து ஆட்டக்காரர்களின் கடைசி பரம்பரை அது. அதற்குப் பிறகு அஜித் வடேகர் என்பவர் இந்திய அணியின் கேப்டன் ஆனார். கிரிக்கெட்டின் பிறப்பிடமான இங்கிலாந்துக்குச் சென்று டெஸ்ட் சாம்பியன் வரிசையை வசப்படுத்தியது வடேகர் கேப்டனாக இருந்தபோதுதான்.

இந்தியாவின் முதல் கிரிக்கெட் ஸ்டேடியம் 1916இல் சென்னையில் உருவாக்கப்பட்டது. மிகவும் அழகான மெரினா கடற்கரையில் இருந்து நூறு மீட்டர் தொலைவில்தான் இருந்தது.

இந்த ஸ்டேடியத்திற்குச் சில சிறப்புகள் உள்ளன. 1952இல் இந்தியாவின் முதல் டெஸ்ட் வெற்றி இங்குதான். அது இங்கிலாந்து அணிக்கு எதிரான போட்டியாகும். டெஸ்ட் சரித்திரத்தில் இரண்டாவது தடவை 'டை' (ஆட்டச் சமநிலை) நடந்ததும் இங்குதான்.

சுனில் கவாஸ்கர் 30வது சதத்தை நிறைவு செய்து ப்ராட்மேனைப் (Bradman) பின்னுக்குத் தள்ளிதும், 'நரேந்திர ஹிர்வாஹனி' என்ற சுழற்பந்து வீச்சாளர் (ஸ்பின்னர்) அரங்கேற்றத்திலேயே 8+8=16 விக்கட்டுகளைக் கைப்பற்றிச் சரித்திரத்தில் பெயர் பெற்றதும் இங்குதான்.

சென்னைக் கிரிக்கெட் கிளப் கிரௌண்ட் என்றும் சேப்பாக்கம் ஸ்டேடியம் என்றும் அழைக்கப்படுகின்ற அந்த விளையாட்டு அரங்கம் பிரபல தொழிலதிபரும், கிரிக்கெட் பார்வையாளர் போர்டின் சேர்மேனாகிய எம்.ஏ.சிதம்பரத்தின் பெயரில்தான் இப்போதும் உள்ளது. ஜெயலலிதாவின் ஆட்சிக்காலத்தில் பெரிய அளவில் சர்ச்சையை ஏற்படுத்திய இந்த விளையாட்டு அரங்கத்திற்கு மறைந்துபோன பிரபல விளையாட்டு வீரர்களுடைய பெயர் வைப்பதுதான் சிறப்பாக இருக்கும்.

சென்னைக் கிறித்தவக் கல்லூரியில் ஆசிரியர்களுக்கென ஒரு கிரிக்கெட் அணி இருந்தது. அது மட்டுமல்லாமல் சென்னையில் அன்று கல்லூரி ஆசிரியர்களுக்காக மட்டும் நான்கு போட்டித் தொடர்களும் இருந்தன. நாங்கள் நடத்துகின்ற

போட்டித் தொடர்களைத் தவிர ஐ.ஐ.டி.யும், சென்ட்ரல் லெதர் இன்ஸ்டியூட்டும், புதுக் கல்லூரியும் போட்டித் தொடர்களை நடத்தி வந்தார்கள். பதினொரு பேர் சேர்ந்தாலும், சேராமல்போனாலும் எல்லாப் போட்டிகளிலும் நாங்கள் கலந்து கொண்டோம்.

கிரிக்கெட் விளையாட்டின் பெயரில் எனக்கு ஒரு குழுவுடன் நட்புக் கிடைத்தது. இராஜகோபால், இரஜானி, மதிவாணன், இலட்சுமி நாராயணன், க்ணேஷ், மாணிக்கவாசகம், ப்ராங்களின் டானியல், இரப்பானி போன்றவர்கள்தான் அந்த நட்பு வட்டத்தின் நண்பர்கள்.

மூன்று மாத காலம் நீடித்த ஆசிரியர்களின் போராட்டத்தில் அவர்கள் எல்லாம் எதிர் கட்சியைச் சார்ந்தவர்களாக இருந்தார்கள். ஆனால் என்னை அவர்களோடு இணைத்துக்கொள்ளவோ, அவர்களை என்னோடு சேர்த்துக்கொள்ளவோ எந்தத் தடையும் இருக்கவில்லை. பயங்கரமான கருத்து வேறுபாடுகள் இருந்தபோதிலும், அது பகைமையை ஏற்படுத்தாத விதத்தில் நான் மிகவும் கவனமாகச் செயல்பட்டேன். அது சிறந்த முறையில் வெற்றி பெறவும் செய்தது.

கிறித்தவக் கல்லூரியில் நிறைய விளையாட்டு அரங்கங்கள் இருந்தன. இரண்டு கிரிக்கெட் மைதானங்கள், அதோடு சேர்ந்து கால்பந்து, ஹாக்கி, டென்னீஸ், பேஸ்கட் பால் போன்றவைகளுக்கு எல்லாம் தனித்தனி மைதானங்கள் இருந்தன.

எந்த விளையாட்டானாலும் அதை எல்லாம் எதிர்கொண்டு இரயில்வே கோர்ட்டரில் இருந்தும், என் பிரியமான ப்ரண்ணன் கல்லூரி மைதானத்தில் கல்லும் முள்ளும் நிறைந்த பாறை மைதானத்திலும் இருந்து விளையாட்டைக் கற்றுக் கொண்டவனுக்கு இந்த மைதானங்கள் மிகவும் விசாலமாக இருக்கும். மாணவர்கள் அதைச் சரியாகப் பயன்படுத்தினார்களா என்று கேட்டால் உறுதியாகச் சொல்ல முடியாது.

விளையாட்டுப் பிரிவில் கிறித்தவக் கல்லூரிக்குச் சொல்லிக்கொள்கிற மாதிரி எந்தவொரு விலாசமும் இருக்கவில்லை.

இராஜகோபாலன் அவர்கள்தான் நான் அணியில் சேரும்போது அணியின் தலைவர். கடினமான வாதநோயால் பாதிக்கப்பட்டு உடல் முழுக்க எந்தவொரு அசைவுமில்லாமல் இருந்தபோதும் அவர் பிடிவாதத்துடன் கிரிக்கெட் விளையாடினார். கழுத்து வலி காரணமாகத் தன் சட்டைப் பையைக்கூட குனிந்து பார்க்க

முடியாமல் சிரமப்பட்டார். ஸ்டீராய்டு மாத்திரைகளை அதிகமாகச் சாப்பிட்டு நாற்பது வயதிற்குள்ளாகவே அவர் தலைமுடியெல்லாம் நரைத்துப் போய் ஒரு எழுபது வயதுடையவராகத் தோற்றமளித்தார். இப்படியெல்லாம் இருந்தபோதிலும் அவர் சிறப்பாகச் சுழற்பந்து வீசவும், அருமையாகப் பேட்டிங்கும் செய்வார். விளையாட்டு வீரர்களின் தன்னம்பிக்கைக்கு ஒரு முன்மாதிரியாக இருந்தார் அவர். பேராசிரியர் இராஜகோபாலின் 'தனிப்பட்ட சிந்தனைகள்' என்ற கதையில் நான் அவருடைய வீட்டு விஷயங்களைக் குறித்துச் சொல்லியிருக்கிறேன்.

எங்கள் நட்பு வட்டத்தில் ப்ராங்களின் டேனியல் என்பவர் முக்கியமானவர். அணியின் பேட்டிங்கிலும், பௌலிங்கிலும் அசத்தக் கூடியவர். அதுமட்டுமல்ல போட்டியின் வெற்றியாளனாக இருந்தாலும்கூட ஞாயிற்றுக் கிழமைகள் என்றால் ஜெபம் செய்ய திருச்சபைக்குச் செல்லும் நம்பிக்கையுடையவர்களுள் அவரும் ஒருவர். அதனால் இந்த உலகமே இடிந்து விழுந்தாலும் ஞாயிற்றுக் கிழமைகளில் மைதானத்தின் பக்கமே வரமாட்டார். ஞாயிற்றுக் கிழமைகளில் வருகின்ற பல போட்டிகளிலும் அவர் இல்லாததால் நாங்கள் தோல்வியைச் சந்தித்திருக்கிறோம்.

கிறித்தவக் கல்லூரி வெற்றி பெறுவது கர்த்தருக்கு மிகவும் பிடிக்கும் என்று சொல்லியும்கூட அவர் ஒத்துழைக்கவில்லை.

இராஜகோபாலன் அவர்களுக்குப் பிறகு ஆங்கிலப் பேராசிரியரான இரஜானி என்பவர் அணித்தலைவர் பொறுப்பேற்றார்.

நரைத்த முடியும், தாடியும் கொண்ட அவரைப் பார்த்தால் ஒரு துறவி கிரிக்கெட் விளையாடுவதுபோல் தோன்றும். அவர் திருமணம் செய்துகொள்ளவில்லை. ஆனால் பீல்டில் மிகவும் கண்டிப்பானவர்.

புதுக் கல்லூரிக் கிரிக்கெட் போட்டியில் எங்கள் குழுவில் இறுதிச் சுற்றுக்கு வரக் காரணம் இரஜானியின் தலைமை தான். ஆனால் இறுதிச் சுற்றில் எங்கள் அணி லெதர் இன்ஸ்டியூட் அணியோடு விளையாடி, சிறிய வித்தியாசத்தில் தோல்வியுற்றது. அந்தப் போட்டியில் என்னால் நன்றாக விளையாட முடிந்தது. எட்டு வருடம் என் தந்தை ஆசிரியராகப் பணியாற்றிய புதுக் கல்லூரியில் வந்து விளையாடிய அணியினருக்கு ஒரு நல்ல பெயரை வாங்கிக் கொடுக்க முடிந்ததில் நான் மிகவும் பெருமை அடைந்தேன்.

அதன்பிறகு பேராசிரியர் இரஜானி கிரிக்கெட் ஆடுவதை நிறுத்திக் கொண்டபோது தத்துவவியல் பேராசிரியர் மதிவாணன் அணித்தலைவர் ஆனார். நாங்கள் தொடர்ந்து விளையாடிக் கொண்டே இருந்தோம். மதிவாணன் வராத போட்டிகளில் இயற்பியல் துறைப் பேராசிரியரான இலட்சுமி நாராயணன் அந்தப் பொறுப்பை ஏற்றுக்கொண்டார். ஐ.ஐ.டி.யின் முதல் நாள் ஆட்டத்தில் அணியினர் மைதானத்திற்கு இறங்கத் தயாரானபோது திடீரென்று ஒரு அறிவிப்பை மதிவாணன் தெரிவித்தார். தலைமை பொறுப்பை நட்பின் பெயரால் என்னிடம் ஒப்படைத்தார். அந்த நாடகத்தனமான தீர்மானம் அனைவரையும் அதிர்ச்சியடையச் செய்தது.

இலட்சுமி நாராயணனுக்கும் மதிவாணனுக்கும் சில சில சண்டைகள் இருந்தன. இந்த விசயத்தைக் கேட்ட இலட்சுமி நாராயணன் கோபமடைந்தார். ஆனால் கேப்டன் என்ற முறையில் இலட்சுமி நாராயணனை அணியின் முக்கிய உறுப்பினராக ஏற்றுக் கொண்டு ஆட்டத்தின் துவக்கத்திலேயே பேட்டிங், பௌலிங் வாய்ப்பை அவருக்களித்து அந்தப் பிரச்சனையைத் தீர்த்து வைத்தேன்.

ஐ.ஐ.டி.யில் பதினோரு பேரை அணியில் விளையாடுவதற்கு அழைத்தோம். ஆனால் எட்டுப் பேர் மட்டுமே வந்தார்கள். ஆட்ட நாயகன் என்ற நிலையில் இருந்தபோதிலும் முதல் போட்டியிலே நான் மிகவும் மோசமான முறையில் தோல்வியடைந்தேன்.

நான் சிறுவனாக இருந்தபோது எடுத்துக்கொண்ட கிரிக்கெட் ஆல்பம் என்னைப் பார்த்துச் சிரித்தது. மனிதனுக்கு மகத்தான ஆசைகள் போலச் சின்னச் சின்ன ஆசைகளும் இருக்குமல்லவா. அதிலொன்றுதான் சேப்பாக்கம் மைதானத்தில் ஒரு டெஸ்ட் மேட்ச் பார்க்கவேண்டும் என்பது. சென்னையில் படித்த ஒரு வருடம், ஆசிரியராகப் பணிபுரிந்த பன்னிரெண்டு வருட காலமும் அந்த ஆசை நடக்காமலேயே போனதென்றுதான் சொல்லவேண்டும். அதற்குக் காரணம், கிரிக்கெட் விளையாட்டில் உள்ள சில ஊழல்கள். இது தெரியவந்தபோது அந்த விளையாட்டின் மீதிருந்த விருப்பம் முக்கியமில்லாமல் போய்விட்டது.

•

ஏழைக்கெல்லாம் சொந்தக்காரன்டா!

சமீபத்தில் நான் மீண்டும் சென்னைக்குச் சென்றிருந்தபோது நகரத்தின் பல இடங்களில் பழைய கட்டடங்களை இடித்துத் தரைமட்டமாக்கியும், புதிய கட்டடங்கள் உருவாகிக் கொண்டிருந்த காட்சிகளையும் பார்க்க முடிந்தது.

கிட்டத்தட்ட பழைய சென்னை மாநகரம் மிகவும் மாறிப்போயிருந்தது. கிறித்துவக் கல்லூரி முதல் மஹாலக்ஷ்மி நகர் வரை பார்த்துப் பழகிப்போயிருந்த காட்சிகள் எல்லாமே மிகவும் மாறிப்போயிருந்தன. அந்த வளர்ச்சியின் காரணமாக ஆயிரக்கணக்கான மக்கள் ஆதாரமற்றவர்களாகப் போயிருப்பார்கள்.

நான் வழக்கமாக மலையாள செய்தித்தாள் வாங்கிக் கொண்டிருந்த வெள்ளைத்தாடி வைத்த பெரியவருடைய கடையும், சண்முகத்தின் ஜூஸ் கடையும், ஒரு தாத்தாவின் டீ கடையும் கால மாற்றத்தின் பெயரால் காணாமல் போயிருந்தது.

பொதுமக்களுக்கான வசதிகள் ஏற்படுத்தித்தருகிறார்கள் என்ற பெயரில் சாலைகளை அகலப்படுத்தியும், பல அடுக்குமாடிகளைக் கட்டியும், பாலங்கள், மேற்பாலங்கள், மிதவைப் பாலங்கள் என்று கட்டிக் கொண்டேயிருக்கிறார்கள். அதற்குப் பின்னால் சில சுயநலமான விருப்பங்களும் உள்ளன. இதில் அனுமதி பெற இலஞ்சம், கமிஷன் என்ற பெயரில் பல அதிகாரிகளைக்

கவனிக்கவேண்டியுள்ளது. இந்த விஷயம் ஆட்சியில் உள்ளவர்களுக்கும் தெரியும்.

ஷேர் ஆட்டோவும், ஏ.சி. பேருந்தும்தான் புதுமையான இரண்டு முக்கிய காட்சிகளாகத் தெரிந்தன. மக்கள் பெருகப் பெருகப் புதுசு புதுசாகப் பயணம் செய்வதற்கான சௌகர்யங்களும் ஏற்படுத்த வேண்டியிருக்கிறது. அதில் ஷேர் ஆட்டோ சாதாரண மக்களுக்கும், ஏ.சி. பஸ் பணக்கார வர்க்கத்திற்கும் என்றாகிவிட்டது.

பல வருடங்களுக்கு முன் இந்தியாவின் தலைநகரான புதுடெல்லியில் ஃபட் ஃபட் என்று சத்தம் எழக்கூடிய ஒரு வாகனத்தில் ஏறி அமர்ந்தேன். அதில் மூன்று பேரை ஏற்றிக் கொள்ளலாம். அதைவிட கொஞ்சம் சிறிய வகை வாகனம்தான் நம் ஊர் ஷேர் ஆட்டோ. சரி, ஏறிதான் பார்ப்போமே என்று பயணம் செய்தபோதுதான் இது எப்படிப்பட்டவர்களுக்கான வாகனம் என்று புரிந்தது. ஆட்டோவின் பின் சீட்டைக் கட்டி அதன் மேல் எவ்வளவு பேரை அமரச் செய்ய முடியுமோ அத்தனை பேரையும் ஏற்றிக் கொண்டு போவார்கள். அந்த ஷேர் ஆட்டோவில் அன்று மகாலக்ஷ்மி நகரிலிருந்து ‘மாடம்பாக்கம்’ வரை 2 கி.மீ. பயணம் செய்வதற்குள் என் இடுப்பு ஒரு வழியாகிவிட்டது. ஆனால் வெறும் ஐந்து ரூபாய்தான் ஆட்டோ கட்டணம்.

சென்னையில் 2 கி.மீ.க்கு ஐந்து ரூபாய் கொடுத்து ஒரு வாகனத்தில் பயணம் செய்ய முடியும் என்று யாரும் கனவில் கூட நினைத்திருக்க மாட்டார்கள்.

நான் மேற்படிப்புக்காகச் சென்னை வந்திறங்கியது முதல் என்னுடைய அனுபவம் ஆட்டோவிற்கும், டாக்ஸிக்கும், வாடகை விசயத்தில் மீட்டர் சார்ஜ், மினிமம் சார்ஜ் என்று இருவகை உள்ளது. அதைக் கேட்பதே நமக்கு எரிச்சலூட்டும். அதற்கு முன்னதான காலங்களில் வாடகை எப்படி என்று தெரியாது. ஒருவேளை எல்லாம் நிறைந்த முற்காலத்தில் தமிழ்நாட்டில் ஆட்டோவிற்குக் குறைந்தபட்சக் கட்டணம் வாங்கியிருக்கக் கூடுமோ என்னவோ?

இளமுனைவர் பட்டத்திற்குச் சேர்ந்த பிறகு ஊருக்குப் போய்விட்டு மீண்டும் சென்னைக்குத் திரும்பி வந்தேன். அடையாரில்தான் நாங்கள் தங்குவதற்கான வசதிகள் செய்திருந்தார்கள். எங்கள் துறைத்தலைவரான பிரபாகரவாரியர் அவர்களுடைய தனிப்பட்ட விருப்பம் காரணமாக நாங்கள் தங்குவதற்காக ஒரு வீடு வாடகைக்கு எடுத்துத் தந்தார்.

சென்ட்ரலில் இருந்து அடையாறு வீடு வரை டாக்ஸியில் வந்தபோது மீட்டரில் இருபத்துமூன்று ரூபாய் காட்டியது. ஆனால் எந்தத் தயக்கமும் இல்லாமல் டாக்ஸி ஓட்டுநர், "ஐம்பது ரூபாய் கொடுங்கசார்னு" கேட்டார். இப்படியான சந்தர்ப்பங்களில் சண்டையிடுவது என் குணம். உடனே அந்த ஓட்டுநரோடு வாக்குவாதம் செய்ய ஆரம்பித்தேன்.

என்னுடன் சசியும் இருந்தார். எங்கள் கூச்சல் கேட்டு ஏற்கெனவே அந்த வீட்டில் தங்கியிருந்த முதுகலை மாணவர்களான பத்மநாபன், அனந்தகிருஷ்ணன் போன்றோர்கள் வெளியே வந்துவிட்டனர். 'கொஞ்ச நேரம் வேடிக்கைப் பார், அப்ப தெரியும் உனக்கு' என்று டாக்ஸிகாரன் அலறினான். நானும் பதிலுக்கு 'டேய், நீ கேரளாவில் போய் என்ன பத்தி கேட்டுப்பாரு, அப்ப தெரியும். நான் யாருன்னு' என்று அரட்டல் போட்டேன். பிரச்சனை தீர்ந்தபாடில்லை. என்னிடம் அம்மா கட்டாயப்படுத்திப் பாசத்தோடு கொடுத்தனுப்பிய மெத்தையை எடுத்து டிரைவர் டிக்கிக்குள் வைத்தான். அதை நான் எடுத்துத் திரும்பவும் வெளியே வைத்தேன்.

இப்படியான சில சலசலப்புகளுக்குப் பிறகு பேரம் பேசி வாடகை முப்பது ரூபாயில் வந்து நின்றது. அது மறக்கமுடியாத நிகழ்வு.

வாழ்க்கைச் செலவும், வாகனச் செலவும் அதிகம் ஆகிறபோது வாடகை அதிகமாகக் கேட்பது இயல்பு. அதை அரசு தலையிட்டு வாடகை விஷயத்தில் சரியான ஒரு முடிவு எடுத்த பிறகும் வாடிக்கையாளர்களிடமிருந்து அதைவிட அதிகமாக வாடகை வசூலிப்பது என்பது ஏற்றுக்கொள்ள முடியாத ஒரு விஷயம்.

சென்னை நகரத்தில் ஓடிக்கொண்டிருக்கும் ஆயிரக்கணக்கான ஆட்டோக்களில் ஏதாவது ஒரு ஆட்டோக்காரராவது தன்னோடு பயணிக்கும் வாடிக்கையாளர் களிடமிருந்து மீட்டரில் காட்டும் பணம் மட்டுமே வாங்குகிறார் என்றால் அது அதிசயத்திற்குரிய செய்தி.

அரசு அறிவிக்கும் ஆட்டோ கட்டணம், ஆட்டோ ஓட்டுனர்கள் கண்டுகொள்ளவே மாட்டார்கள். நகரங்களில் சவாரி போனால் 'மீட்டருக்கு மேல போட்டுக் கொடுங்க சார்' என்று தயங்காமல் வாடகை கேட்பது அவர்களுடைய வழக்கம். தட்டிக் கேட்டால் 'பெட்ரோல் விலை எல்லாம் ரொம்ப ஏறிப்போச்சு சார்னு'

காரணம் சொல்வார்கள். மீறிப் பேசினால் உடனே கோபப்பட ஆரம்பிப்பார்கள். இது அவர்களுடைய இயல்பான குணாம்சம். மீட்டருக்கு மேல் ஒரு சிறிய தொகையை அவர்கள் நம்மிடம் எதிர் பார்ப்பார்கள்.

இதைச் சொல்லும்போது தமிழ்ப் படத்தில் வரும் நகைச்சுவை காட்சி நினைவுக்கு வருகிறது. படத்தின் நாயகன் ஆட்டோவில் இருந்து இறங்கி ஓட்டுநரோடு வாடகை எவ்வளவாச்சுப்பான்னு கேட்பார். "மீட்டருக்கு மேல் இரண்டு ரூபா சார்" என்று சொல்வான். உடனே நாயகன் அந்த மீட்டர் மேல் இரண்டு ரூபாய் வைத்துவிட்டு இறங்கி நடக்க ஆரம்பிப்பார். அதைக் கண்டு ஆட்டோ ஓட்டுனர் கோபப்படுவார். 'நீதானே சொன்னே மீட்டருக்கு மேல இரண்டு ரூபாய் வைங்கன்னு' என்று கிண்டலடிப்பார் நாயகன்.

நகர்ப்புறங்களில் ஓரிடத்திலிருந்து இன்னொரு இடத்துக்குப் போக எவ்வளவு கட்டணம் என்று அந்த ஆட்டோ ஸ்டாண்டில் உள்ள ஓட்டுநர்கள் தீர்மானிப்பார்கள். தாம்பரம் இரயில் நிலையத்தில் இருந்து மகாலட்சுமி நகருக்கு இவ்வளவு, அக்ரகாரத்துக்கு இவ்வளவு, இராஜகீழ்ப்பாக்கத்துக்கு இவ்வளவு என்று ஓர் அட்டவணை போட்டுக் கொள்வார்கள். மீட்டர் ஓடினாலும் இல்லாவிட்டாலும் அவர்களுக்கு அந்தக் கட்டணம் கொடுத்தே ஆகவேண்டும். அதுக்காக நீங்கள் என்ன சண்டைப் போட்டாலும் கட்டணத்தைக் குறைக்கமாட்டார்கள். அந்த ஸ்டாண்டில் உள்ள வேறு எந்த ஆட்டோ ஓட்டுநரும் நியாயமான கட்டணத்துக்கு வரமாட்டார்கள்.

1988இல் ஒருமுறை சென்ட்ரல் நிலையத்திலிருந்து பூங்கா நிலையத்திற்கு ஆட்டோவில் போயிருந்தேன். கிட்டத்தட்ட ஒரு கிலோமீட்டர்தான் இருக்கும். அதற்கு என்னிடம் அந்த ஓட்டுநர் வாங்கிய கட்டணம் இருபத்தி ஐந்து ரூபாய். தாம்பரம் இரயில் நிலையத்தில் இருந்து மகாலட்சுமி நகருக்குப் பன்னிரெண்டு வருடமாகச் சவாரி செய்தபோதெல்லாம் ஆட்டோ ஓட்டுநர்களிடம் சண்டை போடாமல் ஏறியதே இல்லை.

ட்ரோலி பை (Troly bag) வராத காலங்களில் பெட்டி, படுக்கைகளைத் தோளிலும், கையிலும் சுமந்துகொண்டு பலமுறை அரை கிலோ மீட்டருக்கு அப்பால் உள்ள பேருந்து நிறுத்தத்திற்கு நான் பலமுறை நடந்தே போயிருக்கிறேன்.

எனக்கு மகாலட்சுமி நகரிலுள்ள அனைத்து ஆட்டோ ஓட்டுநர்களும் நன்கு அறிமுகமானவர்களே. அதில் கணேஷ் என்ற ஓட்டுநர் கொஞ்சம் அதிகமாக நெருக்கம் காட்டுவார். சிதம்பரனார் தெருவின் வழியாகச் சவாரி போய்விட்டு வரும்போது என் வீட்டுக்கு வருவார். அறையில் இருக்கக்கூடிய பொருட்களை எல்லாம் மீண்டும் ஒருமுறை கூர்ந்து கவனிப்பார். சில சமயம் மது குடித்துவிட்டு வந்தால் வழவழான்னு பேசிக்கொண்டே இருப்பார். ஆனால் ஒருமுறை கூட மீட்டரில் காட்டும் சரியான கட்டணத்தில் அவர் என்னைச் சவாரிக்கு அழைத்துப் போனதில்லை. கம்பெனி வேறு, சர்க்கஸ் வேறு. வேறு யாராவது சவாரிக்கு அழைத்து ஓட்டுநருக்கு அருகில் அமர ஒரு சீட் தருவதுதான் அவர்கள் செய்யக்கூடிய பெரிய சலுகை. ஆனால் அதற்கும் சரியான கட்டணம் கொடுக்கவேண்டும். இந்த ஷேர் ஆட்டோ சம்பிரதாயம் அப்போதே ஆரம்பித்துவிட்டது என்று பொருள்.

ஒரு பஜாஜ் ஆட்டோவுக்குப் பின்னால் 4 பேர், ஓட்டுநர் இரண்டு பக்கத்திலும் 2 பேர். ஓட்டுநரோடு சேர்த்து மொத்தம் 7 பேர் பயணிக்கலாம். ஆனால், அதில் ஏழாவது பயணியாக யாரையாவது அழைத்து ஏற்றும்போது "வாங்க சார், சௌகர்யமா உட்காந்து அழகாப் போகலாம்" என்று அன்போடு அழைப்பார்கள். அதேசமயம் ஒரு போலீஸ்காரரின் பார்வையில் படும்படி நீங்கள் 7வது ஆளாக அதில் ஏறமுடியாது.

ஆட்டோ ஓட்டுநர்களோடு பிரச்சனை செய்யும் போதெல்லாம், கணேஷ் மட்டுமல்லாது அனைத்து ஓட்டுநர்களோடும், கேரளா, கோழிக்கோடு ஆட்டோ ஓட்டுநர்களைப் பற்றிக் கூறியிருக்கிறேன். மீட்டரில் 4 ரூபாய் 70 பைசா என்றால் நாம் 5 ரூபாய் கொடுத்தால் மீதி 30 பைசா திருப்பித் தரும் ஓட்டுநர்களை உலகில் எங்கும் பார்க்க முடியாது என்று அவர்களிடம் சொல்லியிருக்கிறேன்.

சென்னையில் ஆட்டோ ஓட்டும் ஓட்டுநர்களுக்கு இப்படிப் பொதுவான ஒரு குணாதிசயம் வரக் காரணம் கேரளாவைப் போலச் சொந்த ஆட்டோ ஓட்டுநர்கள் அதிகமாக இல்லை.

அமைச்சர்கள், எம்.எல்.ஏ.க்கள் அரசியலில் இருக்கக்கூடிய பிரமுகர்களும் நிறைய ஆட்டோக்கள் வாங்கி ஓட்டுநர்களுக்கு ஒரு நாள் இலக்கு இவ்வளவு என்று நியமித்துச் சவாரிக்கு விடுகிறார்கள்.

கிட்டதட்ட ஒரு கார்ப்ரேட் நிறுவனத்தின் குணம் அந்தத் தொழிலுக்கு இருக்கிறது. அதன் உரிமையாளருக்குக்

கொடுக்கவேண்டிய கப்பம் முழுவதையும் கொடுத்துவிட்டால், சாராயம் குடிக்கக்கூடப் பணம் இல்லாதவனாகிவிடுவான் ஆட்டோ தொழிலாளி.

பணம் சம்பாதிக்க அரசியல்வாதிகள் என்ன வேண்டுமானாலும் செய்வார்கள். ஒரு முறை போக்குவரத்துத்துறை அமைச்சர் நிறைய பேருந்துகள் வாங்கி, அரசுப் பேருந்துபோலவே வண்ணம் அடித்து அதிகமாக வசூல் கிடைக்கின்ற நேரங்களில் மட்டும் அந்தப் பேருந்தை ரூட்டில் விட்டுப் பணம் சம்பாதித்தார்.

'பாட்ஷா' என்ற திரைப்படத்தில் இரஜினிகாந்த் காக்கி யூனிபார்ம் போட்டு ஆட்டோ ஓட்டுநராக வந்து ஒரு பாடல் பாடுகின்ற காட்சி வரும். தமிழ் ஆட்டோ ஓட்டுநர்களின் கனவுப்பாடல் மாதிரிதான் எனக்குத் தோன்றியது.

"நான் ஆட்டோக்காரன், ஆட்டோக்காரன்
நாலும் தெரிஞ்ச ரூட்டுக்காரன்
நியாயமுள்ள ரேட்டுக்காரன்
நல்லா பாடும் பாட்டுக்காரன்
காந்தி பிறந்த நாட்டுக்காரன்
கம்பெடுத்தா வேட்டக்காரன்
எளியவங்க உறவுக்காரன்
இரக்கமுள்ள மனசுக்காரன்டா
நான் எப்பவுமே ஏழைக்கெல்லாம் சொந்தக்காரன்டா"

என்று தொடரும் பாடலில் ஆட்டோக்காரன் எளியவர்களுக்கும் ஏழைக்கும் எப்பவும் சொந்தக்காரன் என்பதை உணர்த்துகிறது.

•

அச்சமில்லை அச்சமில்லை

கல்லூரியின் பழைய பெருமைகளைப் பற்றிக் கூறும்போது இரண்டு விஷயங்களைப் பற்றிச் சொல்லியே ஆகவேண்டும். அதில் ஒருவர் டாக்டர் பாணஸ் என்பவர். வெளிநாட்டிற்குப் போய்வரும்பொழுதெல்லாம் சேகரித்து வந்த சில அரிய விதைகளைக் கொண்டு வந்து கல்லூரியின் வளாகத்தில் நட்டு வளர்த்தார். அவரது மனைவியும் இந்த விஷயத்தில் விருப்பமுள்ளவராக இருந்தார். 360 ஏக்கர் நிலபரப்பில் பரந்து கிடக்கின்ற கல்லூரி வளாகத்திற்குள் வெளிநாட்டுச் செடிகொடிகள் வளரக் காரணம் அவர்தான்.

இன்னொருவரது பழக்கம், தன் சட்டை பைக்குள் இரண்டு விதமான பேனாக்களை வைத்துக்கொண்டு நடப்பார். அவரின் பெயர் சரியாக நினைவில்லை. ஒரு பேனா கல்லூரியின் பணத்தினால் வாங்கியது, இரண்டாவது பேனா சொந்தப் பணத்தில் வாங்கியது என்பார். கல்லூரியின் தேவை, தன் சொந்த தேவை இவற்றைப் புரிந்துகொண்டு அதற்கேற்றார்போல் பேனாவைப் பயன்படுத்தக்கூடியவர். முதல்வரின் செலவு, தனிப்பட்ட செலவு என இரண்டையும் வேறு வேறாகப் பார்க்கக்கூடிய ஒரு மனிதர். அவர் அதில் மிகவும் கண்டிப்பாக இருந்து வந்தார். ஆங்கிலேயர்களுக்கு இப்படியான சில அடிப்படை குணங்கள் அவரிடம் வந்திருக்கிறது. நம்மால் ஒருபோதும் ஏற்றுக்கொள்ள முடியாத குணாதிசயங்கள் அவை.

ஆங்கிலேயரை இங்கிருந்து துரத்திவிட்டபோது அவர்களோடு சேர்ந்து இம்மாதிரியான குணங்களையும் நாம் அடியோடு துரத்தி விட்டோம். ஆனால், ஆங்கிலேயரின் கோட்டையும் சூட்டையும் மட்டும் இப்போதும் நாம் பயன்படுத்தி வருகிறோம்.

கல்லூரியில் தேனீர் நேர இடைவேளையில் அமர ஒரு பொது இடம் காஃபி அறை. பழக்க வழக்கங்கள் போன்றவை எல்லாம் ஆங்கிலேயரைப் பின்பற்றித்தான். கேரளாவின் பிரபலக் கல்லூரியான பிராணன் (Brannan) கல்லூரியில்கூட ஆசிரியர்கள் ஒன்றாக அமர்ந்து சாப்பிட ஓரிடம் ஒதுக்கப்படவில்லை.

தேனீர் இடைவேளையின்போது ஆசிரியர் சங்கக் கூட்டத்தில் ஆதரவு தெரிவிக்கின்றவர்கள் அவர்களுக்கான அட்டவணை எண்ணைச் சொல்லவேண்டும். அதில் 42ஆவது ஆளாக என்னை அறிவித்தார்கள்.

ஆசிரியர்களின் பத்து வித கோரிக்கைகளுக்கு அனைவரும் சேர்ந்து ஒத்துழைப்புக் கொடுத்தார்கள். ஆனால் இது சம்பந்தமாக எந்த ஒரு வளர்ச்சியும் சங்கத்தில் ஏற்படவில்லை.

'Association of University Teachers' அல்லது AUT என்பதுதான் அந்த அமைப்பின் பெயர். கல்லூரி ஆசிரியர்களுக்கிடையில் மிகவும் செல்வாக்கான ஓர் அமைப்பாக அது இருந்தது.

கல்லூரியில் ஆசிரியர்கள் போராட்டம் தீவிரமானபோது மாநில அளவில் AUT என்ற அமைப்பிற்கு எவ்வளவு செல்வாக்கு உள்ளதென்பதை உறுதிப்படுத்த முடிந்தது.

கருத்துகள் தெரிவிப்பதற்கும், கூட்டங்கள் போடுவதற்கும், கோஷங்கள் எழுப்புவதற்கும், எல்லா எதிர்ப்புகளும் வந்த வண்ணம் இருந்தன. கல்லூரியின் முக்கிய கட்டடத்தின் முன், முதல்வர் அறைக்குப் பக்கத்திலேயே போராட்டத்தை ஆரம்பித்தோம். பிருந்தாவன் மோஸஸ், ஒலிவர் ஜான்தான் உண்ணாவிரதம் இருந்தார். மரணம் வரை அல்ல, தொடர்ந்து மாறி மாறி உண்ணாவிரதம் இருந்தார்கள். ஒலிவர் ஜானுக்குப் பிறகு வரலாற்றுத் துறையைச் சார்ந்த 'பர்னப்பாஸ்' என்பவர் உண்ணாவிரதத்தில் ஈடுபட்டார். நான்கு நாட்களுக்குள் அவர் மிகவும் சோர்ந்து போனார். கடைசியில் மருத்துவமனையில் அவரைச் சேர்த்துச் சில நாட்கள் மருத்துவம் பார்க்க வேண்டியிருந்தது. அந்தப் போராட்டம் பர்னபாஸ்ஸின் உடல் நலத்தை மிகவும் பாதித்தது.

ஒரு வெள்ளிக்கிழமை நாள். ஓய்வு நாட்களான சனி, ஞாயிறு தினங்களில் உண்ணாவிரதத்தின் தொடர்ச்சி விட்டுப்போகாமல் இருக்கக் கூட்டமைப்பு என்னைத் தேர்ந்தெடுத்தது. அதற்குள் நான் ஒலிவர் ஜான் என்ற தலைவனின் ஆதரவாளனாக மாறிப்போயிருந்தேன். ஆனால் அவரோடு வந்திருந்த பிருந்தாவன் மோஸஸை ஏனோ எனக்குப் பிடிக்கவேயில்லை. காரணம் அவருடைய கர்வம்!

நான் ஒரு வில்லனாக மற்றவர்களுக்குத் தோன்ற ஒரு முக்கியக் காரணம், நான் வேலைக்குச் சேர்ந்த சிறிது நாட்களுக்குள்ளேயே ஆசிரியர் போராட்டம் ஆரம்பமானது. என்னுடைய பணிவுயர்வு ஆணை வருவதற்கு முன் நான் போராட்டத்தில் ஈடுபடத் தொடங்கிவிட்டேன். கிட்டத்தட்ட 58 மணிநேரத்துக்கு மேல் எதுவும் சாப்பிடாமல் கல்லூரிக்கு முன் உண்ணாவிரதம் இருந்தேன். அப்போது என்னைப் பார்க்கவும், தோழமை தெரிவிக்கவும் பல தோழர்கள் அங்கு வந்தார்கள். உன் உடல் நிலை குறித்து விசாரிக்கக் கல்லூரியின் முதல்வர் நேரில் வந்து பார்த்தார். "மிஸ்டர் அனில்குமார், ஆர் யூ ஆல் ரைட்" என்று என்னோடு நலம் விசாரித்தார். அந்த எதிரியை நேரில் சந்தித்தபோது எனக்குள் அனத்தலாக இருந்தது.

உணவின் மீது ஆர்வம் காட்டாமல் இரண்டு நாள் எதுவும் சாப்பிடாமல் இருந்தது ஒரு சவாலான அனுபவமாக இருந்தது. ஆனால் எனக்குச் சொல்லும்படியான எந்தவொரு சோர்வும் ஏற்படவில்லை.

போராட்டம் கொஞ்சம் கடுமையாகத் தொடர்ந்ததும் ஒத்துழைப்புக் கொடுத்து வந்த ஆசிரியர்கள் பின் வாங்கத் தொடங்கினார்கள். பிருந்தாவன் மோஸஸ், ஒலிவர் ஜான், சுரேஷ் தாஸ் உள்ளிட்ட ஐந்து பேரை எந்த விசாரணையுமின்றி சஸ்பெண்ட் செய்து, மூன்று பேரையும் நிரந்தரமாக வேலையிலிருந்து நீக்கிட உத்தரவு வந்தது. அதனைத் தொடர்ந்து அதிக அளவில் ஆசிரியர்கள் போராட்டத்திலிருந்து விலகிட ஆரம்பித்தார்கள்.

அன்றைய முதல்வர் ஜெயலலிதாவுக்குக் கல்லூரி நிர்வாகத்தில் இருந்த சிலரைப் பிடிக்கவில்லை. அதனாலேயே போராட்ட விஷயத்தில் அரசு சீக்கிரமாகத் தலையிட்டது.

கல்லூரி வாசலில் நாங்கள் மறியல் போராட்டம் நடத்தியபோது போலீஸார் வந்து எங்களிடம் அன்பாக "வாங்க சார், ஏறுங்க" என்று கைதுசெய்து பேருந்தில் ஏற்றிக் கொண்டு தாம்பரம் காவல் நிலையத்திற்குக் கொண்டுபோய் நான்கு மணி வரை அங்கேயே இருக்க வைத்துவிட்டு அனுப்பி விட்டார்கள்.

இதற்கிடையில் மதியம் ஒரு காவல்துறை அதிகாரி வந்து, "எல்லாம் வந்திடும் சார் 12.30க்கெல்லாம் சாப்பாடு வந்திடும் சரியா" என்று சொல்லி, இலையில் பார்சல் செய்த தயிர்சாதம், எலுமிச்சை சாதம் வாங்கி வந்து கொடுத்தார். அதைச் சாப்பிட்ட பிறகு நாங்கள் ஆங்காங்கே உட்கார்ந்து அரட்டை அடித்துக் கொண்டிருந்தோம். மாலை நான்கு மணியாகியதும் மறியலில் ஈடுபட்டவர்கள் எல்லோரும் அவரவர் வீட்டிற்குக் கிளம்பி விட்டோம். அடுத்த நாள் மீண்டும் இப்படியாகத் தொடர்ந்தது.

ஆசிரியர்களுடைய போராட்டத்திற்கு ஆதரவு தந்த மாணவர்களின் கவனத்தைத் திசை திருப்பிய மாணவர் சங்கம், முழுக்க முழுக்க கல்லூரியின் நிர்வாகத்திற்காகச் செயல்படத் தொடங்கியது.

கல்லூரிச் சங்கத் தேர்தலில்கூட இரண்டு கட்சிகள் மட்டும் போட்டிப் போடுவது ஆச்சரியத்திற்குரிய விஷயமாக இருந்தது. ஏதாவது ஒரு போராட்டத்துக்குத் தலைமை தாங்கி சாதித்த பிறகுதானே இங்கு ஒருவன் தலைவன் ஆவது? கல்லூரி விடுதிகளில் தங்கிப் படிக்கின்ற மாணவர்கள் அதைப் பற்றித் தீர்மானிப்பார்கள். அதில் தேர்ந்தெடுப்பவன் அதிகம் பணம் செலவழிப்பான். அப்படி உருவாகும் யூனியன் சேர்மேனைக் கல்லூரி நிர்வாகம் கைக்குள் போட்டுக் கொண்டது. விடுதியில் தங்கியிருக்கின்ற மாணவர்களின் தெம்பும் பலமும் உள்ளவர்களை வைத்துப் போராட்டத்துக்கு

எதிராகத் தூண்டிவிட்டார்கள். அதற்காக அவர்களுக்கு மது பரிமாறப்பட்டது.

ஒருநாள் போராட்டத்துக்குத் தோழமை தெரிவித்து மற்றக் கல்லூரிகளில் இருந்து ஆசிரியர்களும், மாணவர்களும் திரண்டு வந்தார்கள். அதைக் கண்டதும் நிர்வாகம் தூண்டிவிட்ட மாணவர் கூட்டம் கைகளில் ஹாக்கி மட்டையை எடுத்துக் கொண்டு அவர்களைத் தாக்கத் தயாரானார்கள்.

வெளியே ஒரு சிலைக்கு நேராக நடந்து சென்று கொண்டிருந்த என்னைச் சுட்டிக் காட்டி, "அதோ அவன்தான். அந்தத் தாடிக்காரன்தான்" என்று சொல்லிக் கொண்டு ஒரு மாணவன் சிவந்த கண்களோடு என்னருகில் ஓடி வந்தான். நான் அங்கேயே நின்று கொண்டேன். அவன் என்னைப் பின் தொடர்ந்து தாக்கியிருப்பான் ஆனால், பக்கத்தில் வந்துவிட்டு மீண்டும் திரும்பிப் போய்விட்டான்.

அடுத்த நிமிடம் எனக்குப் பின்னால் இருந்து ஒரு பெரிய அலறல் சத்தம் கேட்டது. வெளியே இருந்து வந்த மாணவர்களை இவர்கள் சாலையில் போட்டுக் கடுமையாகத் தாக்கிக் கொண்டிருந்தார்கள்.

அதன்பிறகு தாம்பரம் இரயில் நிலையத்தில் மின்சாரத் தொடர்வண்டியில் ஏறி அமர்ந்திருந்த மற்ற கல்லூரிகளின் ஆசிரியர்களையும் அவர்கள் விட்டுவைக்கவில்லை. சில ஆசிரியர்களின் பல் போனது. சிலருக்குத் தலையில் பலத்த காயம் ஏற்பட்டது. கல்லூரி வாசலுக்கு முன் மறியல் செய்வதற்காகப் போடப்பட்டிருந்த பந்தலை அடித்து நொறுக்கி மாணவர்கள் தீ வைத்தார்கள்.

அதோடு கல்லூரி யூனியன் சேர்மேன் மிகவும் தைரியசாலியாக மாறிவிட்டான். பிறகு அவனுக்குப் பாதுகாப்புக் கொடுக்க அகரம் குற்றவாளியான நாராயணன் என்ற ஒரு ரௌடியை விடுதியிலேயே தங்கவைத்துக் கொண்டார்கள்.

பதினாறு தாள்கள் அரியர் வைத்திருந்த கல்லூரிச் சேர்மேன் அடுத்த முறை தேர்வு எழுதி அனைத்துத் தேர்வுகளிலும் தேர்ச்சியடைந்துவிட்டான். தன்னாட்சிக் கல்லூரியானதினால், தேர்வு முடிவுகள் யாவும் அங்கேயே தீர்மானிக்கப்படுகிறது.

போராட்ட நாட்களில் ஒரு முறை வாயில் மறியலின்போது ஒரு காட்சி மிகவும் சுவாரசியமாக இருந்தது.

அகரம் நாராயணன் என்ற ரௌடி, போராட்டத் தோழர்களுக்கு நடுவில் போலீஸ்காரர்களின் முன்னே கல்லூரியிலிருந்து வெளியே எந்தவொரு கூச்சலுமில்லாமல் நடந்து போவதை யாரோ காட்டிக் கொடுத்துவிட்டார்கள்.

அந்த நேரத்தில் டி.எஸ்.பி.யின் வாகனம் விரைந்து வந்து நின்றது. ரௌடியை அவர் பார்த்ததும் ஜீப்பில் இருந்து கீழே இறங்கி வாசலில் நின்றிருந்த போலீசை அழைத்துக் கன்னத்தில் ஓர் அறை விட்டார்.

“யாருடா அவனைப் போக அனுமதிச்சது?” என்று கேட்டுச் சத்தமிட்டார். கன்னத்தைத் தடவிக் கொண்டிருந்த போலீஸ்காரனின் அவலநிலை பரிதாபத்திற்குரியதாக இருந்தது.

போராட்டம் சில புதிய நட்புகளை ஏற்படுத்தித் தந்தது. காரணம் தினமும் தமிழ்நாட்டின் பல பகுதிகளில் இருந்த ஆசிரியர்கள் கல்லூரிக்கு வந்த வண்ணம் இருந்தார்கள்.

“அச்சமில்லை அச்சமில்லை
அச்சமென்பது இல்லையே
உச்சிமீது வானிடிந்து வீழுகின்ற போதிலும்
அச்சமில்லை அச்சமில்லை
அச்சமென்பது இல்லையே”

என்ற சுப்பிரமணிய பாரதியாரின் கவிதையை உச்சத்தில் பாடிக்கொண்டு நாங்கள் ஒன்றாகக் கூடினோம்.

‘படை வருகுது படை வருகுது ஏ.யூ.டி.யின் படை வருகுது’ என்று கூட்டத்தில் யாரோ ஒருவர் கோஷம்போட அதைக் கேட்டு மற்றவர்கள் உணர்ச்சி பொங்க கோஷம் போட்டனர்.

போராட்டம் நட்பை மட்டும் ஏற்படுத்தவில்லை. எதிரிகளையும் சம்பாதித்துத் தந்தது. அந்தக் கல்லூரியின் போராட்டத்தில் பங்குபெற்ற ஒரே மலையாளி நான் மட்டுமே.

ஆந்திராவில் உள்ள ‘Peoples war’ என்ற அமைப்போடு எனக்கு இரகசிய தொடர்பு உள்ளது என்று கல்லூரி நிர்வாகிகளுக்குச் செய்தி போனது.

அப்போது அங்கு மலையாளத்துறையில் படித்துக் கொண்டிருந்த சில மாணவர்கள் இங்கு எஸ்.எஃப்.ஐ. (Student Federation of India) என்ற அமைப்பு இருந்திருந்தால் எவ்வளவு நன்றாக இருந்திருக்கும் என்று ஏக்கம் தெரிவித்தார்கள்.

முதலமைச்சரின் தலைமையில் நடந்த பேச்சுவார்த்தையில் கல்லூரியிலிருந்து விலக்கப்பட்ட ஆசிரியர்களை மீண்டும் சேர்த்துக் கொண்டார்கள்.

நாங்கள் முன்வைத்த பத்து அம்சக் கோரிக்கைகள் மறந்து போனது. மூன்று மாதக் காலம் நீண்ட அந்தப் போராட்டம் வெற்றியா, தோல்வியா அல்லது இரண்டு கலந்ததா என்று என்னால் தீர்மானிக்க முடியவில்லை.

●

இன்று வளர்ந்து நிற்கும் அன்றைய குழந்தைகள்

சிதம்பரனார் தெருவில் உள்ள எங்கள் வீட்டுப் பக்கத்தில் சில குழந்தைகளின் நட்பு ஏற்பட்டது. தீபு, திவ்யா, ஸ்ரீகுட்டன், இப்ஸன், கிஃப்ட்டி, அம்புஜம், முருகன், ஜெரி போன்றவர்களைச் சொல்லியே ஆகவேண்டும். அவர்கள் எங்கள் வாழ்க்கையை மிகவும் மகிழ்ச்சிகரமாக்கினார்கள். இவர்களில் சிலருடைய விளையாட்டு மைதானமாக எங்கள் வீடு இருந்தது.

சாவித்திரியினுடைய அண்ணன் சந்திரன் வாத்தியாருடைய குடும்பம் ஒருமுறை ஊருக்கு வந்தபோது, அவர்களுடைய குழந்தைகள் சைதன்யாவும் அம்புஜமும் மொழி தெரியாமலேயே எங்களோடு பழகியது ஆச்சரியப்படவைத்தது.

விளையாடிக் கொண்டிருக்கும்பொழுது அம்புஜம் சொல்கின்ற தமிழ் வார்த்தைகளில் அர்த்தம் என்னவென்று சைதன்யா ஓடி வந்து கேட்பாள். பிறகு திரும்பவும் விளையாடப் போய்விடுவாள்.

செல்லப்பன்பிள்ளை, மஹராசியம்மா தம்பதியினருடைய பிள்ளைகளான முருகனும் அம்புஜமும் கொஞ்சம் பெரியவர்களாக இருந்தார்கள். அவர்கள் சீக்கிரமாகவே படிப்பின் உலகில் மூழ்கிப்போனார்கள்.

கேரளா கண்ணூரைச் சேர்ந்த வத்சன், லதா என்பவர்களுடைய குழந்தைகள்தான் திவ்யா, தீபு என்பவர்கள்.

நாங்கள் குடியிருந்த வீட்டின் எதிரே உள்ள அசோக் கண்ணன், பிரபாக்கா தம்பதியினரின் குழந்தைகளான ஆஷா, நிஷா இருவரும், அன்ஷீ குடியிருந்த வீட்டிற்கு குடிவந்தார்கள்.

திவ்யா படிப்பில் மிகவும் கெட்டிக்காரியாக இருந்தாள். ஆனால் மிகவும் வெட்கப்படும் சுபாவம். கேட்டதற்கு மட்டும் பதில் சொல்லும் வழக்கம். தீபு இவளுக்கு நேர்மாறானவன். நாம் அவனிடம் கேள்வி கேட்டாலும், கேட்காவிட்டாலும் பேசிக் கொண்டே இருப்பான். அவன் அடிக்கடி வருவதும் போவதுமாக இருந்தான். தன் குட்டி சைக்கிளில் சுற்றிக்கொண்டே இருப்பான்.

ஒரு நாள் பிளாஸ்டிக் கேரிபேக் எடுத்துத் தலையில் மூடி அதைக் கழுத்தில் கட்டிக் கொண்டு கண்கள் இருக்கும் இடத்தில் இரண்டு ஓட்டைகளைப் போட்டுக்கொண்டு ஒரு விளையாட்டுத் துப்பாக்கி எடுத்துக்கொண்டு அவன் எங்களிடம் “I am terrorist” என்று பயமுறுத்தினான். தொலைக்காட்சியில் பார்க்கின்ற காட்சிகளில் அவனுக்குச் செய்து பார்க்கத் தோன்றிய கதாபாத்திரம் அதுதான்.

கடைக்குப் போய் வரவும் வீட்டில் சின்னச் சின்ன வேலை செய்யவும் அவன் தயாராக இருந்தான். கேரளா கொயிலாண்டிக்குப் பக்கத்திலுள்ள காக்காஞ்சேரி என்ற இடத்தைச் சேர்ந்தவன் என்றதால் அவனைக் ‘காக்காஞ்சேரி’ என்று விளையாட்டாக நாங்கள் பெயரிட்டு அதைச் சுருக்கமாகக் கே.கே. என்று செல்லமாக அழைப்போம்.

தீபுவும் ஜெரியும் சேர்ந்து ஒன்றாக நடந்துபோகும்பொழுது கிண்டலாக இப்படி ஒரு பாட்டுக் கட்டி நான் பாடினேன்.

“காஞ்சேரி குரங்கு

தாவித் தாவி போகும்போது

இன்னொரு வெள்ளைக் குரங்கும்

கூடத் தாவிப் போகுது”

அந்தப் பாடலைக் கேட்கும்போது ஜெரிக்குக் கோபம் வரும். ஆனால் அதுபோல் தீபுவைக் கிண்டல் செய்ய முடியாது.

ஸ்ரீகுட்டன் அப்போது மிகவும் சின்னபையன். பேச ஆரம்பிக்கவில்லை. அதனால் என்னை ‘ஆமா’ என்றும், சாவித்திரியை ‘ஆன்’ என்றும் அழைப்பான். அவனை எடுத்துக் கொண்டு வீட்டிற்குள் சென்றால், இரண்டு முக்கிய விஷயங்களைச் சுட்டிக் காட்டுவான்.

முதலாவது விஷயம் வீட்டில் பிரஷ் மற்றும் பேஸ்ட் வைத்திருக்கும் இடத்தைச் சுட்டிக் காட்டுவான். அந்தப் பேஸ்ட் எடுத்து ஒரு குண்டூசி அளவு அவன் நாக்கில் வைக்க வேண்டும். அதை ருசித்தபடி என் நெஞ்சையோ மூக்கையோ நோண்டி, ம்ம்ஞ் என்று ஒருவித சத்தம் எழுப்பி சமையலறையைப் பார்த்துக் கைநீட்டுவான். அங்கு ஒரு பிளாஸ்டிக் பாக்கெட்டில் அவனுக்கான தின்பண்டங்கள் இருக்கும். அதிலிருந்து பாயசத்துக்குப் போடும் முந்திரியை எடுத்து நான்கைந்து சாப்பிடக் கொடுத்தால் அதோடு அடங்கிவிடுவான். அதன்பிறகு வழக்கம்போல விளையாடச் சென்றுவிடுவான்.

அவன் நிர்வாணமாக இருந்தாலும் சட்டைப் போடாத என் நெஞ்சையும், சாவித்திரியின் கழுத்தையும் சுட்டிக் காட்டி எங்களைக் கிண்டல் செய்வான்.

அவனுடைய அம்மா பிரித்தீக்கு அந்த அசுத்தமான தெருவில் தன் மகன் நடந்து போவது கொஞ்சம்கூடப் பிடிக்கவில்லை. ஆனால் நானும் ஸ்ரீகுட்டனும் அதைக் கண்டு கொள்ளவே மாட்டோம்.

ஒரு நாள் ஸ்ரீகுட்டனுக்குக் காய்ச்சல் வந்து மருத்துவமனையில் சேர்த்தார்கள். நான் சென்னைக் கிறித்தவக் கல்லூரியில் இருந்து வேலை முடிந்து திரும்பி வந்தபோது அந்த விஷயத்தைப் பற்றி சாவித்திரி சொன்னாள்.

உடனே நாங்கள் தாம்பரம் மருத்துவமனைக்குச் சென்றோம்.

ஸ்ரீகுட்டனின் தாயும் தந்தையும் அவனருகே வருத்தத்துடன் இருந்தார்கள். கண் திறக்காமல் ஸ்ரீகுட்டன் தொடர்ந்து அழுதுகொண்டே இருந்தான். ஒரு நிமிடம்கூட அவன் அழுகை நின்றபாடில்லை என்று வேதனையுடன் முரளி சொன்னார்.

நான் ஸ்ரீகுட்டனுக்கு அருகில் சென்று “ஸ்ரீகுட்டா” என்று அழைத்தேன். அவன் கண் திறந்து பார்த்தான். ஆனால் அழுகை நின்றபாடில்லை. அவன் மிகவும் சோர்ந்து போயிருந்தான்.

அந்தச் சமயத்தில் அவனை வெளியே எடுத்துச் செல்லலாமா என்று எனக்குத் தெரியாது. அவனை எடுத்துக் கொண்டு மருத்துவமனைக்கு வெளியே உள்ள வரண்டாவுக்கு வந்தேன். வெளியே ஒரே புழுதி, நெரிசலான ரோடு, கடைகள் இவையெல்லாம் இருந்தன. அப்போது அவனுடைய அழுகை கொஞ்சம் குறைந்தது போல் இருந்தது. ரோட்டுக்கு அப்பால் உள்ள எச்சில் தொட்டியில் கருப்பு நிறப் பசு சாப்பிட ஏதாவது

கிடக்குமா என்று தேடிக்கொண்டிருந்தது. அந்தக் காட்சியை ஸ்ரீகுட்டனுக்குக் காட்டிச் சொன்னேன்.

உடனே அவனுடைய அழுகை நின்று போனது. அந்தப் பசுவைக் கண்ணெடுக்காமல் பார்த்துக் கொண்டிருந்தான். அதன்பிறகு அவனுடைய மழலை மொழியில் கன்னுக்குட்டி எங்கே என்று விசாரித்தான். அன்று இரவே ஸ்ரீகுட்டனுக்குக் காய்ச்சல் கொஞ்சம் கொஞ்சமாகக் குறைந்துபோனது.

ஜெரி ஒரு 'புகார்ப்பெட்டி' என்றுதான் சொல்லவேண்டும். புகார் முழுதும் அவனுடைய அம்மாவைப் பற்றியதாகும். இராணுவ முறையில் வளர்ந்ததினால் இரினிக்கு ஒழுக்கத்தின் விஷயத்தில் மிகவும் கண்டிப்பாக இருந்தாள். அவனுடைய படிப்பு விஷயத்திலும் மிகவும் கண்டிப்பாக இருந்தாள். மகனுடைய படிப்பு விஷயத்தில் அவள் எந்தவொரு சமரசத்திற்கும் தயாராக இல்லை. அதனால் தேவைக்கும் தேவையற்றதற்கும் நிறைய அடி வாங்கினான் ஜெரி. ஒரு நாள் சப்பாத்தி தேய்க்கும் கட்டையால் அடிவாங்கி வீங்கிப் போன காயத்துடன் அழுது கொண்டே என்னிடம் சொன்னான்: "அங்கிள். எனக்கு மம்மியைப் பிடிக்கல. அவங்கள எங்கயாவது கொண்டுபோய் விட்டுருங்க." மகனை இப்படி அடித்துத் துன்புறுத்திப் படிக்கவைப்பதில் வர்க்கீசுக்கும் உடன்பாடில்லை. ஆனால் இரினியின் தீர்க்கமான முடிவால் வர்க்கீசு எதுவும் செய்ய முடியவில்லை. எப்போதாவது தந்தையும் மகனும் சேர்ந்து என்னுடைய வீட்டிற்கு வருவார்கள். இரினியைப் பற்றியான பிரச்சனை குறித்துத்தான் அதிகம் பேசுவார்கள்.

"படிப்பு விஷயத்தில் எந்தவொரு சமரசமும் பண்ணமுடியாது அங்கிள்" என்று உறுதியாக என்னிடம் சொல்வாள்.

மகனை இப்படி அடித்துத் துன்புறுத்திப் படிக்க வைப்பதில் ஏற்படும் சில தீமைகளைக் குறித்து இரினியிடம் நான் பலமுறை சொல்லித் தோற்றுப் போயிருக்கிறேன். எங்களிடத்தில் ஜெரி விளையாடிக் கொண்டிருக்கும்போது இரினி அழைத்தால் உடனே அவன் வீட்டுக்குப் போகும் வரை வாந்தி எடுப்பான். படிக்க வேண்டுமே என்ற கொடுமையில் இருந்து தப்பிக்க அவன் கண்டு பிடித்த ஒரு குறுக்குவழிதான் இந்த வாந்தி.

எல்லா நாளும் காலையில் பள்ளிக்கூடம் போகும்போது வர்க்கீசும் இரினியும் வேலைக்குப் போவதற்கு வீட்டைப் பூட்டி வெளியே வருவதற்குப் பத்து நிமிடம் முன் ஜெரி எங்கள் வீட்டிற்கு

வந்து எங்களோடு பேசிக் கொண்டிருப்பான். சில சமயங்களில் அவன் சொல்வான் "இன்று நல்ல மம்மி."

எங்களுடைய சிறிய முற்றத்தில் நாங்கள் கிரிக்கெட் விளையாடுவோம். ஜெரி, தீபு, கிப்ஸன், நான் எல்லோரும் சேர்ந்து ஆடுவோம். மிகவும் விறுவிறுப்பாக இருக்கும். அப்போது ஐந்து வீட்டார்களுடைய கழிவறைத் தொட்டி நிறைந்து வழிந்து வெளியே ஒரு நீரோடை போய்க் கொண்டிருந்தது. ஒவ்வொரு ஐந்தாவது பேட்டிங்கிலும் பந்து அந்த சாக்கடை போய் விழும். அதை மீண்டும் மீண்டும் கழுவி எடுத்து வந்து நாங்கள் விளையாடி வந்தோம்.

இன்று அந்தக் குழந்தைகள் வளர்ந்து பெரியவர்கள் ஆகிவிட்டார்கள். முருகனும் அம்புஜமும் பொறியாளர்கள் ஆகிவிட்டனர். அவர்களுக்குத் திருமணமும் முடிந்து விட்டது.

திவ்யாவின் திருமணத்துக்கு எங்களை வில்சனும், லதாவும் நேரில் வந்து அன்போடு அழைத்தார்கள். ஆனால் போகமுடியாமல் போனது. இப்போதும் நிராசையும் வருத்தமும் அறிந்தேன். தீபு பொறியியல் படிப்பை மேற்கொண்டிருந்தான். இப்போது படிப்பை முடித்திருப்பான்.

அண்ணா ஹசாரே இயக்கம் ஆரம்பித்தபோது அதைக் குறித்து முகநூலில் தொடர்ந்து எழுதி வந்த வல்சராஜ்தான் எங்களுடைய பழைய தீபு என்பவன். அண்ணா ஹசாரேவுக்கு ஆதரவு தெரிவித்தவர்களை அழைத்து ஒரு கூட்டத்தை ஏற்பாடு செய்தான் அவன்.

ஸ்ரீ ராக் முரளி என்ற ஒரு இளைஞன் ஒரு முறை 'அங்கிள் என்னைத் தெரியுமா' என்று முகநூல் மூலமாகக் கேட்டிருந்தான். நெடுநேரம் அந்தப் புகைப்படத்தையே உற்றுப் பார்த்தேன். திடீரென்று கேள்வி கேட்ட இளைஞனை நான் அடையாளம் கண்டு மகிழ்ச்சியில் ஆழ்ந்தேன். அவன் என்னுடைய பழைய ஸ்ரீகுட்டன். எத்தனை வருடங்கள் ஆகிவிட்டன. எனக்கே வியப்பாக இருந்தது.

அப்போது ஸ்ரீகுட்டன் ஒரு பொறியாளர் ஆவதற்கான முயற்சியில் இருந்தான். கிப்ஸனும் கிஃப்டியும் நாங்கள் அங்கு இருந்தபோதுதான் புது வீடுகட்டி அதில் குடி போனார்கள். பிறகு அவர்களைப் பார்க்கவே இல்லை. ஒருவேளை முகநூலில் தேடினால் கிடைக்க வாய்ப்பிருந்திருக்கும்.

அனைவரும் வளர்ந்து பெரியவர்களாகிவிட்டார்கள். நானும் சாவித்திரியும் வேலையில் இருந்து ஓய்வு பெறுவதற்கான உச்சப்படியில் ஏறி நிற்கிறோம்.

●

இசைஞானியும் ஒரு திருடனும்

மெரினா வளாகத்திலிருந்து நானும் சசியும் தங்கியிருந்த திருவல்லிக்கேணி காவல் நிலையத்துக்கு அருகாமையில் உள்ள பாலன் மெஸ்ஸுக்குக் கிட்டத்தட்ட இரண்டு கிலோ மீட்டர் தூரம் உள்ளது. அந்தத் தூர இடைவெளியில் காண்பதற்கும் கேட்பதற்கும் ருசிப்பதற்கும் தொட்டுத் தெரிந்து கொள்வதற்கும் பல்வேறு விஷயங்கள் இருக்கும்.

வகுப்பு முடித்து மெரினா வளாகத்தின் அழகான வரவேற்பறையில் அமர்ந்து யாரிடமாவது கொஞ்சம் கடலைபோட்டு ரோட்டிற்கு வருவதற்குள் இருள் சூழ்ந்துவிடும். அப்போது காந்தி சிலையின் அருகில் பாலியல் தொழிலாளர்கள் வருகை ஆரம்பமாகும். ஆண்களும் பெண்களும் இருப்பார்கள். பொது இடங்களில் வைத்தே வாடிக்கையாளர்களுக்குத் தேவையான செக்ஸ் சுகம் அளிப்பார்கள். அது அதுக்குத் தனித் தனி கட்டணம் நிர்ணயித்து வைத்திருக்கிறார்கள். அதில் சில விஷயங்களை அப்பட்டமாக வெளியே சொல்லமுடியாது.

கடற்கரை சாலையிலிருந்து திருவல்லிக்கேணிக்குத் திரும்பினால் கூவம் ஆறுக்கு மேல் ஒரு சிறிய பாலம் உள்ளது. அந்தப் பாலத்தின் இருபுறமும் பக்கத்துச் சேரியில் இருக்கின்ற குழந்தைகள் விளையாடுவதும் சுற்றித் திரிவதும் உண்டு. ஆரம்பத்தில் அந்தக் கூவத்தில் படகு சவாரி எல்லாம் நடத்திக் கொண்டிருந்தார்களாம். ஆனால் இப்போது கழிவுகள் நிறைந்த ஒரு கருப்புச் சாக்கடையாக மாறிப்போய்விட்டது.

எப்போதும் துர்நாற்றம் வீசிக் கொண்டிருந்த அந்தப் பாலத்தைத் தாண்டினால் நல்ல பருப்பு வகையும், சுண்டலும் கிடைக்கக்கூடிய ஒரு டீக்கடை உள்ளது. கிட்டத்தட்ட அந்த டீயும் நொறுக்குத் தீணியும் கட்டாயமாகிப் போனது எங்களுக்கு. அங்கிருந்து பஸ் ஏறிக் கொள்ளலாம் அல்லது நடக்கலாம். ட்ராபிக் காரணம் பஸ்ஸில் போனாலும் நடந்து போனாலும் ஒரே நேரம்தான். கையில் புத்தகங்கள் இருந்தாலும்கூட ஆட்டோக்காரர்களும், ரிக்ஷாக்காரர்களும் அன்போடு சவாரிக்கு அழைப்பார்கள். நாங்கள் அதைக் கவனிக்கமாட்டோம். பாலன் மெஸ் வரை திருவல்லிக்கேணி சந்தை இருபுறமும் காய்கறிகள், பூக்கள், சோப்பு, சீப்பு, கண்ணாடி, பழங்கள், விளையாட்டுப் பொருட்கள், புத்தகங்கள் என்று பலதரப்பட்ட சிறிய சிறிய கடைகள் போடப்பட்டிருக்கும். அதற்கு நடுவில் ஒரு பசு வயிற்று உபாதையால் சாணி போட்டுக் கொண்டு தலையை நிமிர்த்திக் கொண்டு போகும். சில சமயம் அதனைப் பின் தொடர்ந்து காளைகளும் வரும். கோயில்களிலிருந்து பக்திப் பாடல்களும், பள்ளிவாசலிலிருந்து பாங்குத் தொழுகையின் பாடலையும் கேட்கலாம்.

அந்த நடைபயணத்தின்போது இன்று அடியோடு தொலைந்து போயிருக்கும் ஆடியோ கேஸட் கடைகளிலிருந்துத் தமிழ்த் திரைப்படப் பாடல்களைக் கேட்க முடியும். அந்தப் பாடல்களைக் கேட்டும், கேட்காமலும் போய்க் கொண்டிருந்த நான், பிறகு, அதுவரை கேட்காத இனிமையான சந்தங்களாலும் குரல்களாலும் வசீகரிக்கப்பட்டேன். நடந்துகொண்டே கேட்ட பாடல்களைப் பின்னாளில் நின்று கேட்க ஆரம்பித்தேன்.

தமிழ் சினிமாவும், இசையும் குறித்து எனக்கு ஒரு சிறு பரிச்சயம் மட்டுமே இருந்து வந்தது. சிவாஜியின் திருவிளையாடல், எம்.ஜி.ஆரின் அடிமைப்பெண், உலகம் சுற்றும் வாலிபன், ஜெய்சங்கரின் சில சண்டைப் படங்கள், கே.பாலச்சந்தரின் தண்ணீர் தண்ணீர் போன்ற படங்கள் மட்டுமே ஞாபகத்திற்கு வருகின்றன. திரைப்பாடல்களில் வரும் குரல்கள் கிட்டத்தட்ட கேரளாவைப் போன்றுதான் இங்கும். எஸ்.ஜானகி, பி.சுசீலா, எல்.ஆர்.ஈஸ்வரி போன்றவர்கள். ஆண்கள் குரல் என்றால் டி.எம்.சௌந்தரராஜன், எஸ்.பி.பி. போன்றவர்களுடைய குரல்கள். மற்ற ஆண் குரல்களிலிருந்தெல்லாம் மிகவும் மாறுபட்டிருந்தது அவர்களின் குரல்கள்.

"புல்லாங்குழல் கொடுத்த மூங்கில்களே -எங்கள்
புருஷோத்தமன் புகழைப் பாடுங்களேன்..."

என்ற கிருஷ்ண பக்திப்பாடல் எனக்கு மிகவும் பிடித்திருந்தது. அப்போதுதான் இளையராஜா என் ஒரு பேர் பரவலாகக் கேட்க ஆரம்பித்தது.

ஆடியோ கடைகளில் கேட்ட பாடல்கள் என்னை அடிமையாக்கியது. மெரினா வளாகத்தில் நண்பர்களிடம் கேட்டபோதுதான் என்னை அடிமையாக்கிய பாடல்களின் இசையமைப்பாளர் இளையராஜா என்று தெரிந்து கொண்டேன். அதில் எஸ்.பி.பி. என்ற எஸ்.பி.பாலசுப்பிரமணியத்தின் குரல் என்னை மிகவும் ஈர்த்தது.

அப்படிப் பல இடங்களில் நின்றுகேட்ட தமிழ்ப் பாடல்களின் முதல் வரிசையை எழுத்துப் பிழையோடு குறித்து வைத்துக் கொண்டேன். பின் அந்தப் பட்டியலை எடுத்துக் கொண்டு ஆடியோ கடைக்குச் செல்வேன். அன்று பாடல்கள் புதிய கேசட்டுகளில் பதிவு செய்து தருவார்கள். ஒரு படப்பாடல் என்றால் கட்டணம் கூடும். அப்படி முதலில் நான்கைந்து காஸட்டுகளில் பாடல்களைப் பதிவு செய்தேன். அதில் கிட்டத்தட்ட அனைத்துப் பாடல்களுமே இளையராஜா பாடல்கள்தாம்.

இளையராஜா என்ற கலைஞரின் வருகையோடு தமிழ் சினிமாவின் இசையும் அதன் மூலமாகத் தமிழ் சினிமாவும் ஒட்டுமொத்தமாக மாறிப்போனது என்றுதான் சொல்லவேண்டும். சிவாஜி, எம்.ஜி.ஆர். போன்றவர்களுடைய நடிப்பு, எம்.எஸ். விஸ்வநாதன் இசை இவை எல்லாம் காலப்போக்கில் ஒரு சலிப்பை ஏற்படுத்தியபோது இந்திப் பாடல்கள் தமிழ்நாட்டில் தலை தூக்கத் தொடங்கின.

"ரூப்புத் தெரா மஸ்தானா" போன்ற பாடல்கள் பட்டி தொட்டி எல்லாம் பாடத் தொடங்கின. அப்போது **1976**இல் அன்னக்கிளி என்ற படம் மூலமாக இளையராஜா என்ற இசைஞானி தமிழ் சினிமாவில் காலடி எடுத்து வைக்கிறார்.

"மச்சானப் பாத்தீங்களா
மலைவாழத் தோப்புக்குள்ள"

என்ற ஒரு பாடல் தமிழ்நாடு முழுக்க கொடிகட்டிப் பறந்தது என்பது யாரும் மறுக்க முடியாத ஒரு சரித்திரம். அதன்பிறகு,

“வானுயர்ந்த சோலையிலே
நீ நடந்த பாதையெல்லாம்”

என்ற பாடலும் மிக ஹிட்டாகிப் போனது.

தமிழ் சினிமாவில் இசை பெரிய மாற்றத்தை ஏற்படுத்தியது. இளையராஜாவிடமிருந்து தொடர்ந்து மிகச் சிறந்த பாடல்கள் வெளிவந்தன. மெல்லிசை, டப்பாங்குத்து, தமிழ் நாடோடிகள் இசை, லண்டன் ட்ரினிட்டி மியூசிக், காலேஜிலிருந்து கற்றுக் கொண்ட வெஸ்ட்டர்ன் மியூசிக் இவற்றையெல்லாம் சூழலுக்குத் தகுந்தாற்போல் பயன்படுத்தி வெற்றிக்கொடி நாட்டினார். இளையராஜாவாக வந்தவர் இசைஞானி இளையராஜாவாக மாறினார். உலகிலேயே எக்காலத்திலும் வெல்லக் கூடிய 100 சிறந்த ஹிட் பாடல்களின் வரிசையில் இளையராஜா இசையமைத்த

“ராக்கம்மா கையதட்டு”

என்ற பாடல் தேர்வு செய்யப்பட்டது.

எஸ்.பி.பாலசுப்பிரமணியம், யேசுதாஸ், எஸ்.ஜானகி, பி.சுசீலா, சித்ரா, சொர்ணலதா, எஸ்.பி.சைலஜா, சுஜாதா, மலேசியா வாசுதேவன், டி.எம்.சௌந்தரராஜன், லதா மங்கேஷ்கர், ஆஷா போன்ஸ்லே போன்ற பாடகர்கள் இளையராஜாவின் மெட்டுக்குக் குரல் கொடுத்தார்கள். ஆப்பிரிக்க நாடோடி மெட்டுக்கள் போலும் தமிழ் சினிமா திரை இசைப்பாடல்களில் மிகச் சிறப்பாக இசையமைத்திருந்தார் இளையராஜா.

தமிழ்நாட்டில் மிகவும் பின் தங்கிய மாவட்டமான தேனியில் ஒரு சிறு கிராமத்தில்தான் இளையராஜா பிறந்தார். தன் சகோதரரான பாவலர் வரதராஜனின் இசை கச்சேரியில் தன்னுடைய இசைப் பயணத்தை ஆரம்பித்தார். பாவலர் வரதராஜன் கம்யூனிஸ்ட் கட்சியின் பொதுக் கூட்டங்களில் தொண்டை கிழியப் பாடிச் சலித்துப் போய் பிறகு திராவிட முன்னேற்றக் கழகத்தில் தன்னை இணைத்துக் கொண்ட ஓர் இசையமைப்பாளர். அவர் எழுதி மெட்டுப் போட்ட பாடல்தான் பிற்காலத்தில் இளையராஜா ‘கேளடி கண்மணி’ என்ற படத்தில் எஸ்.பி.பி.யின் குரலில் “மண்ணில் இந்தக் காதல் இன்றி யாரும் வாழ்தல் கூடுமோ” என்ற பாடலைச் சேர்த்திருந்தார். அந்தப் பாடல் மிகப் பெரிய ஹிட் ஆனது.

இன்று எனக்குப் பெரிய ஏமாற்றமும் கோபமும் தரக்கூடிய ஒரு விஷயம் உள்ளது. நான் விரும்பிப் பதிவு செய்த நாலைந்து கேஸ்ட்டுகள் இன்று என் கையில் இல்லை. அதோடு ‘தடம் மாறிவிட்ட காடு’, ‘சுகிதகுமாரி’ போன்றவர்கள் ஆகாசவாணி வானொலி நிலையத்தில் கவிதை வாசித்தபோது பதிவு செய்த ஒரு கேஸட்டும், என் தந்தை வாங்கி வந்த ஒரு கேஸட்டும் மகாலஷ்மி நகரில் தங்கியிருந்த போது வீட்டின் ஜன்னலோரத்தில் வைத்திருந்தேன். ஒரு திருடன் வந்து அதை எல்லாம் திருடிச் சென்றுவிட்டான். கேட்டு எடுத்துக் கொண்டு போயிருந்தால்கூட வருத்தப்பட்டிருக்க மாட்டேன். ஆனால் எடுத்துச் சென்றவன் நிச்சயமாக அதை விற்றிருப்பான். அந்தக் கேஸட்டின் புதிய உரிமையாளர் அவர்களுக்குப் பிடித்தமான பாடலைப் பதிவு செய்திருக்கக்கூடும்.

இன்று இணையத்தில் ஆயிரக்கணக்கான பாடல்கள் பதிவிறக்கம் செய்து கொள்ளலாம். ஆனால் திருட்டுப் போன கேஸட்டில் இருந்த பாடல்களை நினைக்கும்போது இப்போதும் ஒரு வித ஏக்கம் ஏற்படுகிறது.

•

ஜான் டேவிட்டும் நண்பர்களும்

ஏனோ தெரியவில்லை சென்னைக் கிறித்தவக் கல்லூரியின் அழகான வளாகத்திற்குள் தங்க வேண்டும் என்கிற எண்ணம் எனக்கு ஆரம்பத்திலிருந்தே இருந்தது. வெளியே ஒரு வீடு கிடைக்கும் வரை ஓரிரு மாதம் கல்லூரி விடுதியில் தங்கிருந்தேன்.

விசாலமான, அழகான என்று சொல்லும்போதே அது எவ்வளவு விசாலம், எப்படிப்பட்ட அழகு என்று சொல்லவேண்டிய கடமை எனக்கிருக்கிறது. கிட்டதட்ட 365 ஏக்கர் பரப்பளவு கொண்டதுதான் கல்லூரி வளாகம்.

பழைய தாம்பரத்தின் காட்டுப் பகுதியும் ஏரியையும் ஒட்டியிருந்ததால் கட்டடங்கள் இருக்கும் இடங்களைத் தவிர மற்ற பகுதிகள் எல்லாமே காடுகளாய் இருந்தன. வெள்ளையர்கள் ஆரம்பத்தில் அங்கு இருந்தபோது உருவாக்கப்பட்ட காடுகள் அவை. அந்தக் காட்டில் புள்ளிமான்கள் அடிக்கடி ஓடித்திரிவதைக் காணலாம். பறவைகள், மிருகங்கள், செடி, கொடிகள் மற்றும் மரங்கள் இவையெல்லாம் நம் மனதை மிகவும் வசீகரிக்கும். தாழம்பூப் பூத்துக் குலுங்குவதை நான் முதன்முதலில் அந்த வளாகத்தில் தான் பார்த்தேன்.

கல்லூரி அமைந்திருக்கின்ற இடத்தைப் பொறுத்தவரை அந்த வளாகத்தில் வாழக் கூடியவர்களுக்குள் எந்தவொரு தொடர்பும் இருக்காது. வெளி உலகத்தைப் பார்க்கவேண்டுமென்றால் அங்கிருந்து வெகுதூரம் நடக்க வேண்டும். கல்லூரி விடுதியில் தங்கியிருக்கும் மாணவர்களுக்கு, 'நாங்கள் இந்த ஊர்க்காரர்களைப் போலல்ல' என்ற ஒரு மனோபாவம் இருந்து வந்தது. வளாகத்தைச்

சுற்றியிருக்கும் அந்தப் பகுதியினரைப் பற்றி ஒரு தடவையாவது குற்றம் குறை சொல்லாத விடுதிவாசிகள் இருக்கவே மாட்டார்கள்.

சென்னைக் கிறித்தவக் கல்லூரியில் அப்போது நான்கு விடுதிகள் இருந்தன. ஈபர் இல்லம், செயின்ட் தாமஸ் இல்லம், சேலையூர் இல்லம் ஆகியன மாணவர் களுக்கானவை. மார்ட்டின் இல்லம் மட்டும் மாணவிகளுக்காக ஒதுக்கப்பட்டிருந்தது.

கல்லூரியின் அருமை, பெருமைகளைச் சொல்வதோடு விடுதியின் ஒவ்வொரு ஹாலைப் பற்றியும் பெருமைகள் சொல்லிப் பீத்திக் கொள்ள மாணவர்களிடம் ஏராளமான செய்திகள் இருந்தன. இது அவர்களின் பொழுதுபோக்காக மாறியிருந்தது. ஒவ்வொரு ஹாலில் தங்கிப் படிக்கின்ற மாணவர்களுக்கிடையிலும் சுமுகமான நல்லுறவு நிலவி வந்தது.

நாள்தோறும் வீடு சென்று வரும் மாணவர்களைவிடக் கல்லூரி விடுதியில் தங்கிப் படிக்கின்ற மாணவர்களுக்கு மவுசு அதிகம். இவர்களுக்கே முக்கியத்துவம் அளிக்கப்பட்டது. கல்லூரியில் சேர்க்கைக் கிடைக்க ஒரே எளிய வழி, விடுதியில் தங்கிப் படிப்பது. கல்லூரிக்கு அது பெரிய வருமானமாக இருந்தது. அதனால் கல்லூரிக்கு அருகிலுள்ள கிண்டியிலோ, சைதாப்பேட்டையிலோ வாழ்கிறவர்கள்கூட, கல்லூரியில் சேர்க்கை கிடைப்பதற்காக விடுதியில் சேர்ந்து படிக்கும் குறுக்குவழி இருந்தது.

இளங்கலை மாணவர்கள் ஆரம்பக்கட்டத்தில் சரியாகத் தூங்காமலும் சோர்வாகவும் கல்லூரிக்கு வருவது வழக்கம். குறிப்பாக மாணவர்கள். காரணம் அவர்களுடைய இராகிங் காலம் அது. அதைப் பற்றிக் கேட்டால், இல்லை எந்தப் பிரச்சனையும் இல்லை என்று மாணவர்கள் சமாளித்துவிடுவார்கள். ஆனால், அவர்களின் இராகிங் காலம் சற்றுக் கடினமாக இருந்திருக்கும் போலும்.

மாணவர்களுடைய ஒவ்வொரு ஹாலிலும் இராகிங் முறையில் பாரம்பரியமான வழக்கமுறைகள் பின்பற்றப்படுகிறது. அதில் மனப்பாடம் செய்வது புதிதாக வரும் விடுதி மாணவர்களின் முதல் கடமை. ஜூனியருக்கும் சீனியருக்குமான வித்தியாசங்களைப் புரிந்துகொண்டு செய்யக்கூடிய சில விஷயங்கள் உள்ளன. ஜூனியர்கள் கட்டாயம் முகச்சவரம் செய்யவேண்டும். ஷூ போடக் கூடாது. காலணி மட்டும் அணியவேண்டும். பர்ம்மோடாஸ் போடக்கூடாது. முழுக்கால் சட்டை மட்டுமே அணியவேண்டும். சீனியர்களைப் பார்த்தால் தாழ்மையுடன்

வணக்கம் சொல்லவேண்டும். இப்படியெல்லாம் இருந்தால் ராகிங் செய்வது பரவாயில்லை என்று தோன்றும். ஆனால், அப்படியல்லாமல் இராகிங் மதுபழக்கத்தில் ஆரம்பித்துவிட்டால் அதைக் கைவிட வைப்பது மிகவும் சிரமம் ஆகிவிடும்.

இரவு முழுவதும் இளங்கலை மாணவர்களைச் சீனியர்கள் அடிமைகளாக நடத்துவார்கள். சீனியர்கள் எந்த நேரத்தில் அழைத்தாலும் எதற்கும் தயாராக இருக்கவேண்டும்.

நள்ளிரவில்கூடத் தாம்பரத்தில் உள்ள பெட்டிக் கடைக்குப் போய் சிகரெட் வாங்கி வந்து கொடுக்கவேண்டும். மது வாங்கி வரச் சொன்னால் அதற்கும் தயாராக இருக்கவேண்டும். வீட்டுப்பாடம் எழுதிக் கொடுக்கவேண்டும். இரவில் மட்டுமல்ல, பகலிலும் அவர்கள் அழைக்கும் நேரத்திலெல்லாம் செல்ல வேண்டும்.

அவர்கள் கேட்கும் கேள்விகளுக்கெல்லாம் பதில் சொல்லவேண்டும். நடனம் ஆட வேண்டும். குத்துக்கால் வைத்தபடி நீண்ட நேரம் அமர வைப்பார்கள். நகத்தினால் அறையின் நீளம், வீதியை அளக்க வைப்பார்கள்.

அதிகாலையில் தட்டியெழுப்பி ஹாலில் பாடும் வழிபாட்டுப் பாடலைப் பாடச் சொல்வார்கள். அதைத் தவறாகப் பாடினாலோ, பாடாமல் இருந்தாலோ படார் என்று அறை விழும். அறையோடு நில்லாமல் ஊமைத்தனமான உதையும், அடியும் கிடைக்கும். பாடல் தப்பாகிவிட்டால் மெஸ்ஸிலிருந்து கொண்டு வந்த அழுகிய முட்டையால் அபிஷேகம் நடத்துவார்கள்.

ஒருமுறை ராகிங்கின் கொடுமைகள் பற்றிப் பத்திரிகைகளில் சில செய்திகள் வெளியானது.

'ஜான் டேவிட்' என்ற மருத்துவ மாணவன் தன்னுடைய ஜூனியரான 'நாவரசு' என்ற மாணவனை மிகக் கொடுமையான முறையில் ராகிங் செய்து கொன்று துண்டு துண்டாக வெட்டிய செய்தி மிகவும் பரபரப்பை ஏற்படுத்தியது.

சென்னைப் பல்கலைக்கழகத்தின் துணை வேந்தராக இருந்த டாக்டர் பி.பே.பொன்னுசாமியின் மகன்தான் கொலை செய்யப்பட்ட அந்த நாவரசு.

அடையாரில் அவர் தங்கியிருந்த வீட்டுக்கு முன் போகின்ற பேருந்தில் மகனுடைய வெட்டப்பட்ட உடலைப் பெட்டியில் போட்டு அனுப்பியிருக்கிறான் என்ற செய்தி அப்போது பரபரப்பாகப் பேசப்பட்டது.

டாக்டர் பொன்னுசாமி துணைவேந்தராக இருந்தபோது நான் சென்னை அகாதெமி கவுன்சில் உறுப்பினராக இருந்தேன். அவர் தலைமையிலான கவுன்சில் கூட்டம் மிகவும் சிறப்பாக நடக்கும். அப்போது இரு தரப்பிலுள்ள வாக்குவாதங்களை எதிர்கொண்டு அதற்கான தீர்வுகளையும் முடிவுகளையும் எடுப்பதில் திறமை வாய்ந்தவராக இருந்தார்.

ஜான் டேவிட் என்பவன் மிகவும் கொடூரக் குணம் கொண்ட மருத்துவ மாணவனாக இருந்தான். ஒரு முறை தன்னோடு படிக்கும் சக மாணவியிடம் சென்று தன் காதலை வெளிப்படுத்தியிருக்கிறான். அவள் அதை ஏற்றுக் கொள்ளாததால் கோபம் அடைந்து ஒரு தெருநாயைக் கொண்டுவந்து கட்டிப்போட்டு அதன் கழுத்தில் அப்பெண்ணுடைய பெயர் எழுதி ஒரு பலகையை மாட்டிவிட்டு, மூன்று நாள் வரை அந்த நாயைப் பட்டினிப் போட்டு அடித்துத் துன்புறுத்திக் கொன்று ஒரு மரத்தில் கட்டித் தொங்கவிட்டிருக்கிறான்.

ஜான் டேவிட்டைப் பொறுத்தவரை தெருநாயும், நாவரசும் ஒரே மாதிரிதான். தன் விருப்பத்துக்கு இணங்கவில்லை என்றால், தன் கையாலே அவர்களைத் தண்டிப்பது ராகிங் எனும் செயற்பாட்டினால் ஏற்பட்ட இறுகிய மனநிலைதான் காரணம்.

இந்தச் சம்பவம் நடந்து கிட்டதட்ட பதினாறு வருடங்களுக்குப் பிறகு உயர் நீதிமன்றம் தள்ளுபடி செய்த வழக்கை, மீண்டும் உச்ச நீதிமன்றத்தில் மேல்முறையீடு செய்து அவனுக்கு ஆயுள் தண்டனை பெறப்பட்டது.

மூவாயிரம் பேர் விஷவாயுவால் மூச்சுத் திணறி இறந்துபோன போபால் யூனியன் கார்பைடு விபத்து வழக்கின்மீது நீதி ஆணை வெளிவரக் கிட்டத்தட்ட இருபத்தைந்து ஆண்டுகள் ஆனது. அதைப் பார்க்கும்பொழுது தனி நபர் கொலை வழக்கில் நீதி வாங்க 16 வருடங்கள் கடந்ததில் ஆச்சிரியப்படுவதற்கில்லை. விஷயம் அதுவன்று. விசாரணையில் கிடைக்கும் ஆதாரங்கள், தடயங்கள் உயர் நீதிமன்றத்திற்குக் கொண்டு சேர்ப்பிக்கும்போது உண்மையான ஆதாரங்களாக அல்லாமல் போவதும் அதே வழக்கு உச்ச நீதிமன்றத்திற்குச் செல்லும்போது அதே ஆதாரங்கள் உண்மை என்று மெய்ப்பிக்கப்படுவதும் எப்படி நிகழ்கிறது என்று புரியவில்லை. ஆதாரங்கள் என்பது வழக்குரைஞர்களுடைய வாதமா? இல்லை, நீதிபதிகளின் மனோ தர்மத்தின் அடிப்படையிலா? இவற்றில் எதை ஏற்பது என்று புரியவில்லை.

●

சங்க காலம்

பாகுபாடுகள் நிரம்பி வழிந்த கிறித்தவக் கல்லூரியோடு இணைந்து பணியாற்ற என்னால் இயலவில்லை.

ஆங்கிலேயர்களுடைய சில ஆக்கப்பூர்வமான செயற்பாடுகளுக்குப் பின்னதான, இங்கிருந்து முளைத்த செயற்கையான ஆங்கிலேயர்களின் முயற்சிகளும் செயற்பாடுகளும் காலம் போகப் போகக் கிறித்தவக் கல்லூரியின் பெருமையை ஒன்றுமில்லாமல் ஆக்கியது.

கல்லூரி முதல்வரின் அலுவலகத்துக்குப் பக்கத்தில் ஆசிரியர்களுக்கு ஓய்வறை ஒன்றுள்ளது. அங்கு பழைய இரயில் நிலையங்களில் பயன்படுத்துகிறது மாதிரியான பெரிய பெரிய சாய்வு நாற்காலிகளும் மேசைகளும் போடப்பட்டிருந்தன. ஆரம்பக் காலங்களில் எனக்கு நண்பர்கள் யாரும் இல்லாமல் இருந்தபோது நான் அந்தச் சாய்வு நாற்காலியில் போய் தூங்குவது வழக்கமாக இருந்தது. அங்குச் சில முதுநிலைப் பேராசியர்களும் இருப்பார்கள். பிறகுதான் தெரிந்தது, சரிவர வகுப்பு எடுக்காத சில சீனியர் சிட்டிசன்கள்தான் தினமும் அந்த அறைக்கு வருவார்கள் என்று. அந்த அறையை ஆங்கிலேயர்கள் வேறு ஏதோ காரியத்திற்காகத்தான் கட்டியிருக்க வேண்டுமென்று எனக்குத் தோன்றியது.

கேரளா தலச்சேரியைச் சேர்ந்த எம்.பி.இராதாகிருஷ்ணன் அவர்களுடைய மகாத்மா கல்லூரியில் சேர்ந்து வகுப்புகள் எடுத்துக் கொண்டிருந்த காலத்தில் தனியார் கல்லூரி ஆசிரியர்களின்

கண்ணூர் மாவட்டச் சங்கம் ஏற்படுத்தப்பட்டு, அதன் வாயிலாக மாநிலச் சங்கம் ஒன்றை உருவாக்க நாங்கள் எல்லோரும் ஒன்று கூடினோம். மாவட்ட அளவிலான கூட்டமைப்பு வேலைகள் மும்முரமாக ஆரம்பித்துப் போய்க்கொண்டிருந்தபோதுதான் எனக்குச் சென்னைக்கு வர வேண்டிய சூழல் நேரிட்டது.

அங்குப் போனபோது கல்லூரியில் பணியாற்றும் பேராசிரியர்களின் பத்து அம்சக் கோரிக்கை போராட்டம் நடத்த ஆயத்த நிலையில் இருந்தார்கள். அந்தக் கூட்டத்தில் தற்செயலாக நானும் கலந்து கொண்டேன். அதன் வாயிலாக நட்பையும் பெற்றேன்.

சில சமயங்களில் முக்கியமான பிரச்சனைகளுக்காக ஒரு குழுவோடு சேர்ந்து போராடி, நாம் பெரிய மனிதர்களாகி விடுகிறோம்.

கிறித்தவக் கல்லூரியில் ஆசிரியர்களுக்கு மிகச் சிறந்த கிரிக்கெட் அணி இருந்தது. ஆசிரியர்கள் குழுவுக்காக மட்டுமே சென்னை நகரத்தில் நாலைந்து போட்டியமைப்புகள் இருந்தன. எங்களுடைய எம்.சி.சி. அணி, புதுக் கல்லூரியின் ஐ.ஐ.டி. அணி, சென்ட்ரல் லெதர் இன்ஸ்டியூட் அணி இப்படிப் பல அணிகள் இருந்தன.

கேரளா, கண்ணூர் மாவட்டம் 'பி' பிரிவில், கிரிக்கெட் லீக்கின் சாம்பியனும், தர்மடம் கிரிக்கெட் கிளப்பின் முதல் கேப்டன் என்ற என்ற முறையிலும் அங்கிருந்த பேராசிரியர்களின் கிரிக்கெட் அணியில் சீக்கிரமாகவே இணைந்துகொள்ள முடிந்தது.

அதற்கு முன் வாதநோயால் நாற்பது சதவீதம் உடல் பாதிக்கப்பட்டுத் தளர்ந்து போயும் சிறப்பான முறையில் ஸ்பின் பௌளிங் செய்யக்கூடிய ஆங்கிலத் துறை பேராசிரியர் இராஜகோபாலன் அவர்கள்தான் அப்போதைய கேப்டன்.

ஆசிரியர்களின் போராட்டத்தின்போது அவர் கல்லூரி நிர்வாகத்தோடு கைக்கோத்து நின்றார். ஆனால் அந்தக் கிரிக்கெட் குழுவில் சிறந்த ஆட்டக்காரர்கள் எல்லோருமே போராட்டத்தில் முழுமையாக ஈடுபட்டு வந்தார்கள்.

என்னைவிடச் சிறந்த ஆட்டக்காரர்கள் அணியில் இருந்தபோதும் ஐ.ஐ.டி. நடத்திய போட்டியின்போது எதிர்பாராத விதமாக அணியின் தலைமைப் பொறுப்பு என்னிடம் ஒப்படைக்கப்பட்டது.

பாலு என்ற பாலுசாமி எனக்குள் ஊடுருவிய உற்ற நண்பர். ஒருவேளை இங்கில்லாவிட்டாலும் வேறு எங்காவது ஓரிடத்தில்

இந்தப் பிறவியிலேயே கட்டாயம் நண்பர்களாகியிருப்போம் என்பது மட்டும் உறுதி. கிறித்தவக் கல்லூரி இப்படியொரு நல்வாய்ப்பை ஏற்படுத்தித் தந்தது.

அப்போது வாராவாரம் வெள்ளிக்கிழமைகளில் கல்லூரி வளாகத்திற்குள் ஒரு செஞ்சந்தன மரத்தடியில் இலக்கியத்தையும் கவிதையையும் நேசிக்கின்ற சிலர் கூடுவார்கள். அது பாலு உருவாக்கிய இலக்கியக் கூட்டம். ஆசிரியர்கள், மாணவர்கள் வெளியில் இருந்து வந்து கலந்து கொள்வார்கள். இருட்டிய பின்னும்கூட எதைப் பற்றியாவது கலந்துரையாடிக் கொண்டிருப்பார்கள். காலப்போக்கில் அந்த அமைப்புக்கு "வனம் கவியரங்கம்" என்று பெயர் வந்தது.

அந்தச் செஞ்சந்தன மரத்தடியில் கூடிய இலக்கியக் கூட்டத்தில் இருந்து உருவானதுதான் "கணியன்" ஆய்வுக்குழு.

தாவரவியல் துறையைச் சேர்ந்த முனைவர் தயானந்தன், முனைவர் நரசிம்மன், ஆங்கிலத்துறையைச் சேர்ந்த முனைவர் நிர்மல் செல்வமணி, பாலு, நான், எங்களுடைய குடும்பம். இதுதான் எங்கள் கணியன் குழுவின் உறுப்பினர்கள்.

அந்தக் குழுவின் தலைமையில் தமிழ்நாட்டின் பல முக்கிய இடங்களுக்கும் கேரளாவின் காசர்கோடு முதல் கோட்டயம் வரையிலுமான சில இடங்களுக்கும் பயணம் செய்து வந்திருக்கிறோம்.

சங்க காலத்தின் பெருமை கொள்பவன்தான் தமிழன். இரண்டாயிரம் ஆண்டுகளுக்கு முன் இருந்த தமிழ் மக்களின் வாழ்க்கை முறையைத்தான் சங்க இலக்கியங்கள் எனக் குறிப்பிடுகிறோம்.

இயற்கையோடு இணைந்து வாழ்கின்ற வாழ்க்கையைப் பற்றி அதில் சொல்லப்பட்டிருக்கிறது.

'ஐந்திணை' என்பது குறிஞ்சி, முல்லை, மருதம், நெய்தல், பாலை இவை. ஒவ்வொரு இடத்தின் நிலையைக் குறித்தும் அதற்குப் பொருத்தமான வாழ்க்கை முறைகள் குறித்தும் சங்க இலக்கியம் பேசுகிறது.

உணவு, உடை, கலாச்சாரம், செடி, கொடி, மிருகம், தொழில், திருமண முறை போன்றவையெல்லாம் ஐந்து வகைகளாகப் பகுக்கப்பட்டுள்ளன. அதில் ஒவ்வொரு திணைக்கும் தனித்தனியாகப் பாடல்கூட உண்டு. அதுமட்டுமல்ல, தொழில்கள், மரங்கள், மக்களும் உண்டு.

இந்தச் சங்க இலக்கியத்தின் ஒரு பகுதி மலையாளிகளுக்கும் பொருத்தமானதுதான். எழில்மலையும், நன்னனும் 'மூஷிக வம்சம்'. இவை எல்லாம் சங்க இலக்கியத்தில் வருகிறது.

வாழ்க்கையை மிக அழகான முறையில் வாழ்வதெப்படி என்பதைப் பற்றிப் பகுத்துத் தந்த அந்தக் காலத்தைக் குறித்து மலையாளிகளுக்குக் குறிப்பிடத்தகுந்த நேசமோ, அக்கறையுணர்வோ கிடையாது. 'எழுத்தச்சன்' என்பவர் எங்கள் மொழியின் (மலையாளம்) ஆசான் என்பது போன்ற குறுகிய எண்ணத்தில் அவர்கள் வாழ்கிறார்கள்.

பன்னிரண்டு ஆண்டுகளுக்கு முன் கண்ணபுரத்தில் ஒரு வீடு கட்டினேன். அந்த வீட்டிற்கு என்ன பெயர் சூட்டலாம் என்று சிந்தித்தபோது எங்கள் இரண்டுபேருக்கும் ஒரே மாதிரியான பெயர்தான் நினைவிற்கு வந்தது. 'மருதம்' - காரணம் விவசாய நிலங்களைச் சார்ந்த பிரதேசம். அதனால்தான் அந்தப் பெயரைத் தேர்ந்தெடுத்தோம். ஆனால், அது மட்டுமல்ல. சென்னையைச் சேர்ந்த எங்கள் நட்பு வட்டங்களுக்கும் சங்ககால வாழ்க்கைக்கும் சேர்ந்துதான் அந்தப் பெயரைத் தேர்ந்தெடுத்தோம். என்னுடைய அழைப்பிதழ் கிடைத்தவுடனே பாலு என்னை அழைத்தார். 'நீதான் உண்மையான தமிழன்' என்று பாராட்டினார்.

●

போய் வருகிறேன்

பிறந்தது முதல் நேரில் பார்த்ததும், கேட்டதும், தொட்டதும், உணர்ந்ததும் எல்லாம் விடுத்து ஒருநாள் பரிச்சயமற்ற ஒரு இடத்துக்கு வண்டி ஏறிப் போகும்போது உடல் மட்டும் போகும். மனது ஊரிலேயே தங்கிவிடும். அப்படி உடலால் அங்கேயும், மனதால் இங்கேயும் வாழ்வது என்பது அனுபவித்தால் மட்டுமே புரிந்துகொள்ளக் கூடிய ஒரு விஷயமாகும்.

சென்னையில் வாழ்ந்த ஒவ்வொரு நாளும் நான் ஊருக்குத் திரும்பிப் போக ஏங்கியிருக்கிறேன். ரேஷன் கார்டு, சமையல் கேஸ் இவையெல்லாம் வாங்கிக் கொண்டேன் என்றாலும் நாளை ஊருக்குப் போய்விடலாம் என்ற நம்பிக்கையில் ஒரு தொலைபேசிக்குக் கூட விண்ணப்பிக்கவில்லை. பல வருடங்கள் பொதுத் தொலைபேசிகளையே நாடி வந்தோம்.

சென்னை வாழ்க்கையோடு இணைந்துவிட்ட பிறகு கொஞ்சம் கொஞ்சமாக அந்த வாழ்க்கையை விரும்ப ஆரம்பித்தேன். இருந்தாலும் திரும்பிப் போவதற்கான முயற்சி செய்துகொண்டுதான் இருந்தேன். பப்ளிக் சர்வீஸ் கமிஷன் நடத்தும் தேர்வுகள், சில மலையாளப் பத்திரிக்கைகள் நடத்திய தேர்வு. இவை எல்லாம் எழுதி வந்தேன். பப்ளிக் ஸர்வீஸ் கமிஷன் தேர்வு ஒன்றில் தரப்பட்டியலில் பெயர் இருந்தது. ஆனால் போட்டிகள் நடக்காத காரணத்தால் அந்தப் பட்டியல் தள்ளி வைக்கப்பட்டது. அதோடு பிரன்னான் கல்லூரியில் ஆசிரியராவது என்ற கனவைக் குழித்

தோண்டி புதைத்து விட்டேன். பத்திரிக்கைகள் நடத்திய எழுத்துத் தேர்வில் தேர்ச்சி பெற்றுவிட்டேன். நேர்முகத் தேர்வில் தேர வேண்டுமென்றால் சிபாரிசு செய்ய உயர்மட்டத்தில் யாராவது தெரிந்திருக்கவேண்டும்.

ஒரு பிரபலப் பத்திரிக்கையின் பத்திரிக்கையாளர் அப்பாவுக்குக் கடிதம் எழுதியிருந்தார். அதில் குறிப்பிட்டிருந்த விஷயம் 'உங்கப் பையன் இங்கு நேர்முகத் தேர்வுக்கு வந்த விஷயம் பிறகுதான் தெரிந்து கொண்டோம். இந்த மாதிரி விஷயங்கள் எல்லாம் கொஞ்சம் முன்கூட்டியே தெரியப்படுத்தியிருக்கலாமே. அதுக்கான நெருக்கம் நமக்குள் இல்லையா?' என்று தன்னுடைய ஆதங்கத்தை வெளிப்படுத்தியிருந்தார். அந்தப் பத்திரிக்கையாளர் அப்பாவின் நெருங்கிய நண்பராக இருந்தவர். நேர்முகத் தேர்வில் கலந்து கொள்வதை முன்கூட்டியே அவர்களுக்குச் சொல்லியிருக்கவேண்டும் என்ற எண்ணம் எனக்கும் அப்பாவுக்கும் தோன்றவில்லை.

இருந்தாலும் சென்னை வாழ்க்கை எனக்கு மிகவும் வித்தியாசமான ஓர் அனுபவத்தைத் தந்தது. அந்த அனுபவங்கள் வாழ்க்கையோடு எனக்கிருந்த எண்ணங்களை முழுமையாகத் திருத்திக்கொள்ள முடிந்தது. நல்லதோ, கெட்டதோ எல்லாம் நகரம், கிராமம் என்று வேறுபாடு கிடையாது. அது மனிதர்களோடு தொடர்புடையவையாகும்.

நான் சென்னையில் வாழ்ந்தபோது பல நட்பு வட்டங்களைப் பெற்றிருந்தேன். சென்னை வாழ்க்கையில் பாலுசாமியைப் போன்ற ஒரு நண்பர் கிடைத்ததற்கு நான் மிகவும் கடமைப் பட்டிருக்கிறேன். நரசிம்மன், விஸ்வநாதன், தயா சார், பிறகு கிறித்துவக் கல்லூரி மாணவர்கள், மகாலஷ்மி நகரில் வாழ்ந்து வந்த பக்கத்து வீட்டுக் காரர்கள், கேரள சமாஜத்தின் உறுப்பினர்கள். இப்படிப் பல பேர் என் சென்னை வாழ்க்கையை இனிமையாக்கினார்கள். இன்னும் இருக்கிறார்கள். அதில் சிலரைப் பற்றி ஏற்கெனவே குறிப்பிட்டிருக்கிறேன். சொல்லாமல் விட்டுப் போனவர்களும்கூட இருக்கிறார்கள்.

இருந்தாலும் இந்த ஊர் வாழ்க்கை நாளுக்கு நாள் எனக்குச் சலிப்பை ஏற்படுத்திக் கொண்டிருந்தது. போதுமான அளவு மலையாளம் தெரியாத மாணவர்களுக்குத் தகழி, பஷீர், வள்ளத்தோள், வித்துவான் பி.கேளு நாயர் போன்றவர்களைச் சொல்லிக் கொடுப்பது அலுப்பைத் தந்தது. போதாதற்குப்

போராட்டத்தில் கலந்துகொண்டதால் கல்லூரி நிர்வாகிகளின் கவனத்திற்கு ஆளாகியிருந்தேன். ஒரு வருடம் மலையாளத் துறையில் ஒரு மாணவரைக்கூடச் சேர்க்காமல் நெருக்கடி தந்தார்கள்.

அப்போதும் பலரும் ஒரு மாதிரியான கருத்தைச் சொன்னார்கள். சாவித்திரியிடம் அங்கு வேலையை இராஜினாமா செய்துவிட்டுச் சென்னையில் வந்து ஏதாவது வேலையில் சேர்ந்து கொள்ளட்டும் என்று. அப்படியாவது வாழ்க்கை நெருக்கடி இல்லாமல் போகட்டும் என்றார்கள்.

அந்தச் சமயங்களில்தான் என் தந்தை தொண்டையில் புற்றுநோய் ஏற்பட்டு மருத்துவம் பார்க்கச் சென்னை அப்போலோ மருத்துவமனைக்கு வந்ததும், ஐந்தாறு மாதத்திற்குப் பிறகு நோய் குணமாகி ஊருக்குத் திரும்பிப் போனதும் நடந்தது. தர்மடத்திற்குப் போனதும் அவர்கள் எடுத்த முடிவு, கொடுங்கலூர் என்ற ஊருக்கே போய்விடலாம் என்பதுதான். அங்குத் திருமணம் முடிவான போது சோவியத் யூனியன் கார்பச்சேவுக்கு நிகழ்ந்ததுபோல் எனக்கும் சொந்த ஊர் இல்லாமல் போனது. கண்ணூர் பல்கலைக்கழகத்தில் புதிதாக ஒரு வேலை ஏற்படுத்துவார்கள் என்றோ அங்கிருந்து அழைப்பு வருமென்றோ எந்தவொரு முன்னறிவிப்பும் எனக்குக் கிடைக்கவில்லை.

எனக்கு மிகவும் பிடித்த தொழிலான ஆசிரியர் என்ற நிலையில் இருந்து, அதிகாரி என்ற நிலைக்கு மாற்றப்பட்டுக் கண்ணூர் பல்கலைக்கழகத்தின் பதவிக்கான நியமன உத்தரவு எனக்குள் மிகப் பெரிய சந்தோஷத்தை ஏற்படுத்தியது. என் சொந்த மண்ணுக்குத் திரும்பிப் போகிறேன் என்ற குதூகலம் எனக்குள் துள்ளி குதித்தது. பன்னிரெண்டு வருடமாகக் காத்துக் கொண்டிருந்த என் கனவு இன்று நனவானது. அதேசமயம் இவ்வளவு நாள் நான் பார்த்துப் பழகிய இடங்கள், மனிதர்கள் இவை இனி என் வாழ்க்கையில் வரமாட்டார்கள் என்ற எண்ணம் எனக்குள் துக்கத்தை ஏற்படுத்தியது. 'கணியன்' ஆய்வுக் குழு ஏற்பாடு செய்த பயணங்களில் பல இடங்களைப் பார்த்ததுபோல அப்படியான ஒரு பயணங்களில் இங்கு மீண்டும் வந்து போகலாம். அவ்வளவே.

ஊரில் வேலை கிடைத்த விஷயம் பாலுவிடம் சொன்னபோது அவர் அதிர்ந்துப் போனதை நான் பார்த்தேன். கொஞ்ச நேரம் நாங்கள் ஒருத்தருக்கொருத்தர் முகத்தைப் பார்த்துக் கொண்டு மௌனமாக இருந்தோம். பாலுவின் மனைவி செல்வமும் எங்கள்

மௌனத்தை இடையூறு செய்யவில்லை. கனத்த இதயத்தோடு அந்த இரவில் பாலுவின் மகாலஷ்மி தெருவிலிருந்து மகாலஷ்மி நகருக்கு வந்தேன்.

அடுத்தநாள் எதிர் வீட்டில் தங்கியிருக்கும் வில்சனின் ஃபோனில் அழைத்து பாலுவின் மனைவி செல்வம் மிக வேதனையோடு கேட்டார், "நீங்க என் கணவரை ஏன் இப்படி அழ வைக்கிறீங்க?" என்று.

சென்னைக் கிறித்தவக் கல்லூரியில் என்னோடு வேலை பார்த்த சக நண்பர்களுக்குக்கூடச் சொல்லாமல்தான் நான் அங்கிருந்து வந்தேன். அதற்குக் காரணம் இருந்தது. வேலையை இராஜினாமா செய்யாமல் உரிமையை நிலைநாட்டிக் கொண்டு அங்கிருந்து விடுதலைப் பெற வேண்டுமென்றால் தமிழ்நாடு அரசின் சிறப்பு அனுமதி வேண்டுமாம். அதற்காக நான் கடைசி இரண்டு வாரம் தினந்தோறும் காலை ஒன்பது மணிக்குத் தலைமைச் செயலகத்திற்குச் செல்வேன். ஒவ்வொரு பிரிவிலும் ஏறி, இறங்கி என் விண்ணப்பத்திற்கான நடவடிக்கையைக் காலத்தாமதப்படுத்தாமல் கொஞ்சம் சீக்கிரமாகச் செய்து தர வேண்டினேன். ஆனால் பலரும் முகம் சுழித்தார்கள்.

இன்று முடிந்துவிடும், நாளை முடிந்துவிடும் என்று கருதி ஊருக்குப் போவதற்கான பயணச்சீட்டை முன்பதிவு செய்வதும், இரத்து செய்வதுமாக இருந்தேன். ஏ.வி.பவித்ரன் அப்போதெல்லாம் என் கூடவே இருந்தார். Packers & Movers என்ற நிறுவனத்தை அணுகி என் வீட்டிலுள்ள அனைத்துப் பொருட்களையும் பார்சல் செய்துவிட்டேன். அதற்கிடையிலேயே நானும் பவித்ரனும் படுத்துத் தூங்கி விட்டோம். சென்னையில் இருக்கும் அரசு அலுவலகத்துக்குப் போகும்போதெல்லாம் பவித்ரனும் என்னுடன் வருவார். இதற்கிடையில் கல்லூரியிலோ, அக்கம் பக்கத்து நண்பர்களிடமோ சரியாகச் சொல்லக்கூட முடியவில்லை. கடைசியில் ஆர்டர் கிடைப்பது உறுதியானதும் அப்பாவின் மருமகள் கீதாவின் கணவர் இரகுவின் மினிலாரியில் என் வீட்டுச் சான்மான்களை ஏற்றிக் கூடவே பவித்ரனையும் அனுப்பிவைத்தேன்.

மகாலஷ்மி நகரிலுள்ள சிதம்பரனார் தெருவில் பன்னிரெண்டு வருடம் வாழ்ந்து வந்த அந்த வீட்டில் அன்று நான் மட்டும் தனியாகிப் போனேன். வி.ஐ.பி.யினுடைய ஒரு சூட்கேஸ் மட்டும் என்னோடு இருந்தது. அதை எடுத்துக்கொண்டு வெளியே வந்தபோது

அக்கம் பக்கத்து நட்பு வட்டங்கள் என்னைச் சூழ்ந்து கொண்டது. கடைசியாக ஒருமுறை வீட்டைப் பெருக்கிச் சுத்தப்படுத்திடலாம் என்று சொல்லி முற்றத்திலிருந்து துடப்பத்தை எடுத்து வந்து அவள் வேலையை ஆரம்பித்தாள். என்னைச் சுற்றியிருந்த மகராசி, முருகன், வில்சன், லதா, தீபு, திவ்யா, சுந்தரி, வர்க்கீஸ், இரினி, ஜெரி, மாலா உள்ளிட்ட அனைவரிடமும் கனத்த இதயத்தோடு விடைபெற்றுக் கொண்டு நான் வீட்டை விட்டுக் கிளம்பினேன்.

பன்னிரெண்டு வருடம் வாழ்ந்துவிட்டுத் திரும்பிப் போகும்போது சென்ட்ரல் இரயில்வே ஸ்டேஷனுக்கு வந்து என்னை வழியனுப்பி வைக்க பாலு வந்திருந்தார். போவது சரியாக உறுதியாகாததால் டிக்கட் முன்பதிவு செய்யவும் முடியாமல் போனது. ஆகையால் பழைய இரண்டாம்தர ரெயிலின் ஜெனரல் கம்பார்ட்மெண்ட்டில் கூட்ட நெரிசலில் என்னுடைய பெட்டியை ஓரிடத்தில் வைத்துக்கொண்டு அதன்மேல் அமர்ந்து கொண்டு பயணம் செய்தேன். தூங்கியும், கண் விழித்துக் கொண்டும் பாலக்காடு வரை செல்ல வேண்டியதாயிற்று. பாலக்காடு வந்தபோது ஒரு இடம் கிடைத்தது. அந்த இருக்கையில் அமர்ந்து கை, கால்களை நீட்டி சொடுக்கு முறித்தபோது வைலோபுள்ளியின் ஒரு கவிதை நினைவிற்கு வந்தது.

●

வி.எஸ். அனில்குமாரின் பல்வேறு
அனுபவங்களில் தொகுப்பே இந்நூல்
இலக்கியம், தத்துவம், சென்னையில்
பேராசிரியர் அனுபவம், சென்னை மாநகரம்
குறித்த வாழ்வியல் பதிவுகள், கலை,
தேவையான மண்ணின் வாசனை, இல்லற
வாழ்க்கை, நட்பின் ஆழம், வாழ்க்கையின்
அழகு பல்வேறு செய்திகளை மிகச்
சுவாரசியமாக எழுதிச் செல்கிறார்.

சென்னை வாழ்க்கை குறித்த ஒரு பேராசிரியர்
மற்றும் தேவையான இலக்கியவாதியின் அழகிய
அனுபவப் பதிவுகள் தமிழில் வெளிவருவது
இதுவே முதல்முறை.

www.ingramcontent.com/pod-product-compliance
Lightning Source LLC
LaVergne TN
LVHW100814051026
849519LV00006B/2077
9789355172068